పారిస్ కమ్యూన్

['సామాజిక విప్లవ ఉషోదయం']

ఆధార రచనలు:

1. "పారిస్ కమ్యూన్ గురించి"

మార్క్స్, ఎంగెల్సులు

(రష్యా వారి తెలుగు సంకలనం)

అనువాదం: నిడమర్తి ఉమా రాజేశ్వర రావు

2. ఇంటర్నెట్ లో దొరికిన సమాచారం

(ముఖ్యంగా www.marxists.org వెబ్ సైట్ నించి)

పరిచయం:

రంగనాయకమ్మ

స్వీట్ హోమ్ పబ్లికేషన్స్
76, లేక్-సైడ్ కాలనీ
(దుర్గం చెరువు దగ్గిర)
జూబ్లీ హిల్స్ పోస్టు
హైదరాబాదు - 500 033

పారిస్ కమ్యూన్
['సామాజిక విప్లవ ఉషోదయం']

పేజీలు : 160
[రాయల్ సైజులో]

ధర : 50 రూ.లు

మొదటి ముద్రణ:
2019 ఫిబ్రవరి

కంపోజింగ్ & పేజ్ మేకప్:
టి. లలిత
ఎం. శారద

ముఖ చిత్రం:
నెట్ నించి

ముద్రణ:
చరితా ఇంప్రెషన్స్
1-19-1126/బి,
అజామాబాదు ఇండస్ట్రియల్ ఏరియా,
హైదరాబాదు - 500 020
(ఫోన్: 040-27678411)

ప్రతులకు:
అరుణా పబ్లిషింగ్ హౌస్
ఏలూరు రోడ్డు, విజయవాడ - 520 002.
(ఫోన్: 9440630378)

రంగనాయకమ్మ అడ్రసు:
76, లేక్-సైడ్ కాలనీ
(దుర్గం చెరువు దగ్గర)
జూబ్లీ హిల్స్ పోస్టు
హైదరాబాదు - 500 033

విషయ సూచిక

3

*

ముందు మాట

మన చేతుల్లో వున్న ఈ పుస్తకంలో, ఫ్రాన్సు దేశంలో, 1871 మార్చి 18 నించీ, మే 28 వరకూ, 72 రోజులు మాత్రమే సాగిన కార్మిక ఉద్యమానికి సంబంధించిన సమాచారం ఉంటుంది.

ఈ సమాచారానికి ప్రధానమైన ఆధారం, **"పారిస్ కమ్యూన్ గురించి"** అనే పేరుతో వున్న, రష్యా ప్రచురణ పుస్తకం.

ఈ ఆధార పుస్తకాన్ని, "సంకలనం" అనీ, లేదా "సంపుటి" అనీ, అంటున్నాము. ఆ 'సంకలనం'లో వున్న సమాచారం అంతా, **మార్క్స్ - ఎంగెల్సులు రాసినదే.**

ఆ సంకలనాన్ని, 1979 లో, మాస్కోలో (రష్యాలో) "ప్రగతి ప్రచురణాలయం" ద్వారా ప్రచురించారు. మాస్కోలో ప్రచురించిన సంకలనానికి తెలుగు అనువాదకులు, నిడమర్తి ఉమారాజేశ్వర రావు గారు.

మన చేతుల్లో వున్న ఈ పుస్తకంలో, చాలా చోట్ల, "సంకలనం నించి" అనే మాటలు ఉంటాయి. "సంకలనం" అని వున్నప్పుడల్లా, "పారిస్ కమ్యూన్ గురించి" పుస్తకమే - అని మరిచిపోకూడదు.

"పారిస్ కమ్యూన్" గురించి మార్క్స్, ఆ రోజుల్లోనే, **"ఫ్రాన్సులో అంతర్యుద్ధం"** అనే పేరుతో ఒక పుస్తకం రాశాడు. అదే గాక, మార్క్స్ - ఎంగెల్సులు తర్వాత రాసిన ఇతర వ్యాసాలూ, ఉత్తరాలూ, ప్రకటనలూ కూడా "సంకలనం"లో వున్నాయి.

మార్క్స్, "ఫ్రాన్సులో అంతర్యుద్ధం" అనే పేరుతో రాసిన దాన్ని ఇంగ్లీషులోనే రాశాడు. ("ది సివిల్ వార్ ఇన్ ఫ్రాన్స్" పేరుతో.) ఇది, 1871 జూన్ 13 న లండన్‌లో మొదటి సారి అచ్చయింది. అంటే, "పారిస్ కమ్యూన్" అంతరించిన 10 రోజుల్లోనే. ఈ మొదటి ఇంగ్లీషు ముద్రణ, ఒకటి, రెండు నెలల్లోనే అమ్ముడయిపోయింది.

2 వ ఇంగ్లీషు ముద్రణకి ధరని తగ్గించి, గతంలో కన్నా, చౌక ధరతో ప్రచురించారు.

3 వ ఇంగ్లీషు ముద్రణ, 1871 ఆగస్టులోనే వచ్చింది. మొదటి ముద్రణ తర్వాత, 3 నెలలకే 3 వ ముద్రణ!

మార్క్స్ రాసిన "అంతర్యుద్ధం" పుస్తకానికి, 1871, 1872 సంవత్సరాల్లోనే ఇంగ్లీషు నించి, ఫ్రెంచ్, జర్మన్, రష్యన్, ఇటాలియన్, స్పానిష్, డచ్ - భాషల్లోకి అనువాదాలు జరిగాయి.

మార్క్సు రాసిన ఆ ఇంగ్లీషు పుస్తకాన్ని, జర్మన్ భాషలోకి మార్చింది, ఎంగెల్సే. - ఎంగెల్స్, 1891లో, 'పారిస్ కమ్యూన్' ఏర్పడి 20 ఏళ్ళు అయిన సందర్భంగా, మార్క్సు ఇంగ్లీషులో రాసిన ఏ పుస్తకాన్ని అయితే తను జర్మన్ భాషలోకి మార్చాడో, ఆ పుస్తకంలోనే అవసరమైన సవరణలేవో చేసి, దానికి తను ఒక 'ఉపోద్ఘాతం' కూడా రాశాడు. ఆ ఉపోద్ఘాతం, ఎంగెల్సు, 1891లో రాసినదే. ఎంగెల్సు రాసిన ఆ ఉపోద్ఘాతం, 'సంకలనం'గా వున్న పుస్తకంలో, సంకలన కర్తల 'ముందు మాట' తర్వాత, వెంటనే వుంది.

మార్క్సు రాసిన "ఫ్రాన్సులో అంతర్యుద్ధం", 1871లోనే 11 భాషల్లో, 30 ముద్రణలు అయింది - అని మాస్కో వారి సమాచారం!

"సంకలనం" అని మనం అంటూ వున్న పుస్తకం ("పారిస్ కమ్యూన్ గురించి" అనే పుస్తకం), మనకి తెలుగులోకి ఎప్పుడు అందింది? - 1979లో! అంటే, కమ్యూన్ తర్వాత, 108 సంవత్సరాలకి! ఈ తెలుగు పుస్తకం, 'జర్మన్ భాష' నించి వచ్చిందని కాదు; మార్క్సు రాసిన 'ఇంగ్లీషు భాష' నించే వచ్చింది. మన తెలుగు అనువాదకుడు, ఇంగ్లీషు ముద్రణ నించే తెలుగులోకి చేశారుగానీ, జర్మన్ ముద్రణ నించి కాదు.

'పారిస్ కమ్యూన్'కి 'పరిచయం'గా వున్న ఈ పుస్తకంలో, పలకల బ్రాకెట్లలో వున్న మాటలు, నా స్వంతానివే. మిగిలినదంతా 'సంకలనం' లోదే. కానీ, కొంత తేలిక పరిచినదీ, కొంత క్లుప్తత చేసినదీనూ. గుండ్రని బ్రాకెట్లలో వున్న సమాచారం, సంకలనంలో వున్నదే. అందులో కూడా తేలికైన మార్పులు జరిగి వుండవచ్చు. చిన్న వయసు పాఠకుల్ని దృష్టిలో పెట్టుకోవడమే ఎప్పుడూ నా పద్ధతి. పెద్ద వయసు పాఠకులు అయితే, కొంత కష్టంగా వున్న దాన్ని కూడా సహనంగా చదవగలరు.

ఈ పుస్తకంలో, కొన్ని చోట్ల, ఒక చోట చెప్పిందే, మళ్ళీ మళ్ళీ చెప్పినట్టు వుంటుంది. అది, నిజమే. ఒక చోట ఎంగెల్స్ చెప్పినదీ, ఇంకో చోట మార్క్సు చెప్పినదీ, పారిస్ కమ్యూన్‌లో జరిగిన విషయాలే. 'పారిస్ కమ్యూన్'ని, నేను వివరించినప్పుడు కూడా చెప్పుకున్నవి అవే. అయినా, ఆ వివరణల్లో, తేడాలు ఉంటాయి. కమ్యూన్ గురించి, మళ్ళీ మళ్ళీ చదవడమే అది.

మన చేతిలో వున్న ఈ పుస్తకాన్ని చదవడం పూర్తి చేసిన తర్వాత, ఆ "సంకలనం"గా చెప్పుకున్న పుస్తకాన్ని తప్పకుండా చూడండి! కళ్ళు చెమర్చినా, చెమర్చకపోయినా, "పారిస్ కమ్యూన్" మన గుండెలకీ, మెదళ్ళకీ, అతుక్కుపోయి వుంటుంది.

రంగనాయకమ్మ, 6-2-2019 *

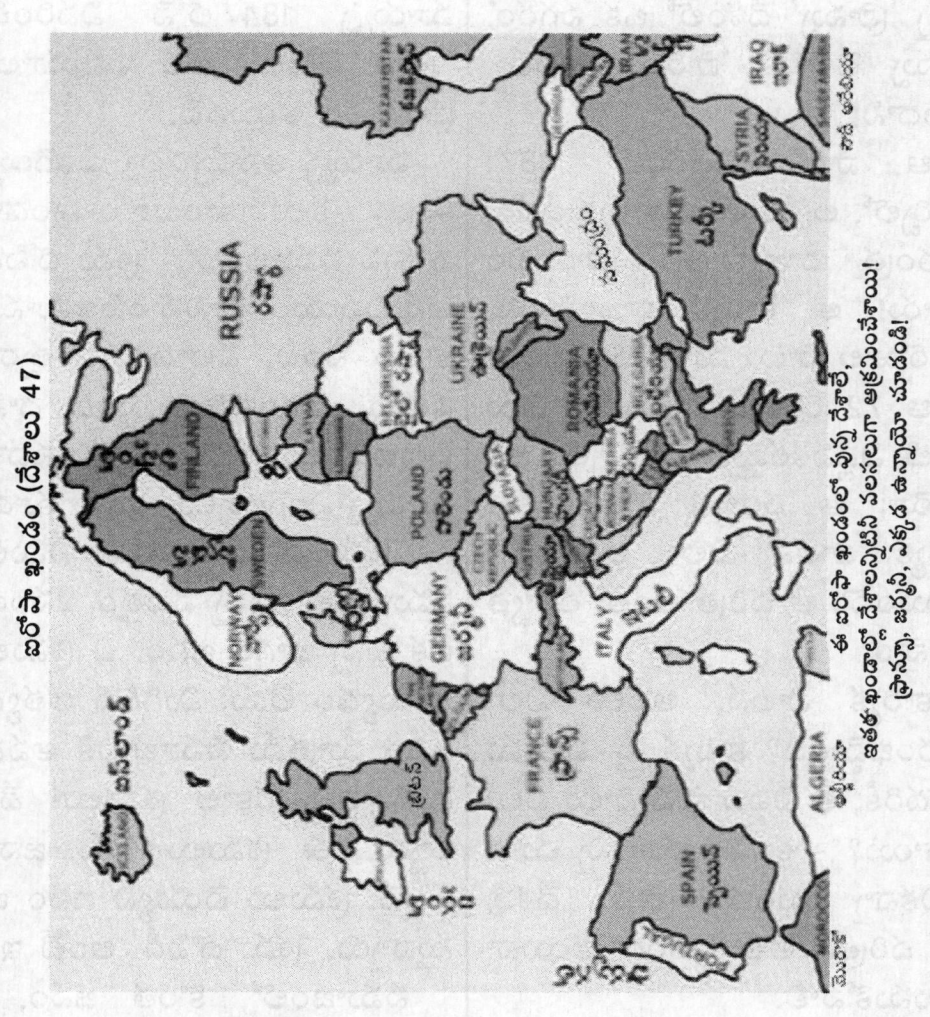

ఐరోపా ఖండం (దేశాలు 47)

ఈ ఐరోపా ఖండంలో వున్న దేశాలే,
ఇతర ఖండాల్లో దేశాలన్నిటినీ వలసలుగా ఆక్రమించేశాయి!
ఫ్రాన్సు, జర్మనీ, ఎక్కడ ఉన్నాయో చూడండి!

1. 'పారిస్ కమ్యూన్' చరిత్ర! క్లుప్తంగా

'పారిస్' అనేది, ఐరోపా ఖండంలో వున్న 'ఫ్రాన్సు' దేశంలో ఒక నగరం. ఫ్రాన్సు దేశానికి 'పారిస్' నగరమే, రాజధాని!

ఆ పారిస్ నగరంలో, 1871 మార్చిలో, లక్షోప లక్షల కార్మిక జనం, స్వతంత్ర రాజ్యపాలన ప్రారంభిం చేశారు! ఆ కార్మిక రాజ్యపాలన, 72 రోజుల పాటు మాత్రమే సాగింది!

ఆ 72 రోజుల పాలనలో, ఎటు వంటి విప్లవకరమైన మార్పులు జరి గాయో; ఆ తర్వాత రోజుల్లో, ఆ కార్మిక పాలన ఎలా అంతరించి పోయిందో; ఆ చరిత్ర అంతా తర్వాత చూస్తాం.

కార్మిక పాలన, అసలు ఎలా ప్రారంభమైంది? కార్మిక స్త్రీ-పురుషు లందరికీ, ఆ విప్లవ సాహసాలు ఎలా సాగాయి? - ఈ విషయాలన్నీ చూడ డానికన్నా ముందు, ఫ్రాన్సు దేశపు గత చరిత్రని అతి క్లుప్తంగా అయినా తెలుసుకోవాలి.

* * *

"కార్మిక జనం" అంటున్నామంటే, మనం, 'శత్రు వర్గాలలో కార్మికులు ఒక వర్గం' అనే దృష్టితో మాట్లాడు తున్నామని అర్థం. ఈ శత్రు వర్గ భేదాల దృష్టి, కార్మిక జనాలకు, మార్క్సు 1847 లోనే వివరించిన "శ్రమ దోపిడీ" అనే విషయాలతో ప్రారంభం అయినదే.

మార్క్సు అన్నప్పుడల్లా, ఎంగెల్సుని కూడా కలుపుకుంటూ వుండాలి. మానవ సమాజంలో, "శ్రమ దోపిడీ" అనే విషయం, బానిస యజమానుల కాలం నించీ, వేలాది సంవత్సరాల క్రితమే, ప్రారంభమైపోయింది. దానిని బట్టబయలు చేసి చెప్పినవారు మార్క్సు-ఎంగెల్సులు ఇద్దరూ కూడా!

"శ్రమ దోపిడీ" అంటే, ఏమిటి? సమాజంలో వున్న మొత్తం జనంలో, ఒక చిన్న భాగం జనం, ఏ శ్రమలూ చెయ్యడం లేదు; మిగిలిన అత్యధిక జనం మాత్రమే సమాజానికి అవసర మైన అన్ని రకాల శ్రమలూ చేస్తు న్నారు. ఈ శ్రమలు చేసే జనాల వల్లనే, శ్రమలు చెయ్యని జనం జీవి స్తున్నారు, 'శ్రమ దోపిడీ' అంటే ఇదే.

సమాజంలో, కొంత జనం, ఏ శ్రమలూ చెయ్యకుండా, ఇతరుల శ్రమల ద్వారానే జీవిస్తున్నారనే సమస్య వుంటే, దానికి పరిష్కారం ఎలా వుంటుంది? - ఆ శ్రమ దోపిడీ జరగకపోవడమే పరిష్కారం

అవుతుంది కదా? అంటే, శ్రమలు చెయ్యకుండా జీవించే దోపిడీ వర్గ జనం కూడా, శ్రమలు చెయ్యవలిసి వుంటుంది కదా?

ఈ విషయాలన్నిటినీ మార్క్సు-ఎంగెల్సులు, మొదట 'సిద్ధాంతం' ద్వారా చెప్పారు. తర్వాత, ప్రపంచ దేశాలలో వున్న కార్మిక ప్రజలందరికీ అసలు విషయాన్ని వివరించి, శ్రమ దోపిడీ నించి బైట పడే మార్గాల బోధన కోసం, "అంతర్జాతీయ కార్మిక సంస్థ" అనే పేరుతో, లండన్‌లో ఒక సంఘాన్ని కూడా ప్రారంభించారు (1864 లో). ఆ సంఘానికి ఇంగ్లీషు పేరు, "ఇంటర్నేషనల్ వర్కింగ్ మెన్స్ అసోసియేషన్.' ఈ సంఘాన్ని "ఇంటర్నేషనల్' అని, చిన్న పేరు తోనే ప్రస్తావిస్తారు.

"పారిస్ కమ్యూన్" విషయంలో, 'ఇంటర్నేషనల్' పాత్ర కూడా ఉంటుంది.

మార్క్సు ఎంగెల్సులు, కార్మిక వర్గ ప్రజల కోసం, "కాపిటల్" పుస్తకం (1867) ద్వారా, 'శ్రమ దోపిడీ లేని' సమాజాన్ని నిర్మించుకోవాలని చెప్పారు కదా? - ఆ బోధనల వల్ల, ప్రపంచ దేశాలలో ఎక్కడైనా, విప్లవ కరమైన ప్రయత్నాలూ, తీవ్రమైన మార్పులూ, జరిగాయా?

కొన్ని దేశాల్లో, విప్లవ ప్రయత్నా లైతే జరిగాయి. కానీ, 'తీవ్రమైన మార్పులేవీ' జరగలేదు.

'శ్రమ దోపిడీ' నించి కార్మిక వర్గం, విముక్తి చెంది, మొత్తం 'మానవ సమాజం' అంతా సమానత్వ విప్లవ సమాజంగా మారాలనీ; దాని కోసం కమ్యూనిస్టు పార్టీలు, కార్మిక జనాల్ని, అమాయకత్వం నించి మేల్కొల్పా లనీ; మార్క్సిజం బోధించింది కదా? - ఆ లక్ష్యం కోసం, ప్రపంచ దేశాల్లో, కమ్యూనిస్టు పార్టీలు ఏర్పడ్డాయా? ఆ పార్టీలు, 'శ్రమ దోపిడీ నించి విముక్తి చెందే మార్గాన్ని' కార్మిక జనా లకు బోధించాయా? బోధిస్తు న్నాయా? - ఈ ప్రశ్నలన్నీ తప్పక రావలిసినవే.

'శ్రమ దోపిడీ'ని వ్యతిరేకిస్తూ మొట్ట మొదట జరిగిన కార్మిక వర్గ విప్లవం, ఈ 'పారిస్ కమ్యూన్' ద్వారా జరిగినదే! ఇది 1871లో.

దీని తర్వాత, 1917 లో రష్యా లోనూ; 1945 లో వియత్నాం లోనూ; 1949 లో చైనా లోనూ; ఈ రకంగా, కార్మిక విప్లవాలు జరగడమూ, అవి క్రమ క్రమంగా అంతరించడమూ; ఈ దృశ్యాలన్నిటినీ మానవ చరిత్ర చూసే వుంది.

మొట్ట మొదట జరిగిన కార్మిక వర్గ విప్లవం, 1871లో ఫ్రాన్సు దేశంలో జరిగిన 'పారిస్ కమ్యూనే.' ఆ కమ్యూన్‌లో, మనోహరమైన

విప్లవాంశాలు జరిగాయి. కాబట్టి, అవి త్వరలోనే అంతరించినా, ఆ కమ్యూన్ గురించి తెలుసుకోవడమే ఇప్పుడు మన కర్తవ్యం!

ఆ 'పారిస్ కమ్యూన్' గురించి రాయడానికి, ఏ యే ఆధారాల్ని తీసుకున్నానో తెలియడానికి, ఈ పుస్తకానికి వున్న 'ముఖ చిత్రం' మీద చూడండి! ముఖ్యంగా, "పారిస్ కమ్యూన్ గురించి" అనే తెలుగు పుస్తకమే నాకు ముఖ్యమైన ఆధారం. ఈ పుస్తకం, రష్యా ప్రచురణే. ఈ పుస్తకంలో, మార్క్స్-ఎంగెల్సులు రాసిన సుదీర్ఘమైన వ్యాసాలు వున్నాయి. వ్యాసాలే కాదు, ఉత్తరాల వంటి విషయాలు కూడా.

'పారిస్ కమ్యూన్' గురించి మార్క్స్, తన సుదీర్ఘ వ్యాసాన్ని ఇంగ్లీషులోనే రాస్తే, దాన్ని ఎంగెల్సు, జర్మన్ పాఠకుల కోసం, జర్మన్ భాష లోకి అనువాదం చేశాడు. అదే గాక, ఎంగెల్సు స్వయంగా రాసిన వ్యాసం (ఉపోద్ఘాతం) కూడా వుంది. - ఆ మొత్తం సమాచారం అంతా తెలుగు లోకే మారి వుంది.

"పారిస్ కమ్యూన్ గురించి" అనే రష్యన్ ప్రచురణ పుస్తకంలో, మార్క్స్-ఎంగెల్సుల వ్యాసాలూ, ఇతర విజ్ఞప్తులూ, కార్మికోద్యమ అధికార పత్రాలూ, ఉపన్యాసాలూ, ఆ నాటి వివిధ పత్రికల్లో వచ్చిన వార్తలూ, ప్రకటనలూ, లేఖలూ - వంటివి అన్నీ ఆ సంపుటంలో వున్నాయి.

"పారిస్ కమ్యూన్ గురించి" న సంపుటంలో [దీన్ని, 'సంకలనం' అని కూడా అంటారు]. 'విషయ సూచిక'ని క్లుప్తంగా ఇలా చూడవచ్చు:

1. ఎంగెల్సు: ఉపోద్ఘాతం.
2. మార్క్సు: ఫ్రాన్సు-ప్రష్యా యుద్ధంపై, 'ఇంటర్నేషనల్' చేసిన మొదటి విజ్ఞప్తి.
3. మార్క్సు: రెండవ విజ్ఞప్తి (1870 సెప్టెంబరు).
4. మార్క్సు: ఫ్రాన్సులో అంతర్యుద్ధం (1871 మే 30).
5. మార్క్సు: మొదటి సంక్షిప్త పాఠం.
6. మార్క్సు: రెండవ సంక్షిప్త పాఠం.
7. ఉపన్యాసాలూ, వ్యాసాలూ, పత్రాలూ, లేఖలూ - వంటివి.

ఈ సంపుటం మొత్తం వివరణలతో కలిపి, 420 పేజీలు. బైండ్ బుక్కు. ఈ సంపుటాన్ని 1981 జూన్‌లో కొన్నాం. 4 రూపాయలు. ఆ నాడే దాన్ని చదివి దాచాం.

అన్ని వివరాలతో వున్న సంపుటం తెలుగులో వుండగా, ఇప్పుడు ఈ 'పరిచయం' ఎందుకు? - ఈ ప్రశ్న అవసరమే.

మొదట, నిర్మొహమాటంగా

చెప్పుకుంటే, మన కార్మిక పాఠకుల్లో అనేక మందికి ఆ సంపుటం అంత తేలిక కాదు. కొంత కష్టం అవుతుంది. మార్క్స్ రాత శైలీ, ఎంగెల్సు రాత శైలీ, సుదీర్ఘమైన వాక్యాలతో వుంటాయి. నిజానికి, అవి అలా వుండడమే సరైనది. నిడమర్తి ఉమా రాజేశ్వర్రావు గారు చేసిన తెలుగు అనువాదం, ఇంగ్లీషు వాక్యాలకు యధాతథంగా ఉంటుంది. ఇంగ్లీషు వాక్యాలు అలా వున్నాయి కాబట్టి, దాని అనువాదానికి, తెలుగు వాక్యాలు అలా ఉండవలిసిందే. అందులో, పొరపాటేమీ లేదు. పైగా, అది, చెప్ప లేనంత నైపుణ్యం! తెలుగు అనువాదంలో సంస్కృత పదాలు కలిసి పోవడం తప్పనిసరి.

అదంతా నిజమే గానీ, మన పాఠకులు నేర్చుకోవలిసింది, సుదీర్ఘ వాక్యాల నైపుణ్యాన్నీ, సంస్కృత పదాల సౌందర్యాన్నీ, కాదు. విషయా లన్నీ తేలిగ్గా అర్థం కావాలంటే, తేలికైన వాక్యాలతోనే చదవగలగాలి.

మార్క్స్ ఎంగెల్సుల ఇంగ్లీషు శైలిలో వున్న అర్థమూ, సారమూ, తెలుగు అనువాదంలో నూటికి నూరు పాళ్ళూ యధాతథంగానే ఉన్నాయి. మూల భాషలోనూ, అనువాద భాష లోనూ, ఆ రెంటిలోనూ కూడా పాండి త్యాలు వుంటే తప్ప, ఆ అనువాదం సాధ్యమే కాదు. చదివే వాళ్ళకి కూడా ఆ పాండిత్యం వుంటేనే గానీ, లేక పోతే, ఆ భాషల్ని చదవడం సాధ్యం కాదు.

ఇంగ్లీషు సుదీర్ఘ వాక్యాల్ని సునా యాసంగా అర్థం చేసుకోవడం పాఠ కుల్లో చాలా మందికి అతి కష్టమే. దాని తెలుగు అనువాదాన్ని అర్థం చేసుకోవడం కూడా తేలికేమీ కాదు. - ఎటొచ్చీ, అసలు తెలుసుకోవలిసిన విషయాల్లో అర్థం పోకూడదు. అర్థాల్ని పాడు చెయ్యకుండా, విష యాల్ని తేలిక చెయ్యడం అత్యవ సరం. కార్మిక పాఠకుల కోసం రాసు కుంటున్నాం గానీ, పండితుల కోసం రాయడం లేదు.

ఎవరి కోసం రాయాలో మార్క్స్-ఎంగెల్సులకు తెలీదా? తమ రాతల్ని ఇంకా తేలికగా ఎందుకు చేయలేక పోయారు? - ఆ నాడు వాళ్ళు అటు వంటి శైలిలోనే చదువులు సాగించి వుంటారు. రాయడం అలాగే అల వాటైపోయి వుంటుంది.

అదే గాక, తేలికగా రాయడానికి ఎక్కువ టైము పడుతుంది. రోజుకి నాలుగైదు వ్యాసాలు రాయవలిసిన అవసరాలు వున్న వాళ్ళకి, ప్రతీ దాన్నీ తేలికగా రాయాలంటే, అది జరిగే పని కాదు.

వాళ్ళు కష్టంగా రాశారా, తేలిగ్గా

రాశారా - అనేది, అసలు విషయం కాదు. సమాజానికి తెలియని నిజా లన్నిటినీ వాళ్ళు రాశారు. అదీ, అసలు విషయం!

మార్క్సు-ఎంగెల్సుల రాతలన్నీ రష్యా ప్రచురణల ద్వారా మనకు తెలుగులో అందినవే. రష్యా పార్టీని, ఎప్పటి నించో 'రివిజనిస్టు పార్టీ' అనీ; 'ఎర్ర బూర్జువాల పార్టీ' అనీ; 'సోషల్-సామ్రాజ్య వాద పార్టీ' అనీ; అంటూనే వున్నాం. ఆ పార్టీ అలా మారింది కాబట్టే అలా అంటున్నాం.

కానీ, ఆ రివిజనిస్టులు వెనకటి కాలంలో చేసిన ఒక మంచి పని, మార్క్సు రచనల్ని తెలుగులోకి అను వాదం చేయించి మనకి ఇవ్వడం! మార్క్సు ఎంగెల్సుల రచనలు కొన్ని రష్యా ప్రచురణల వల్లనే అందాయి.

అతి ప్రధానమైన 'కాపిటల్'కి తెలుగు అనువాదాన్ని అయితే, రష్యా వాళ్ళు ఇవ్వలేదనుకోండీ! - అయినప్పటికీ, ఆ రివిజనిస్టుల వల్లే చాలా తెలుగు అనువాదాలు అందాయి మనకి.

అనువాదాలు కష్టంగా వుంటే, దానికి కారణం, మూల రచనలే. అయినా, ఆ మౌలిక రచనలు అసలు తయారవడాన్నే, ఆ రచయితలు గొప్ప బాధ్యతతో చేసినట్టుగా మనం గుర్తించాలి. మన మాతృ భాషలో మనం చదువుకోవడం ఎంత మేలు!

ఇంత ఉపయోగకరమైన అనువాద కార్యక్రమాల్లో కృషి చేసిన తెలుగు అనువాదకులందర్నీ ఎప్పుడూ గుర్తు ఉంచుకోవాలి.

"పారిస్ కమ్యూన్ గురించి" అనే తెలుగు పుస్తకం ఉన్నప్పటికీ, నేను ఈ 'పరిచయం' పనిని ఎందుకు ఊహించానంటే, మన పాఠకులు తేలికగా అర్థం చేసుకోవాలని. ఈ 'పరిచయం' తర్వాత, ఆ పెద్ద పుస్తకాన్ని తప్పకుండా చదవాలి. *

2. సమస్య, పరిష్కారం వేపే మొహం తిప్పుతుందా?

'పారిస్ కమ్యూన్' ఎప్పుడు ఏర్పడిందో, ఎప్పుడు అంతరించిందో, మొదట చెప్పుకుందాం. అది, 1871 మార్చి 18న ప్రారంభమై, అదే సంవత్సరంలో మే 28న పూర్తిగా అంతరించింది. అంటే, ఆ కమ్యూన్ జీవిత కాలం, 72 రోజులు మాత్రమే!

'కార్మికుల కమ్యూన్' స్థాపన అనేది, కార్మికులు, యజమానుల కింద దాసులుగా బీదరికపు బాధల

తోటీ, అవమానాల తోటీ, జీవించ లేక, యజమానులకు దాస్యం చేసే జీవితాలను స్వతంత్ర జీవితాలుగా మార్చుకోవాలని చేసిన ప్రయత్నం! ఈ ప్రయత్నం, యజమానుల ద్వారా జరిగిన వ్యతిరేక కారణాలు లేకుండా జరిగినది కాదు.

'పారిస్ కమ్యూన్' గురించి తెలుసుకోవాలంటే, దాని కన్నా కొంత వెనకటి విషయాల నించి కూడా చూడాలి. ఇది, 'ఫ్రాన్సు' దేశపు చరిత్రలో భాగం కాబట్టి, ఆ 'కమ్యూన్ స్థాపన' కన్నా ముందు, ఫ్రాన్స్ దేశంలో జరుగుతూ వున్న 'రాజ్య పాలన' గురించి చెప్పుకోవాలి.

1860 కాలంలో, ఫ్రాన్సుకి రాజుగా వున్న వాడు, 3వ నెపోలియన్. [ఐరోపా ఖండంలో, ఒక దేశంలో, రాజులుగా ఒకరి తర్వాత ఒకరు వున్న వాళ్ళని, 1వ - 2వ - 3వ అనే నంబర్ల తేడాలతో, ఒకే పేరుతో ప్రస్తా విస్తారు. అది, వాళ్ళ ఆచారం. కానీ, ఆ రాజులకు అసలు పేర్లు తేడాగానే ఉంటాయి అనుకోవాలి. ఆ పేర్లు మనకు తెలియవు. బహుశా ఆ దేశాల వాళ్ళకి తెలుస్తాయి. ఇప్పుడు మనం చూడబోయే ఫ్రాన్సు రాజు, 3వ నెపోలియన్. 1వ, 2వ నెపోలియన్లు, ఏ యే కాలాల్లో వున్నారో, వెనకటి చరిత్రలో వెతికితే తెలుస్తుంది. వాళ్ళ సంగతులు మనకి ఇప్పుడు అనవసరం.]

ఫ్రాన్సులో, 1860 చివరి రోజుల్లో, అప్పటి రాజు అయిన 3వ నెపోలియన్ ప్రభుత్వం, దుర్బలమైపోతూ వుంది. ఈ దేశంలో, పెట్టుబడి దారుల పరిశ్రమలు కూడా తయారై సాగుతూనే వున్నాయి. భూస్వాములు విస్తారంగా వుండడం వల్లనే 'రాజుల పరిపాలనలు' సాగుతూ వున్నాయి. ఈ రాచరిక ప్రభుత్వాల్లో, 'ఎన్నికల' ద్వారా ఏర్పడే 'పార్లమెంటుల' వంటివి వుండవు. రాజుగా వున్న వాడే, రాజ్య సభ లోకి, తన పరిపాలనకే సమర్ధకులుగా వుండే భూస్వాముల వంటి వాళ్ళని, పరిపాలనలోకి కావలిసిన పదవుల్లోకి తీసుకుంటాడు.

ఆ పరిపాలన పద్ధతి, పెట్టుబడి దారులకూ, కార్మికులకూ కూడా నచ్చదు. పెట్టుబడిదారుల్లో, చిన్నా-పెద్దా పరిశ్రమల వాళ్ళు వుంటారు. పెద్ద పెట్టుబడిదారుల్లో, ఏ పెట్టుబడి దారుడూ స్వంత శ్రమలు చేయడు. ఏ శ్రమా చేయకుండానే కోట్ల కోట్ల వడ్డీ - లాభాలూ వగైరాల్ని సంపాదిస్తూ వుంటాడు. వీళ్ళు పెద్ద బూర్జువాలు. వీళ్ళ సంపాదన, 'కార్మికుల శ్రమల విలువల నించి' వచ్చే భాగాలే.

చిన్న పెట్టుబడిదారులతో, చిన్న స్థాయి పరిశ్రమదారులుగా వుండే

వాళ్ళు, తమ సరుకుల తయారీల కోసం కొంత కొంత శ్రమలైనా చేస్తారు. వీళ్ళు చిన్న బూర్జువాలు. అయినా వీళ్ళు కూడా, తమ కార్మికుల శ్రమల నించీ లాభాలు వంటి వాటిని సంపాదించేవాళ్ళే. కార్మికులతో పనులు చేయించేవాళ్ళు, యజమానులే.

భూస్వాములైనా, తమ వ్యవసాయ కూలీల శ్రమల నించి, వడ్డీ-లాభాలు సంపాదించే వాళ్ళే.

'యజమానులు' అనే వాళ్ళు, తాము స్వయంగా శ్రమలు చెయ్యకుండా, తమ కూలీల శ్రమ విలువలలో నించి డబ్బుని సంపాదించడాన్నే మార్క్సు-ఎంగెల్సులు, "శ్రమ దోపిడీ" అని కనిపెట్టారు. దాని వల్లనే, మానవులు, బీదా-ధనికా జీవితాలతో గడపవలిసి వస్తోందని, అనేక అంశాలతో కూడిన సిద్ధాంతాన్ని చెప్పారు. ఈ సిద్ధాంతం అంతా 'మార్క్సిజం' అవుతుంది.

ఈ మార్క్సిజం ప్రకారం అయితే, 'రాజ్యపాలన' అనే దాన్ని తీసి వెయ్యడం, 'శ్రమ దోపిడీ'ని తీసి వెయ్యక ముందే సాధ్యం కాదని అర్థం.

'శ్రమ దోపిడీ' జరగకుండా వుండాలంటే, ప్రతీ వ్యక్తీ, (స్త్రీ-పురుషులంతా) శ్రమలు చెయ్యాలి. అప్పుడు, ఏ వ్యక్తి అయినా, ఇతరుల శ్రమలతో జీవించడం కాకుండా, ఎవరి శ్రమలతో వాళ్ళు జీవించడమే అవుతుంది. అప్పుడు, 'యజమానులూ-కార్మికులూ' అనే తేడాలూ, ఎక్కువ తక్కువలూ వుండవు. శ్రమలు చేసే వారందరూ 'ఉత్పత్తి దారులే' అవుతారు.

'యజమానులు'గా వుంటూ వున్న భూస్వాములూ, చిన్నా-పెద్దా పెట్టుబడిదారులూ కూడా, శ్రమలు చేసే ఉత్పత్తిదారులుగా తయారవ్వాలంటే, దానికి కూడా సమాజంలో కొన్ని కొత్త చట్టాలూ, కొత్త మార్పులూ, జరిగి తీరాలి. ఆ మార్పులు కార్మికుల ద్వారానే ప్రారంభం కావాలి. అంటే, 'శ్రమ దోపిడీ' ద్వారా జీవించే యజమానుల ప్రభుత్వాల్ని, 'అందరూ శ్రమలు' చేసే, ఉత్పత్తిదారుల ప్రభుత్వంగా మార్చే మార్పులు జరగాలి. ఈ మార్పులకు, యజమానులు ఇష్టపడరు.

'శ్రమ దోపిడీ' సంబంధాల్ని సమానత్వ సంబంధాలుగా మార్చగలిగే వరకూ, 'ఉత్పత్తిదారుల రాజ్యపాలన' తప్పనిసరిగా వుండవలిసిందే. ఆ తర్వాత కాలంలో, 'రాజ్యపాలన' అనేది కాకుండా, 'సమాజ నిర్వహణ' అనేది ఎప్పుడూ వుంటుంది. ఇది అంతా మార్క్సిజం ద్వారా నేర్చుకోవలిసిన అవగాహన.

కానీ, 'బ్లాంకీ' (Blanqui) అనే, 'ప్రూడన్' (Proudhon) అనే విప్లవ కారులు, పెట్టుబడిదారీ విధానం వుండకూడదనే అంటారు. కానీ, 'శ్రమ దోపిడీ' గురించి ఎత్తరు. ఎవరి రాజ్యపాలనా వుండకూడదనీ, దాన్ని ఈ నాడే తక్షణం తీసివెయ్యాలనీ, అంటారు. ఇటువంటి అవగాహనతో వాదించేవారు, ఏ 'రాజ్యపాలన'కూ అంగీకరించని 'అరాచక వాదులు.' అయితే, వీళ్ళు 'చెడ్డ' వాళ్ళని కాదు. పెద్ద బూర్జువాల్ని ఒప్పుకోరు గానీ, చిన్న బూర్జువాల్ని ఒప్పుకుంటారు. చిన్న బూర్జువాలు కూడా వడ్డీ-లాభాలు తింటారని తెలుసు. కానీ, దాన్ని 'శ్రమ దోపిడీ'గా అనుకోరు. ఈ అరాచక వాదులు, పెద్ద బూర్జువాల పరిశ్రమల్నీ, వాళ్ళ పరిపాలనల్నీ, తీవ్రంగా వ్యతిరేకిస్తారు. కార్మిక ప్రజల పక్షాన్నే వుంటారు. అంటే, కొంత తెలిసీ, కొంత తెలియకా! 'పారిస్ కమ్యూన్' ఏర్పాటులో బ్లాంకీ ఒక ముఖ్య కార్మిక విప్లవకారుడిగానే వున్నాడు.

ప్రూడన్ అనే ఆయన అప్పటికి లేడు. ప్రూడన్ అనుచరులైన కార్మికులు చాలా మంది వున్నారు.

మార్క్స్, "తత్వ శాస్త్ర దారిద్ర్యం" అనే పుస్తకం రాసింది, ఈ ప్రూడన్ రాసిన "దారిద్ర్యపు తత్వశాస్త్రం" అనే పుస్తకానికి వ్యతిరేకంగానే.

అంటే, ఒక సమస్యకి సరైన కారణాన్నీ, సరైన పరిష్కారాన్నీ, గ్రహించని వాళ్ళు కూడా, ఆ సమస్య వల్ల, వాళ్ళకి తోచిన మార్గంలో వాళ్ళు, కొంత విప్లవకరంగానే వుంటారు.

'పారిస్ కమ్యూన్' ఎప్పుడు, ఎలా ప్రారంభమైందో ఇంకా చూడలేదు. ఇంకా కొంత ముందుకు వెళ్ళాలి, దాన్ని చూడాలంటే. *

3. ఫ్రాన్సు రాచరికం చేసే తప్పులు!

ఫ్రాన్సులో, 1860 చివర్లో, అప్పటి ప్రభుత్వం అయిన 3వ నెపోలియన్ ప్రభుత్వం, దుర్బలమైపోతూ వుంది. ఎందుకంటే, అది కొన్ని తప్పులు చేస్తోంది. 'కొన్ని' ఏమిటి? 'దోపిడీ ప్రభుత్వం' చేసే ప్రతి పనీ, తప్పే అవుతుందనుకోవాలి.

ఫ్రాన్సు రాచరిక ప్రభుత్వం, ఆ నాడు చేస్తూ వున్న తప్పుల్లో ఒకటి: జర్మన్ విజయాన్ని అడ్డుకోలేక పోవడం. అంటే, 'జర్మనీ' దేశం, అప్పుడు వేరు వేరు ప్రాంతాలుగానూ, వేరు వేరు రాచరికాలుగానూ, వుంటూ వుంది. ఆ ప్రాంతాల్లో, కాస్త పెద్ద ప్రాంతం 'ప్రష్యా' అనేది. ఈ ప్రాంతాన్ని పాలించే రాజు పేరు

మొదటి విలియం. అయితే, ఈ రాజు, జర్మనీలో వున్న వేరు వేరు ప్రాంతాలన్నిటినీ ఒకే దేశంగా కలిపి వేయాలని తెగ ప్రయత్నాలు చేస్తు న్నాడు. 'ప్రయత్నాలు' అంటే ఏం లేదు, యుద్ధాలే. వేరు వేరుగా వున్న ప్రాంతాల వాళ్ళ మీద యుద్ధాలు చేసి, వాళ్ళని ఓడించేస్తే, వాళ్ళు రాజీకి వచ్చేస్తారు. అలా వేరు వేరు ప్రాంతాలన్నీ కలిసిపోతే, అప్పుడు 'జర్మనీ' అనేది, ఒక పెద్ద దేశంగా అయిపోతుంది. అలా అవడం, జర్మనీ ప్రాంతాల్లో పరిశ్రమదారు లుగా వున్న పెట్టుబడిదారులందరికీ అవసరమే. కానీ, ఆ వేరు వేరు ప్రాంతాల రాజులకు అది లాభం కాదు. అందుకే, ఆ ప్రాంతాల రాజు లకూ, ఆ ప్రాంతాల బూర్జువాలకూ యుద్ధాలు!

ప్రష్యాకి రాజైన మొదటి విలియం ద్వారా, జర్మనీ అంతా కలిసే పోయే మార్పులే జరుగుతున్నాయి. అయితే, 'ఫ్రాన్సు' దేశం, జర్మనీకి సరిహద్దు దేశం. [ఫ్రాన్సూ, జర్మనీ, ఇటలీ దేశాలు, ఒక దానితో ఒకటి ఎంతెంత దగ్గిరిగా అంటుకుపోయి వున్నాయో, ఐరోపా మేప్ ఇచ్చాం, చూడండి!]

జర్మనీలో వేరు వేరు ప్రాంతాలన్నీ కలిసిపోయి, జర్మనీ ఒకే దేశంగా తయారవడం, ఫ్రాన్సు దేశపు బూర్జువాలకు నచ్చడం లేదు. జర్మనీ అలా బలపడితే, అది తమ దేశం మీద కూడా యుద్ధానికి వస్తుందని జర్మనీ, అలా ఒకే దేశంగా ఏర్పడ డాన్ని అడ్డుకునే పని ఫ్రాన్సు చెయ్యా లనీ, ఫ్రాన్సు రాజు ఆ పని చేయ గలిగే సమర్థుడిగా లేడనీ, ఫ్రాన్సులో బూర్జువాలకు, తమ రాజు అయిన 3వ నెపోలియన్ మీద మహా గుర్రుగా వుంది. - ఇది ఒక కారణం.

రెండోది: ఫ్రాన్సు రాజు, 1860లో, ఇంగ్లండుతో ఒక వ్యాపార ఒప్పందం చేసుకున్నాడు. ఈ ఒప్పందం వల్ల, ఇంగ్లండు సరుకులు ఫ్రాన్సులోకి దిగుమతులవుతూ వుంటే, ఆ సరుకు లతో, ఫ్రాన్సు పెట్టుబడిదారుల సరుకులకు పోటీలు తీవ్రం అయి పోతున్నాయి. ఇంగ్లండుతో చేసు కున్న వ్యాపార ఒప్పందం, ఫ్రాన్సు బూర్జువాలకు వ్యతిరేకం అయి పోయి, తమ రాజు మీద వ్యతిరేకత పెరిగిపోతోంది.

మూడో కారణం: ఫ్రాన్సు చక్రవర్తి గారు, తన ఆస్థానపు ఆడంబరాల కోసం పెట్టే ఖర్చులు విపరీతంగా పెరిగి పోతున్నాయి. ఆ ఖర్చులన్నీ, వ్యాపారులు చెల్లించే పన్నుల్లో నించి పెట్టగలిగేవే. రాజు గారి ఆడంబరాలు పెరగడం అంటే, పన్నులు చెల్లించే వాళ్ళు ఆ చెల్లింపుల్ని ఇంకా ఎంతో

కొంత చెల్లించితేనే అది సాధ్యం. పన్నులు ఎంత పెరిగినా, కార్మిక జనాలకు జీతాలేవీ పెరగవు. స్వదేశీ సరుకుల ధరలు పెరగడం వల్ల, దేశంలో శ్రామిక జనాలందరికీ ఆగ్రహాలు పెరిగిపోతూ వున్నాయి.

కార్మికుల మీటింగులూ; ఆ మీటింగుల్లో విప్లవకర ఉపన్యాసాలూ; కార్మికుల ఊరేగింపులూ, సమ్మెలూ - వంటి వన్నీ పెరిగిపోతున్నాయి.

దేశంలో బూర్జువా లందరూ, అసలు 'రాజు చేసే రాచరిక పరి పాలనే' వద్దనీ; ఎన్నికల ద్వారా ఏర్పడే 'రిపబ్లిక్' వంటి ప్రభుత్వం కావాలనీ; రాజుని దించెయ్యాలనీ; కోరుతూనే వున్నారు.

రాచరికాన్ని కూలదొయ్యడానికి, శ్రామిక ప్రజలందరూ, బూర్జువాలతో ఏకీభవించేవారిగానే వున్నారు.

ఎన్నికల ద్వారా పార్లమెంటరీ విధానం కావాలని కోరేవారు, 'రిపబ్లికన్లు.'

అసలు, భారీ పరిశ్రమలు గానీ, స్వంత ఆస్తులు గానీ, ఉండరాదని కోరే శ్రామికులందరూ 'సోషలిస్టులు.'

దేశంలో అలజడులు రేగుతోంటే, రాజుగారు, గతి లేక, కొన్ని రాయితీలు ప్రకటించాడు. పత్రికల మీద అప్పటి వరకూ వున్న 'సెన్సార్‌షిప్' విధానాన్ని రద్దు చేశాడు. మీటింగులు పెట్టుకునే స్వాతంత్ర్యం ఇచ్చాడు. కానీ, ఆ స్వతంత్రం, పోలీసుల అజమాయిషీ కింద సాగవలిసిందే!

సెన్సార్‌షిప్పు పోయింది కాబట్టి, సోషలిస్టులు, "న్యాయ దీపం" అనే పత్రిక ప్రారంభించి, నెపోలియన్ ప్రభుత్వానికి వ్యతిరేకంగా ప్రచారం బహిరంగంగా మొదలుపెట్టారు. కానీ, రాజుగారు, అటువంటి పత్రి కల్ని మళ్ళీ బహిష్కరించడాలే చేశాడు. అయినా, ఆ పత్రికలు, అతి సన్నని కాయితంతో, అతి చిన్నవిగా, రహస్య మార్గాల్లో ప్రజలకు అందుతూనే వుండేవి.

'న్యాయ దీపం' పత్రిక, ప్రజలకు అందే ఒక మార్గం ఏమిటంటే, రాజు గారి విగ్రహాలనే చిన్నవిగా తయారు చేసి, ఆ విగ్రహాల తలల నిండా కొన్ని పత్రికల్ని నింపి, ఆ విగ్రహాల్ని ప్రజలకు అందించడమే. ఒక సంచికలో, "మన 3వ నెపోలియన్ బుర్ర, ఏమీ లేని ఖాళీ బుర్ర అని ఇక మనం అనలేము" అని రాశారు!

కార్మికోద్యమాలు గణనీయంగా పెరిగిపోతున్నాయి. జీతాలు పెంచాలనీ, పని గంటలు తగ్గించాలనీ, లాయిర్ బొగ్గు గనుల్లో కార్మికులు పెద్ద సమ్మె చేశారు. దానికి అన్ని పరిశ్రమల కార్మికులూ సహకరించారు. 1870లో క్రియోసాట్‌లో జరిగిన

సమ్మె అతి ముఖ్యమైనది. అది ఎందుకు జరిగిందంటే, అక్కడ 'అస్సీ' అనే ఒక మెకానిక్కుని ఉద్యోగం నించి బర్తరఫ్ చేశారు. ఆ కార్మికుడు, మార్క్స్-ఎంగెల్సులు స్థాపించిన ఇంటర్నేషనల్‌లో సభ్యుడు - అవడమే, ఆ బర్తరఫ్‌కి కారణం.

అన్ని దేశాల కార్మికుల్లో నించీ, 'ఇంటర్నేషనల్'లో సభ్యులు వుండేవారు. ఇంటర్నేషనల్ సభ్యుడిగా వున్న ప్రతీ కార్మికుడూ, మార్క్సిజం అవగాహనతోనే వుండేవారని కాదు. అరాచక వాదులు కూడా ఇంటర్నేషనల్‌లో సభ్యులుగా వుంటారు. 'సోషలిస్టుని' అని చెప్పుకునే కార్మికుడు, 'సోషలిజం' గురించి సరిగా తెలిసి వున్నవాడని కాదు. కానీ, 'సోషలిజం' అనే మాటని చాలా ఇష్టపడి, తనని సోషలిస్టుగానే భావించుకుంటాడు, ఆ కార్మికుడు.

లాయిర్ సమ్మె ఎంత విప్లవకరంగా జరిగినా, రాజుగారు పంపిన సైనికులు, ఆ సమ్మెని తుపాకులతో అణిచివేశారు.

సమ్మెలు ఓడిపోయినప్పుడల్లా, కార్మికుల్లో కొందరు, ఇంటర్నేషనల్‌లో సభ్యులుగా చేరిపోతూ వుండేవారు.

ప్రతీ దేశంలోనూ, ఇంటర్నేషనల్ శాఖలు వుండేవి. పారిస్‌లో వున్న ఇంటర్నేషనల్ శాఖ మీద, రాజుగారి ప్రభుత్వం, రెండు కేసులు కూడా పెట్టింది. 1868 లో జరిగిన ఒక కేసు విచారణలో, ఇంటర్నేషనల్ సభ్యుడైన 'వార్లిన్' అనే కార్మికుడు, కోర్టులో అద్భుతమైన ఉపన్యాసం ఇచ్చాడు. కార్మికుల జీవితాలు, ఎంతెంత బీదరికాలతో, ఎంత హీనాతి హీనంగా గడుస్తున్నాయో; వారు ఎన్నెన్ని రకాల అవమానాల పాల బడుతున్నారో వివరించాడు. అందుకే కార్మికుల విముక్తికి, అంతర్జాతీయ కార్మిక సంఘం అయిన ఇంటర్నేషనల్‌లో చేరడం అత్యవసరం - అని వాదించాడు. ఈ వార్లిన్, అరాచక వాదిగా గాక, మార్క్సిస్టు వాదిగానే వున్నట్టు అతని వాదన రుజువు చేస్తుంది.

రాజుగారి పాలన మీద, కార్మిక ప్రజల క్రోధాలు పెరిగిపోతున్నాయి. 1970 జనవరిలో, 2 లక్షల కార్మిక జనంతో ఒక సభ జరిగింది. "రిపబ్లిక్ జిందాబాద్! నెపోలియన్ ముర్దాబాద్!" అనే నినాదాలతో, ఆ కార్మిక జనం వీధుల్లో వూరేగారు.

రాజుగారికి, అసలు నిజం ఎంతో కొంత అర్ధమవుతోంది. ఈ వేలాది, లక్షలాది కార్మిక జనాల క్రోధాల్ని అణిచెయ్యడం ఎలాగ? ఎన్నికల ద్వారా ఏర్పడే పార్లమెంటు ప్రభుత్వమే

కావాలని ఆశించే బూర్జువాల కోరికని మరిపించెయ్యడం ఎలాగ? - ఈ మార్గం కోసం, ఫ్రాన్సు రాజు గారు తన అనుచరులతో తెగ చర్చలు జరపగా, రాజుకి ఒక మార్గం దొరికింది. దొరికిన ఆ మార్గం, ఏదైనా ఒక యుద్ధం! ఏదో ఒక ఇతర దేశం తమ మీద యుద్ధానికి రాబోతున్నట్టూ; ఆ యుద్ధాన్ని, తమ దేశ ప్రజలంతా 'దేశ భక్తి'తో ఎదుర్కోవలిసి వున్నట్టూ, ప్రజలకు భ్రమలు కల్పించాలి. జర్మనీ, ఏకరాజ్యంగా మారడాన్ని అడ్డుకోవాలని ఫ్రాన్సు బూర్జువాలు ఎలాగా కోరుతున్నారు! 'యుద్ధం' అనే మాటతో, సామాన్య ప్రజలంతా 'దేశ భక్తి' కీర్తనలకు లొంగిపోయి, తమ ఇంటర్నేషనల్ నినాదాల్ని వదిలేసుకుంటారు. కాబట్టి, ఇప్పుడు తక్షణం, ఒక యుద్ధం కావాలి! ప్రష్యాతో యుద్ధం అత్యవసరం. *

4. ఫ్రాన్సుకీ, ప్రష్యాకీ, యుద్ధం!

ఫ్రాన్సుకి, ప్రష్యాతో యుద్ధం చెయ్యాలని వున్నట్టే; ప్రష్యాకి కూడా ఫ్రాన్సుతో యుద్ధం చెయ్యాలని వుంది. ఏ దేశ ప్రభుత్వ కారణాలు, ఆ దేశ ప్రభుత్వానికి వున్నాయి. ఫ్రాన్సు కారణం ఫ్రాన్సుదీ, ప్రష్యా కారణం ప్రష్యాదీ! ఫ్రాన్సు రాజు, 3వ నెపోలియన్; ప్రష్యా రాజు, మొదటి విలియం.

['ప్రష్యా' అనేది, ఈ నాటి 'జర్మనీ'లో ఒక భాగమే. ఆ నాటి అర్థంలో, 'ప్రష్యా' అనగానే 'జర్మనీ' కాదు. అయినప్పటికీ, మనకి 'రష్యా' అనే మాటతో బాగా అలవాటు. 'ప్రష్యా' అనగానే, 'రష్యా' మాట వేపు పోయినా పోతాం. కాబట్టి, మనకు కాస్త తేలిగ్గా వుండడానికి, 'ప్రష్యా' అనవలిసినప్పుడల్లా 'జర్మనీ' అందాం. అంటే, ఇప్పుడు 'ఫ్రాన్సుకీ - ప్రష్యాకీ యుద్ధం' అనే దాన్ని, 'ఫ్రాన్సుకీ, జర్మనీకీ యుద్ధం' అని చెప్పుకుంటూ వుందాం.]

ఫ్రాన్సు రాజైన 3వ నెపోలియన్, జర్మనీతో యుద్ధం చేస్తే చాలా లాభాలు దొరుకుతాయని ఆశించాడు కదా? జర్మనీ అంతా ఒకే దేశంగా ఏకం అవడాన్ని అడ్డుకోవచ్చునని! అది జరిగితే, ఫ్రాన్సు బూర్జువాలు చాలా ఆనందిస్తారని. కార్మిక జనం, 'దేశ భక్తి'లో మునిగిపోతారని. జర్మనీని జయించగలిగితే, రైన్ నదికి పడమటి వేపున వున్న జర్మనీ భూభాగాల్ని ఆక్రమించగలం. - ఈ రకంగా, ఫ్రాన్సు ఇన్ని ఆలోచనలతో యుద్ధం కోసం ఎదురుచూస్తూ వుంది.

అయితే, జర్మనీ [అంటే, ప్రష్యా] కూడా ఫ్రాన్సుతో యుద్ధాన్నే కోరు

తోంది. ఎందుకూ? ఎందుకూనా? 'యుద్ధం ఎందుకు?' అనే ప్రశ్నా? యుద్ధం చేసేది, అవతలి భూభాగాల్ని ఆక్రమించడానికే కదా? జర్మనీ ఆశ, ఫ్రాన్సుని జయించాలని! ఫ్రాన్సు సైన్యం కన్నా, తమ దేశ సైన్యం చాలా బలిష్టమైనదని. ఫ్రాన్సు, తన మీద దాడి చెయ్యాలని చూస్తోంది కాబట్టి, తను ఫ్రాన్సు మీద దాడి చెయ్యాలి.

ప్రష్యాకి రాజు, మొదటి విలియం కదా? ఆ రాజు దగ్గిర ప్రధాన అధి కారి, బిస్మార్కు. యుద్ధం కోసం ఫ్రాన్సుని రెచ్చగొట్టాలని బిస్మార్కు ప్రయత్నం. ఫ్రాన్సు ఎలాగా యుద్ధా నికి సిద్ధంగానే వుందని తెలిసి కూడా!

జర్మనీ రాజైన మొదటి విలియం, ఫ్రాన్సు రాయబారితో, 'ఎమ్సు' పట్ట ణంలో, కొంత సంభాషణ జరిపిన సమాచారం ఒకటి జర్మనీ ప్రభుత్వం దగ్గిర వుంది. ఆ సమాచారంలో, ఫ్రాన్సుకి వ్యతిరేకమైన విశేషాలేమీ లేవు. అయినప్పటికీ, బిస్మార్కు, ఆ సమాచారాన్ని బైటికి ప్రకటిస్తూ, దానితోపాటు, 'ఫ్రాన్సు రాయబారికి, మా చక్రవర్తిగారితో మాట్లాడవలిసిన అవసరం పడింది' అంటూ, అది ఫ్రాన్సుకి అవమానం అన్నట్టు, వేరే అర్థాలతో ప్రకటించాడు.

ఆ సమాచారం 'ఎమ్సు' పట్ట ణంలో జరిగింది కాబట్టి, అది 'ఎమ్సు వర్తమానం' అయింది.

ఆ 'ఎమ్సు' సమాచారంతో ఫ్రాన్సుకి చాలా అవమానం జరిగినట్టు, ఫ్రాన్సులో ఆగ్రహ జ్వాలలు రేగాయి. 'జర్మనీతో యుద్ధం చెయ్యవలిసిందే' అంటూ, ఫ్రాన్సు రాజు, ఆ 'ఎమ్సు వర్తమానం' సాకుతో యుద్ధానికి సిద్ధం అయ్యాడు.

1870 జూన్ 19 న, ఫ్రాన్సు ప్రభుత్వం, ప్రష్యా మీద యుద్ధాన్ని ప్రకటించింది. కానీ, ఫ్రాన్సు సైన్యం ఇంకా సరిహద్దుల దగ్గిరికి చేరలేదు.

ఫ్రాన్సు సైన్యం అతి చిన్నది. అందులో కొంత సైన్యం, రాజు అధీనంలోనూ; మిగిలిన సైన్యం, ప్రభుత్వం అధీనంలోనూ; ఉన్నాయి. సైన్యంలో, ఏ భాగానికీ సరైన నాయ కత్వం లేదు. ఎదటి దేశం మీద దాడి చెయ్యడానికి స్పష్టమైన పథకం లేదు. సైన్యంలో, ఏ స్థాయి వాళ్ళకీ తగిన ఆయుధాలు లేవు. తగిన సామగ్రి లేదు. సైన్యాలు పోరాడ వలిసిన స్థలాల్ని చెప్పడానికి తగినన్ని మేప్‌లు లేవు.

జర్మనీ సైన్యం అయితే, ఫ్రాన్సు సైన్యానికి పూర్తిగా వ్యతిరేకం. దానికి అన్ని సదుపాయాలూ వున్నాయి. దాని సంఖ్య అత్యధికం.

యుద్ధం, ఏ సరిహద్దుల దగ్గిర జరగాలో, అక్కడికి జర్మనీ సైన్యమే

మొదట ఉత్సాహంగా చేరింది. వాళ్ళ ఉత్సాహం అంతా, ఎదటి సైనికుల్ని చంపడానికే!

ఇరు దేశాల సైనికులూ ఎదురు బొదురైనప్పుడు, జర్మనీ సైన్యమే రెట్టింపుగా వుందని, ఫ్రాన్సు సైన్యానికి అర్థమైంది. - ఫ్రాన్సు సైనికులు, దేశ భక్తి మత్తుతో, ఎంత ధైర్య సాహసాలతో పోరాడినా, ఎక్కడికక్కడ ఓడిపోతూనే, ఎదటి దేశానికి బందీలవుతూనే వచ్చారు.

ఫ్రాన్సు సైన్యాల్లో, ప్రభుత్వ సైన్యాల్ని, మెట్జ్ కోటలో, జర్మనీ సైన్యం చుట్టు ముట్టేసి వుంది!

యుద్ధ ప్రకటన తర్వాత:

'ఇంటర్నేషనల్'కు చెందిన పారిస్ సభ్యులు 'సకల జాతుల కార్మికులకు' చేసిన ప్రకటనలో కొన్ని వాక్యాలు:

"యూరప్‌లో బలా బలాల సమతూకం సాకుతోనూ, జాతీయ గౌరవ ప్రతిష్టల సాకుతోనూ, 'ప్రపంచ శాంతి'కి, రాజకీయ దురాశాపరుల కారణంగా, మరో సారి యుద్ధ ప్రమాదం వాటిల్లింది. ఫ్రెంచి, జర్మన్ కార్మికులారా! యుద్ధానికి వ్యతిరేకంగా మన నిరసనను, మన మంతా ముక్త కంఠంతో చాటుదాం! ... ఇతరుల మీద ఆధిక్యత కోసమో, ఒక రాజ వంశం కోసమో యుద్ధం అన్నది, కార్మికుల దృష్టిలో ఘాతుకమైన అసంగతం తప్ప వేరేమీ కాదు. రక్తం చిందించే విషయంలో తమను తాము మినహాయించుకుని, జన సామాన్యపు కడగండ్లలో లాభార్జనకు కొత్త అవకాశాలు వెతుక్కునే వారి యుద్ధ ప్రకటనల పట్ల శాంతినీ, శ్రమనూ, స్వేచ్ఛనూ, ప్రేమించే మనం మన నిరసనను వ్యక్తం చేస్తాం!"

ఫ్రాన్సు రాజుగారి ఆధీనంలో వున్న రెండో సైన్యం, 1870 సెప్టెంబరు 2న, 'సెడాన్' అనే ఫ్రాన్సు ప్రాంతంలో, ఘోరంగా ఓడిపోయింది.

ఆ రోజు సాయంత్రం, జర్మనీ రాజైన విలియం గారు, విశ్రాంతిగా కూర్చుని, యుద్ధ సమాచారాన్ని విలాసంగా తెలుసుకుంటున్నాడు. అతడు, ఆ యుద్ధంలో, చిన్న చీపురు పుల్లని అయినా ఎత్తలేదు. అంతా చేసింది, సైనికులే! చచ్చిన వాళ్ళూ సైనికులే.

ఆ సాయంత్రమే, ఒక జర్మన్ మిలటరీ అధికారి, గుర్రం మీద జర్మనీ రాజు దగ్గిరికి వచ్చి, గుర్రం దిగాడు. "మహా ప్రభూ! సెడాన్ లొంగిపోయింది! మొత్తం సైన్యంతో సహా! కోటలో వున్న చక్రవర్తి అయిన 3వ నెపోలియన్‌తో సహా!" అని వినయంగా విన్నవించుకున్నాడు.

ఫ్రాన్సు చక్రవర్తితో సహా, లక్ష ఫ్రాన్సు సైన్యం, జర్మనీకి ఖైదీలుగా చిక్కిపోయారు. *

5. ఫ్రాన్స్‌లో, 'సెడాన్' లొంగుబాటు తర్వాత

సెడాన్ లొంగిపోయిన వార్త, రాజధాని అయిన పారిస్‌కి చేరింది. వెంటనే, నెపోలియన్ ప్రభుత్వానికి వ్యతిరేకంగా వున్న కొందరు బూర్జువాలు, 'రాచరిక ప్రభుత్వమే వొద్దని' తీవ్ర నిరసనలు ప్రారంభించారు.

ఫ్రాన్స్ సైన్యంలో అనేక వేల మంది చచ్చిపోయి నందుకూ, అనేక వందల మంది జర్మనీకి బందీలై పోయి నందుకూ, ఫ్రాన్స్ కార్మికుల్లో కూడా గతంలో కన్నా తీవ్ర వ్యతిరేకతలు తలెత్తాయి. మొత్తం జనంలో, 'ఎన్నికల' ద్వారా ఏర్పడే 'రిపబ్లిక్ ప్రభుత్వమే' కావాలనే డిమాండ్లు ఎక్కువయ్యాయి.

అసలు, ఫ్రాన్సు ప్రభుత్వాల్లో, 'రిపబ్లిక్కులు ఏర్పడడం' అనేది, గత సంవత్సరాల్లో కూడా రెండు సార్లు జరిగాయి, అయినా, అవి మళ్ళీ అంతరించి పోవడమూ, అవి మళ్ళీ పాత రాచరికాలుగానే తయారవుతూ వుండడమూ, జరుగుతూ వచ్చాయి.

ఫ్రాన్సులో, మొదటి రిపబ్లిక్:

1792కీ, 1804కీ, మధ్య ఉండిన ప్రభుత్వాన్ని 'మొదటి రిపబ్లిక్' అంటారు. అయినా అది, నాగరీకమైన రిపబ్లిక్ కాదు. చక్రవర్తిగారి భక్తి బృందం పాలించే రిపబ్లిక్ మాత్రమే అది. కొంత కాలానికి దానికి 'రిపబ్లిక్' పేరే పోయింది.

ఫ్రాన్సులో, రెండవ రిపబ్లిక్:

1848 నించీ, 1851 వరకూ, లూయీ నెపోలియన్ బోనపార్ట్ అనేవాడు, ప్రెసిడెంట్‌గా ఉన్న రిపబ్లిక్ పాలన అది. కానీ, ఆ ప్రెసిడెంట్ కొంత కాలానికి, తనని తను చక్రవర్తిగా ప్రకటించుకున్నాడు. అంటే, మొత్తం రాజ్యంలో ఒక వ్యక్తి అలా చేయగలిగాడంటే, దానికి అనేక మంది సమర్ధకులు వుంటేనే, అది అలా జరుగుతుంది. వ్యతిరేకులు అతి తక్కువగా వున్నారని అర్ధం. ఈ 'చక్రవర్తిత్వం'తో, రెండో రిపబ్లిక్ కూడా ముగిసింది. పాలనా రూపాలకు, ఈ 'రిపబ్లిక్' అనే మాటలేగాక, 'మొదటి సామ్రాజ్యం' అనే, 'రెండో సామ్రాజ్యం' అనే, మాటలు కూడా ఉంటాయి.

ఇప్పుడు మనం చదివే ఫ్రాన్సు ప్రభుత్వం, రెండవ సామ్రాజ్యమే. ఈ సామ్రాజ్యం, 1852కీ, 1870కీ మధ్య ఫ్రాన్సులో వున్న ప్రభుత్వమే. '3వ నెపోలియన్' అనే వాడు, 1851 డిసెంబరులో, 'రిపబ్లిక్' అనే దొంగ పేరుతో వున్న ప్రభుత్వంలో, మొదట ప్రెసిడెంట్‌గా మాత్రమే

ఎన్నికయ్యాడు. అలా అయినవాడు 1852లో, తనని తనే 'చక్రవర్తి'గా ప్రకటించుకున్నాడు. వీడు, 1870 దాకా చక్రవర్తిగానే మిడుకుతూ వున్నాడు. వీడు, 1870లో ప్రష్యాతో యుద్ధం పెట్టుకున్నాడు కదా? వీడి ఆధీనంలో వున్న సైన్యం, సెడాన్ దగ్గిర వోడిపోగానే ఈ ఫ్రాన్సు చక్రవర్తిగాణ్ణి, ప్రష్యావాళ్ళు బందీగా పట్టేసి, తమ ప్రష్యా దేశంలోనే రాజుల భవనం అయిన "విల్‌హెల్మ్ హోయ్" అనే పేరుగల భవనంలో పెట్టారు. అలా వుంచడాన్ని 'నిర్బంధం' అన్నారు గానీ, నిజానికి అది గొప్ప మర్యాద! రాజుగాడికి, ఓడిపోయినా, మర్యాద అంతా ఎప్పటిలాగే దొరికింది. ఆ భవనంలో, వాడికి కావలసిన విలాసాలన్నీ ఎప్పటిలాగే వుంటాయి. తిండీ, తాగుడూ, తిరుగుడూ, అన్నీ ఎప్పటిలాగే!

[వీణ్ణి ఉరి తియ్యనందుకు నాకు చాలా విచారంగా వుంది. ఈ మాజీ చక్రవర్తి 1873లో, ఇంగ్లండులో మర్యాదగానే మరణించాడు. నా కోపం వల్ల, 'ఉరితీత' అన్నాను గానీ, అది కాదు! ఆ చక్రవర్తితో శారీరక శ్రమలు చేయించాలి. అదే, సరైన పరిష్కారం. అయినా, ఇది ఇంకా చర్చే.]

'చక్రవర్తి' అనే వాడికి, జయించినా, ఓడినా, ఒకటే నదుపాయాలు ఉంటాయి! మరి, ఒక ప్రభుత్వ పెద్దల కోసం యుద్ధాలు చేసిన సైనికుల మాటేమిటి? వాళ్ళల్లో కొందరు, కత్తిపోట్లుతో, లేదా తుపాకీ పోట్లుతో, ప్రాణాలు విడుస్తారు. ఆ ప్రభుత్వం జయించే పక్షంలో కూడా అనేక మంది సైనికులకు మరణాలు తప్పవు. ఓడిన వాళ్ళకైతే, మరణాలూ, లేదా బందీలుగా కారాగారాలూనూ!

ఫ్రాన్సు చక్రవర్తుల విలాసాలూ, చరిత్రలూ వున్నట్టే; జర్మనీ చక్రవర్తుల భోగాలూ, చరిత్రలూ కూడా, వుంటాయి.

శ్రామిక ప్రజలు కళ్ళు తెరవలేని స్థితిలో వుంటే, ఆ నాడే కాదు, ఈ నాడే కాదు, ఏ నాటికైనా, చక్రవర్తుల వంటి ప్రెసిడెంట్ల పాలనలోనే వుంటాం. [భారత దేశం ఇప్పుడు 'రిపబ్లిక్కు' పేరుతోనే వుంది కదా? అయితే యేం? మన ప్రెసిడెంటు, ఒక్కోసారి చక్రవర్తిత్వంతోనే గుర్రాల రథం మీద పార్లమెంటుకి వస్తాడు. రథం చుట్టూ ఇంకా కొన్ని గుర్రాలు కూడా ఉంటాయి. ఈ 'చక్రవర్తి'కోసం అనేక గుర్రాల్ని నెలల తరబడీ పెంచుతూనే వుండాలి. అంటే మనం, చక్రవర్తి పాలన లోనే వున్నట్టు కాదూ?]

ఫ్రాన్సుకీ, ప్రష్యాకీ, యుద్ధం జరిగే కాలంలో, ప్రష్యారాజుతోపాటు, అక్కడే 'బిస్మార్కు' అనే అధినేత కూడా కనపడ్డాడు కదా? వీడు 1862లో, ఒక

విదేశాంగ మంత్రిగా మాత్రమే వుండే వాడు. ఆ తర్వాత వీడు, 1871 నించీ, 1890వరకూ జర్మన్ సామ్రాజ్యానికి మొదట ఛాన్సలర్‌గా (అధినేతగా) వున్నాడు.

మనం 1873 దాకానో, 1890 దాకానో, వెళ్ళక్కరలేదు. 'పారిస్ కమ్యూన్'చరిత్రే మనకు కావాలి. ఆ చరిత్ర అంతా 1871లోదే. అదే మన పాఠం! *

6. మళ్ళీ గతాన్నే ఒక సారి చూస్తాం!

ఇది అంతా, 1870లో జరిగిన ఘటనల సంగతే.

1870 జనవరి 10: విక్టర్ నోయల్ అనే జర్నలిస్టుని చక్రవర్తి బంధువు కాల్చి చంపినందుకు నిరసనగా, ఫ్రాన్సులో లక్షలాది ప్రజలు, చక్రవర్తి ప్రభుత్వానికి వ్యతిరేకంగా అనేక ప్రదర్శనలు జరిపారు.

ఇటువంటి ప్రజల తిరస్కారాలకే జడిసి, చక్రవర్తి నెపోలియన్, ప్రజల దృష్టిని మళ్ళించడానికి, జర్మనీ మీద యుద్ధాన్ని ఊహించాడు. అదే సంవత్సరంలో **జులై 19**న ఆ యుద్ధాన్ని ప్రకటించాడు.

ఫ్రాన్సులో జరుగుతూ వున్న సంఘటనలన్నిటినీ, లండన్‌లో వున్న 'ఇంటర్నేషనల్' సభ్యులు చర్చిస్తూనే వున్నారు.

జులై 23న, మార్క్సు, ఫ్రాన్సు యుద్ధ ప్రయత్నాల గురించి, "మొదటి విజ్ఞప్తి" పేరుతో, ఇంటర్నేషనల్ జనరల్ కౌన్సిల్‌లో, తన ఉపన్యాసాన్ని రాసి చదివాడు.

1870 ఆగస్టు 4,6 తేదీల్లో, జర్మనీ సేనలు, ఫ్రాన్సులో 3,4 ప్రాంతాల్లోకి వచ్చి, అక్కడ ఫ్రాన్సు సైన్యాల్ని ఓడగొట్టాయి. 'ఓడగొట్టడం' అంటే, ఆ సైనికుల్ని చంపడమే! దొరికిన వాళ్ళని బందీలుగా పట్టడమే!

ఆగస్టు **16,18** తేదీల్లో, జర్మనీ సేనలు, ఇంకో 2 చోట్ల కూడా ఫ్రాన్సు సైన్యాల్ని ఓడగొట్టాయి.

సెప్టెంబరు **1,2** తేదీల్లో, కూడా జర్మనీ సైన్యం, ఫ్రాన్సు ప్రాంతం అయిన సెడాన్‌లో, 83 వేల ఫ్రాన్సు సైనికుల్ని, చక్రవర్తి అయిన 3వ నెపోలియన్‌తో సహా, బందీలుగా పట్టుకున్నారు.

సెప్టెంబరు **4:** 'సెడాన్'లో ఫ్రాన్స్ చక్రవర్తి జర్మనీకి లొంగిపోయిన వార్తని, ఫ్రాన్సు ప్రజలందరూ విన్నారు. ఫ్రాన్సు రాచరిక ప్రభుత్వానికి

వ్యతిరేకంగా వున్న బూర్జువాలూ, కార్మికులూ, కలిసి, ఫ్రాన్సు 'శాసన సభ'ని ముట్టడించారు. "ఫ్రాన్సు సామ్రాజ్యం కూలిపోయింది" అని శాసన సభ ప్రకటించాలనీ, రిపబ్లిక్ ప్రభుత్వాన్ని ఏర్పరచాలనీ, ఆ సభ తాలూకు పదవుల వాళ్ళపై ఒత్తిడి తెచ్చారు. ఆ సాయంత్రాని కల్లా, పారిస్‌లోని శాసనసభ జరిగే 'సిటీ హాల్' అనే చోట, **'చక్రవర్తి సామ్రాజ్యం కూలిపోయింది. చక్రవర్తి పదవీచ్యుతుడయ్యాడు. ఇక, 3వ రిపబ్లిక్ ప్రభుత్వం ఏర్పడినట్టే'** అనే ప్రకటన వెలువడింది.

అంతే కాదు; ఫ్రాన్సులో, జర్మనీ ఆధీనంలో నించి ఫ్రాన్సుని విడిపించడానికి, ఇంకా అవసరమైన యుద్ధ ప్రయత్నాలు చేయాలని, దాని కోసం, **"జాతీయ రక్షణ ప్రభుత్వం"** అనే పేరుతో కొత్త ప్రభుత్వం కూడా ఫ్రాన్సులో, ఏర్పడింది. **'జాతీయ రక్షణ'** అంటే, ఫ్రాన్సు జాతిని అంతటినీ రక్షించడానికి అని.

దేశానికి ఆ 'రక్షణ' జరగాలంటే, ఆయుధాలతో పోరాడగల ప్రజలు, సైనికుల్లోకి ఇంకా చేరాలి. కార్మికులకే, కొన్ని ట్రయినింగులతో, ఆయుధాల్ని ఉపయోగించడం నేర్పాలి. ఈ కర్తవ్యం కోసం, **"జాతీయ రక్షణ దళం(నేషనల్ గార్డ్స్)"**అనే దళం ఏర్పడవలసి వచ్చింది. సామాన్య కార్మికులే, **'దేశ రక్షణ కోసం, మాకు కూడా ఆయుధాలు ఇవ్వండి'** అని డిమాండ్ చేసి, ఆయుధాల్ని తీసుకున్నారు.

['పారిస్-జర్మనీ యుద్ధాల' గురించి, మార్క్స్ ఎంగెల్సులు, అవి జరుగుతూ వున్న కాలంలో, నిత్యం ఆ సమాచారాన్ని తెలుసుకుంటూ; ఆ విషయాలన్నీ ఇంటర్నేషనల్ సభ్యులకు వివరిస్తూ వున్నారు. ఇక్కడ, ఎప్పుడు అవసరమైతే అప్పుడు, మార్క్స్-ఎంగెల్సులు ఏం చెప్పారో, ఏం రాశారో, ఆ విషయాల్ని కూడా చూడవలసి వుంటుంది. ఆ ఇద్దరి మాటల్నీ, "పారిస్ కమ్యూన్ గురించి" అనే ప్రధాన ఆధార గ్రంథంలో నించి తీసి, అవసరమైతే దాన్ని కొంత తేలికగా మార్చి ఇవ్వడం చేస్తున్నాను. తర్వాత, ఎంగెల్స్ రాసిన ఉపోద్ఘాతాన్ని చూస్తాం. మార్క్స్, ఎంగెల్సుల రాతల్ని తెలుగులోకి అనువాదాలు చెయ్యడంలో, **'బడు'** పద్ధతి క్రియలు విపరీతంగా వున్నాయి. ఉదాహరణకి: "కొత్త రిపబ్లిక్ ఏర్పర్చబడింది". ఈ 'బడు' ఎందుకు? "కొత్త రిపబ్లిక్‌ని ఏర్పరిచారు" అనడమే సహజమైన తెలుగు కదా? కాబట్టి, 'బడు'ల్ని నేను ప్రతీ చోటా మార్చేశాను.]

1870 సెప్టెంబర్ 4: [ఎంగెల్స్ రాసిన ఉపోద్ఘాతం నించి. ఆ పుస్తకంలో పేజీ 27.]

"ఫ్రాన్సు సామ్రాజ్యం, పేక మేడలా కూలిపోయింది. అప్పుడు, రిపబ్లిక్‌ని తిరిగి ప్రకటించారు. అయితే, జర్మన్ శత్రువు, ఫ్రాన్సు సింహద్వారాల దగ్గిర వేచివున్నాడు. అప్పటికే ఫ్రాన్సు సేనలు, మెత్స్ దగ్గిర, శత్రువు వల్ల ఘోరంగా చుట్టుముట్టడిలో అయినా వున్నాయి; లేదా, బందీలుగా జర్మనీలో అయినా వున్నాయి. అటువంటి అత్యవసర పరిస్థితిలో, అప్పటి వరకూ చక్రవర్తి అధీనంలో వున్న 'శాసన సభ'కు చెందిన సభ్యులనే, 'జాతీయ రక్షణ ప్రభుత్వం' ఏర్పర్చడానికి, ఫ్రాన్సు ప్రజలు అనుమతించారు. దాన్ని బహు తేలికగా ఆమోదించారు. ఎందుకంటే, రక్షణ ప్రయోజనాల కోనం! ఆయుధాల్ని చేత ధరించగల పారిస్ వాసులందరూ, 'నేషనల్ గార్డ్స్' (జాతీయ రక్షణ దళం)లో చేరి, సాయుధులయ్యారు. అటువంటి వారిలో ఇప్పుడిక కార్మికులే అత్యధిక సంఖ్య. కార్మికు లదే అత్యధిక బలం."-ఇంత వరకూ ఎంగెల్స్ పేరాలే.

కార్మికులు కూడా ఆయుధాలు పట్టవలసి వచ్చింది.

ఫ్రాన్సు సైనికుల పరాజయాలూ, 'జాతీయ రక్షణ' కోసం కొత్త ఏర్పాట్లూ, జరగడం గురించి వింటూ, ఫ్రాన్సు నగరాల్లో వున్న కార్మికుల్లో, విప్లవ కార్యక్రమాలు ప్రారంభమయ్యాయి. [చూశారా? ఫ్రాన్సు చక్రవర్తి నెపోలియన్, కార్మికుల ఉద్యమాలు పెరగడం చూసి, వాళ్ళని, 'మాతృదేశ భక్తి' లోకి దించడానికి, 'ఒక యుద్ధం కావాల'ని ప్లాన్ చేశాడు కదా? కొందరు కార్మికులు, 'దేశ భక్తి' మత్తులోనే పడినా, ఎక్కువ మంది కార్మికులు, ఆ మత్తులోనే పూర్తిగా పడలేదు!] ఫ్రాన్స్‌లో, లియెూన్, మార్సెల్స్, టులూజ-వగైరా నగరాల్లో, ప్రజాధికార సంస్థలు-'కమ్యూన్ల' పేర్లతో-ఏర్పడ్డాయి. ['పారిస్ కమ్యూన్' అనేది, ఈ కమ్యూన్లలోది కాదు. దాన్ని చూడడానికి, ఇంకా కొంత దూరం వెళ్ళాలి. 1871 మార్చి 18 వరకూ.]

లియెూన్‌లో ఏర్పడ్డ కమ్యూన్, కొన్ని విప్లవ చర్యల్ని చక చకా ప్రారంభించింది. ప్రభుత్వ పోలీసునీ, నిరంకుశాధికార యంత్రాంగాన్నీ, తీసివెయ్యడం; రాజకీయ ఖైదీల్ని విడుదల చెయ్యడం; మత వ్యతిరేక విద్యని ప్రవేశపెట్టడం; పెద్ద ఆస్తిపరులపై గతంలో పన్నులే లేకపోతే, వాటిని ఇప్పుడు ప్రారంభించడం; తాకట్టు వస్తువుల్ని పేదలు ఉచితంగా వెనక్కి తీసుకునేలాగ చెయ్యడం; ఇటువంటి విప్లవ చర్యలు కొన్ని అక్కడ ప్రారంభించారు. [తర్వాత రోజుల్లో

'పారిస్ కమ్యూన్'లో జరిగే విప్లవ చర్యల్లో, లియోన్ చర్యల వంటివి కూడా ఉంటాయి.]

అయితే, లియోన్ వంటి నగరాల కమ్యూన్లలో జరిగిన విప్లవ చర్యల న్నిటినీ, "జాతీయ రక్షణ ప్రభుత్వం" అనేది, పూర్తిగా వ్యతిరేకిస్తూ, ఆ కమ్యూన్లని పూర్తిగా అణచి వేసింది. అంటే, ఆ జాతీయ రక్షణ ప్రభుత్వం, తను, "కార్మిక జాతి"ని రక్షించే ప్రభు త్వాన్ని కానని రుజువు చేసుకుంది. ఆ కమ్యూన్ల విప్లవకారుల్ని అరెస్టులు చేసింది.

అది అలా జరుగుతూ వున్నప్పటికీ, ఇంటర్నేషనల్ సభ్యులు, ఫ్రాన్సులో ఏర్పడిన 'కొత్త రిపబ్లిక్'ని ఇతర దేశాలు గుర్తించాలని, లండన్ వంటి నగరాల్లో ప్రదర్శనలూ, మీటింగులూ, జరిపారు.

ఫ్రాన్సు మీద, జర్మనీ దాడులు, ఆగడం లేదు. ఫ్రాన్సులో కొన్ని ప్రాంతాల్ని మాత్రమే ఆక్రమించడంతో జర్మనీ సంతృప్తి పడడం లేదు. జర్మనీ దాడులు ఇంకా ఇంకా ఫ్రాన్సులోని ఇతర నగరాల మీదకి కూడా సాగుతూనే వున్నాయి.

ఫ్రాన్సులో అంతటా కార్మికులు, స్వచ్ఛంద సైనికులుగా, కొత్త దళాలలో చేరుతూనే వున్నారు. "ప్రతీ పట్టణమూ ఒక సైన్యం కావాలి. ప్రతీ గ్రామమూ వ్యవసాయ పనిముట్లనే ఆయుధాలుగా ధరించాలి. రేయింబవళ్ళూ శత్రువుతో యుద్ధమే! శత్రువుకి విశ్రాంతి నివ్వకండి! శత్రువుని నిద్ర పోనివ్వకండి! లేవండి! పోరాడండి!" అంటూ నినాదాలతో కార్మికుల కంఠ స్వరాల వర్షం!

సాధారణ కార్మికుల్లోనించి 200 బెటాలియన్ల సైన్యం తయారై పోయింది. ఫ్రాన్సు నూతన సైన్యం, శత్రువు నించి అక్కడక్కడా కొన్ని ప్రాంతాల్ని విడిపించగలిగింది. ఫ్రాన్సులో 'బెల్ పోర్టు' కోట, ఏ నాడూ శత్రువుకి లొంగలేదు. ఇతర దేశాల అభ్యుదయ వాదులు కూడా, ఫ్రాన్సుకి వచ్చి, ఆ దేశ రక్షణకు సహాయపడ్డారు.

ఇటలీ గరిబాల్డీ, వోస్‌జెస్ పర్వతాల్లో ఒక సైన్యాన్ని తయారు చేశాడు. అటువంటి సైన్యాలు ఇంకా కొన్నిటిని విదేశీ అభ్యుదయవాదులే ఏర్పరిచారు.

ఫ్రాన్సులో అనేక చోట్ల ప్రజలే సైనికులయ్యారు.ఆ ఫ్రాన్సు సైనికుల చేతుల్లో, ఒక్క జర్మన్ సైనికుడు హతుడైతే, దానికి ప్రతీకారంగా, జర్మన్ సైనికుల ద్వారా, వంద మంది ఫ్రాన్సు సైనికులు హతులయ్యే వారు. జర్మనులు, ఫ్రాన్సు గ్రామాలకు గ్రామాల్నే, పట్టణాలకు పట్టణాల్నే, భస్మీపటలం చేస్తూ, ఫ్రాన్సు ప్రజల ద్వేషాల్ని వేల రెట్లు పెంచి వేస్తూ వుండేవారు.

మార్క్సు ఎంగెల్సులు, ఇంటర్నేషనల్ ద్వారా, జర్మన్ సైనికులకూ, జర్మన్ ప్రజలకూ, ఒక సూచన ఇచ్చారు. ఆ సూచన : జర్మనీ, ఫ్రాన్సు భాగాల్ని కలుపుకోకుండా యుద్ధ విరమణ చేయాలని జర్మన్ ప్రజలు భావించాలనీ; దాని కోసం జర్మనీ ప్రజలు తమ ప్రభుత్వంతో పోరాడాలనీ.

ఫ్రాన్సులో ఏర్పడిన 'జాతీయ రక్షణ ప్రభుత్వానికి' భూస్వాములు తప్ప, కొందరు బూర్జువాలూ, కార్మిక ప్రజలూ, సమర్ధకులుగానే వున్నారు. ఈ రక్షణ ప్రభుత్వం, జర్మనీని, ఫ్రాన్సు మీద ఇంకా దాడులు చేస్తున్నందుకు విమర్శిస్తూ సెప్టెంబరు 6న, ఒక ప్రకటన చేసింది. "మాకు శాంతి కావాలి. మా భూ భాగంలో ఒక్క అంగుళాన్ని కూడా వదలం. మా కోట గోడల్లో నించి ఒక్క రాయిని అయినా వదులుకోం!" అని. ఇలా ప్రకటించినది 'రక్షణ ప్రభుత్వం' అయితే, ఫ్రాన్సులో వున్న భూములూ, కోటలూ అన్నీ, ఆ ప్రభుత్వాన్ని నడిపే వాళ్ళవే - అని చెప్పడమే. వాటిల్లో, కార్మికులకు అందే ఆస్తి ఏమీ లేనట్టే.

జర్మనీ ప్రభుత్వం, దాని దారిన అది, ఇంకా ఫ్రాన్సు నగరాల్లోకి చొరబడి పోతూనే ఉంది. అంటే, అది ఫ్రాన్సు ప్రజల్ని చంపి వేస్తూనే ఉంది. ఫ్రాన్సు లోని అల్‌సేస్, లోరేయిన్ నగరాల్ని జర్మనీ ఆక్రమించేసింది. దాని దాడులు ఆగడం లేదు.

జర్మనీ ప్రవర్తనని, ఇంటర్నేషనల్ చాలా తీవ్రంగా విమర్శించింది. 'జర్మనీ, ఫ్రాన్సు మీద, మొట్టమొదట తలపడిందంటే, దానికి అర్థం వుంది. మొదట ఫ్రాన్సే యుద్ధానికి సిద్ధం అయింది కాబట్టి, అప్పుడు జర్మనీ, ఫ్రాన్సు మీదకి వెళ్ళిందంటే, అది సరైనదే. ఫ్రాన్సు ఆగిపోయిన తర్వాత కూడా, ఇంకా ఆ దేశ ప్రజల మీద దాడులా!' అంటూ ఇంటర్నేషనల్ జర్మనీని చాలా దుయ్యబట్టింది.

1870 సెప్టెంబరు 19 : జర్మనీ, రెండు పెద్ద సైనిక పటాలాలతో 'పారిస్' నగరాన్ని ఆక్రమించడానికి బైల్దేరింది. జర్మనీ సైన్యం, పారిస్‌ని చుట్టుముట్టి, పారిస్ నించి కేవలం 2 వేల మీటర్ల (6వేల, 6వందల అడుగుల) దూరంలో తిష్టవేసి వుంది!

పారిస్‌ని, ఫ్రాన్సులోని ఇతర ప్రాంతాలతో కలిపి వుంచే టెలిగ్రాఫ్ లైన్‌ని, జర్మనీ సైన్యం తెంచివేసింది.

పారిస్‌కీ, ఇతర ప్రాంతాలకూ, వార్తా సంబంధాలు ఆగిపోయాయి!!

1870 అక్టోబరు 5: ఫ్రాన్సులో, 'జాతీయ రక్షణ ప్రభుత్వం' వేరూ; 'జాతీయ భద్రతాదళం' వేరూ.

'రక్షణ ప్రభుత్వం' పేరుతో, కొన్ని అధికారాలతో వున్నది, భూస్వాముల

ప్రభుత్వం.'భద్రతా దళం' అనేది, కొందరు బూర్జువాలతోనూ, ఎక్కువ మంది కార్మికులతోనూ, వున్నటు వంటిది. రక్షణ ప్రభుత్వాన్ని, భద్రతా దళం, కొన్ని డిమాండ్లతో విమర్శిస్తూ కొన్ని ప్రదర్శనలు చేసింది. ఆ డిమాండ్లు ఏమిటంటే: కొత్త రిపబ్లిక్‌ని సుదృఢం చేసే చర్యలు తీసుకోవాలనీ, దాడిదార్ల మీద పోరాటాన్ని కృత నిశ్చయంతో కొనసాగించాలనీ, జాతీయ ప్రభుత్వం ఈ చర్యలన్నీ చేపట్టాలనీ - ఇవీ ఆ డిమాండ్లు.

కానీ,"జాతీయ రక్షణ" అంటూ మాట్లాడే రిపబ్లిక్ ప్రభుత్వం, ఆ డిమాండ్లన్నిటినీ తిరస్కరించింది. పైగా, 'భద్రతా దళం' అనేది, రక్షణ ప్రభుత్వపు ఆజ్ఞలు లేకుండా ఏ సమావేశాలూ జరవరాదనీ, ఏ డిమాండ్లూ చేయరాదనీ, ప్రకటించింది! భద్రతా దళం చేసే ప్రదర్శనలన్నిటినీ నిషేధించింది.

1870 అక్టోబరు 28 : జర్మనీ వాళ్ళ దాడి, ఇంకా ముందుకు వస్తూనే ఉంది. ఫ్రాన్సులో మెట్జ్ అనే ప్రాంతంలో, లక్షా, 60వేల మంది ఫ్రాన్సు సైనికులు, జర్మనీ సైన్యానికి లొంగిపోయారు.

[1870 సెప్టెంబరులో, 'సెడాన్' ఓటమే, మొదట జరిగినది. అక్టోబరులో జరిగిన మెట్జ్ ఓటమి, తర్వాతది.]

మెట్జ్ ప్రాంతంలో ఓడిపోయిన ఫ్రాన్సు సైన్యాన్ని, జర్మనీ సైన్యం, ఆగస్టు నెల నించే చుట్టు ముట్టి వుంది. కానీ, మెట్జ్ సైన్యం ఓటమి, అక్టోబరులో జరిగింది. ఆ శతృసైన్యాల మధ్య, ఇటూ అటూ యుద్ధం, ఆ నాటి నించీ జరుగుతూనే ఉంది. చివరికి ఫ్రాన్సు సైన్యం లొంగుబాటు, అక్టోబరు చివర్లో జరిగింది.

*

7. ఉద్యమ కారుల ఒక తిరుగుబాటూ, దాని ఓటమీ!

1870 అక్టోబరు 31: ఫ్రాన్సు జాతీయ రక్షణ ప్రభుత్వం, జర్మనీతో రాజీ సంప్రదింపులు జరపడానికి నిర్ణయించింది.

ఆ వార్త పారిస్‌కి చేరగానే, పారిస్ లోని కార్మికులూ, జాతీయ రక్షణ దళంలోని విప్లవ బృందాలూ, 'జాతీయ ప్రభుత్వం' మీద తిరుగు బాటు చేయాలని నిర్ణయించారు.

పారిస్‌లో 'సిటీ హాల్' అనేది, ప్రభుత్వపు శాసన సభ జరిగే ప్రాంగణం. అదే అసెంబ్లీ స్థలం.

'జాతీయ రక్షణ దళం' వారు, ఆ 'సిటీ హాల్'ని చుట్టుముట్టి, ప్రభుత్వాధి కారుల్లో కొందర్ని పట్టేసు కున్నారు. ఆ దళం, "ప్రజా భద్రతా కమిటీ" అనే కొత్త పేరుతో, 'జాతీయ ప్రభుత్వానికి' వ్యతిరేకంగా, 'విప్లవ ప్రభుత్వాన్ని' ప్రారంభించదలిచారు. విప్లవ బృందా లకు నాయకుడు బ్లాంకీ. [ఈయన 'మార్క్సిస్టు అవగాహన' గల వాడు కాదు.]

ఈ విప్లవకారుల దళంలో ఒక వ్యక్తి వాదన, 'జాతీయ రక్షణ ప్రభుత్వంలో, ఫలానా ఫలానా పదవుల్లో వున్న వాళ్ళని కాల్చిపారెయ్యాలి'-అని! కానీ, దానికి, ఫ్లోరెన్స్ అనే విప్లవకారుడు గట్టిగా తిరస్కరించాడు. 'మనం, వెంటనే ఇటువంటి చర్యలు ప్రారంభించ కూడదు. మన విప్లవ లక్ష్యం, ప్రజలకు అర్థం కావాలి' అని తన వాదనతో ఆ చర్యని వ్యతిరేకించాడు. దీన్ని మెజారిటీ సభ్యులు అంగీకరించారు.

పారిస్‌లో, మొదటి సారి 'విప్లవ ప్రభుత్వాన్ని' ప్రారంభించదలిచిన విప్లవకారుల్లో, 3 రకాల 'ప్రధానమైన విప్లవ గ్రూపుల' వారు వున్నారు. ఆ గ్రూపుల నాయకులు :(1)లూయిూ బ్లాంకీ (2) ఫెలిక్స్ ప్యాత్ (3) లూయిూ ఛార్లెస్ డెలెస్ క్లూజ్.

- ఈ 3 గ్రూపుల వారూ, సిటీ హాల్ దగ్గిర, జోరున కురిసే వానలో కూడా, 15 వేల మంది దాకా గుమిగూడారు. ఈ విప్లవ కారుల డిమాండ్లు: మిలటరీలో జనరల్‌గా వున్న ట్రోషూ, రాజీనామా చేయాలనీ; జాతీయ రక్షణ ప్రభుత్వాన్ని, ప్రజలు నమ్మరాదనీ; కార్మిక ప్రజలందరూ 'కమ్యూన్'ని ఏర్పర్చుకోవాలనీ - మొదలైన డిమాండ్లతో వారు ప్రసంగాలు చేశారు.

జాతీయ ప్రభుత్వం, ప్రారంభంలో, రాజీనామా చేస్తాననే వాగ్దానం చేసింది. కానీ, విప్లవకారుల నిర్మాణం పటిష్ట మైనది కాదనీ, అది ఒదులొదులు నిర్మాణమేననీ, దాని డిమాండ్లకు లొంగనక్కర లేదనీ, ప్రభుత్వం నిర్ణయించుకుంది. ఎందుకంటే, జాతీయ ప్రభుత్వంపై తిరుగుబాటు నడిపే విప్లవకారుల్లో, అరాచక వాద బ్లాంకీయిస్టులకూ, పెటీ బూర్జువాల్ని సమర్థించే జాకోబిన్ వాదులకూ మధ్య, విభేదాలు వున్నాయని ప్రభుత్వం గ్రహించింది. అది, విప్లవకారుల డిమాండ్లని లక్ష్యపెట్టకుండా, రాజీనామా చేస్తానన్న తన వాగ్దానాన్ని తనే వదులుకుంది.

విప్లవ బృందాలవారిలోనే కొన్ని బృందాలవారు, జాతీయ ప్రభుత్వానికే విధేయులుగా వున్నారనే విషయాన్ని ప్రభుత్వం గమనించింది. ఆ ప్రభుత్వం, తనకు అనుకూలురైన విప్లవ బృందాన్ని, సిటీ హాల్‌ని

చుట్టుముట్టిన కార్మిక బృందాల మీదకు ఎగదోలింది.

సిటీ హాల్‌ని చుట్టుముట్టిన విప్లవ కారులు, ఒకే పటిష్టమైన అవగాహనతో లేకపోవడంవల్ల, 'విప్లవ ప్రభుత్వాన్ని' ఏర్పరచాలని, ఆ బృందాలు పెట్టుకున్న లక్ష్యం నెరవేరలేదు.

జనరల్ ట్రోషూకి విశ్వాసపాత్రులుగా వుండిన కొందరు సైనిక గార్డులు, సిటీ హాల్‌ని తిరిగి స్వాధీనం చేసుకోగలిగారు. [ఏ సైనికులైనా, కార్మికులే. కాకపోతే, అనుత్పాదక కార్మికులు.] ఆ సైనికులు, అక్కడ చుట్టుముట్టి వున్న ప్రదర్శకులందర్నీ క్షేమంగానే వెనక్కి పంపించారు. మొదట, తను రాజీనామా చేస్తానని వాగ్దానం చేసిన జాతీయ రక్షణ ప్రభుత్వం, ఆ అవసరం లేదని గ్రహించి, తనను తాను పునరుద్ధరించు కుంది.

ఈ సందర్భాన్ని ఎంగెల్సు ఇలా వివరించాడు. (ఎంగెల్స్ ఉపోద్ఘాతంలో ఒక భాగం. పేజీ 28)

"బూర్జువాలు అధిక సంఖ్యగా గల ప్రభుత్వానికీ, సాయుధ శ్రామిక వర్గానికీ మధ్య వైరుధ్యం, బహిరంగ ఘర్షణగా బయట పడింది. అక్టోబరు 31న, సాయుధ కార్మిక బెటాలియన్లు, నగర పాలక కార్యాలయాన్ని చుట్టుముట్టి, ప్రభుత్వ అధికారుల్లో కొందరిని వశపరుచు కున్నాయి. కానీ, కార్మిక ప్రదర్శకుల్లో, పెటీ బూర్జువా బెటాలియన్లు జోక్యం చేసుకోవడం వంటి వాటి కారణంగా, కార్మిక విప్లవ కారుల అధీనం నించి, ప్రభుత్వ అధికారులు మళ్ళీ విడుదల అయ్యారు. విదేశీ (జర్మనీ) సైనిక బలాల ముట్టడిలో వున్న నగరం లో, 'అంతర్యుద్ధం' (విప్లవ కార్మికులకూ, బూర్జువా ప్రభుత్వానికీ మధ్య) చెలరేగకుండా చూసేందుకుగానూ, పాత జాతీయ ప్రభుత్వాన్నే అధికారంలోకి వదిలివేయడం జరిగింది."

1870 నవంబరు 1 : జాతీయ ప్రభుత్వం, సిటీ హాల్‌ని తిరిగి పట్టుకొని, తనను తను నిలబెట్టుకున్న తర్వాత, మొట్టమొదట చేసిన పని, బ్లాంకీని అరెస్టు చేయడం! అతని మీద దేశద్రోహ నేరం మోపి!

*

8. యుద్ధ విరమణకు జర్మనీ షరతులు!

1870 నవంబరు 1: 'జాతీయ రక్షణ ప్రభుత్వంలో ప్రధానాధికారి తేయర్' అని చెప్పుకున్నాం. ఈ తేయర్, భూస్వాముల పక్షంవాడు. రిపబ్లిక్‌కి వ్యతిరేకి. అయినా, నటనగానే 'రిపబ్లిక్'ని అంగీకరిస్తున్నాడు. ఆ రకంగా వీడు,

మితవాద నాయకుడు. ఫ్రాన్సు చక్రవర్తి అయిన 3వ నెపోలియన్, జర్మనీకి బందీగా పోయినప్పటి నించీ, ఈ త్యేరే ఫ్రాన్సు ప్రభుత్వంలో ప్రముఖుడు.

ఈ త్యేర్, జర్మనీ అధ్యక్షుడైన బిస్మార్క్‌తో కలిసి, యుద్ధ విరమణ కోసం ప్రయత్నించాడు. యుద్ధ విరమణ జరగాలంటే, ఫ్రాన్సు తన దేశంలోని అనేక ప్రాంతాల్ని జర్మనీకి ఇచ్చెయ్యాలి! త్యేర్‌కి అది అంగీకారమే.

కానీ, త్యేర్ తప్ప, ఫ్రాన్సు జాతీయ ప్రభుత్వం, బిస్మార్క్ షరతుల్ని అంగీకరించలేదు. ఫ్రాన్సు ప్రభుత్వం, యుద్ధాన్ని కొనసాగించాలనే నిర్ణయించింది.

జాతీయ రక్షణ ప్రభుత్వం, తన పట్ల ప్రజలు అనుకూలంగా వున్నారో లేదో తెలుసుకోవడానికి, "జన వాక్య సేకరణ(ప్లెబిసైట్)" నిర్వహించింది. ప్రభుత్వానికి అనుకూలంగా దాదాపు 6 లక్షల ఓట్లు వస్తే, వ్యతిరేకంగా 63 వేల ఓట్లు మాత్రమే వచ్చాయి.

1870 నవంబరు 29 : ఫ్రాన్సు సైన్యం, పారిస్ అవతల విలియర్స్ అనే చోట జర్మనీ సైన్యంతో తలపడితే, ఆ యుద్ధంలో, 17 వందల జర్మనీ సైనికులు పోగా, ఫ్రాన్సు సైనికులు 4వేల మంది పోయారు!

1870 డిసెంబరు నెల : పారిస్‌లో, డిసెంబరు నెల అంతా టెంపరేచరు మైనస్ 15 డిగ్రీలకు పోయింది. ఘోరమైన చలి : 777 కిలోమీటర్ల పొడవుగా వుండే సియన్ నది, 3 వారాల పాటు గడ్డ కట్టిపోయింది. రాత్రుళ్ళు నగర మంతా చీకటి. పారిస్‌కి, ఇతర నగరాలతోగానీ, బైటి ప్రపంచంతోగానీ, సమాచార సంబంధాలు లేవు. వార్తలు నడిచేది, బెలూన్ల ద్వారానూ, పావురాల ద్వారానూ, మాత్రమే. కొన్ని సార్లు, ఇనుప బంతుల్లో ఉత్తరాలు పెట్టి, ఆ బంతుల్ని నది ద్వారా పంపడాలు కూడా జరిగేవి. పారిస్‌లో ఎక్కడ చూసినా రక రకాల పుకార్లు! పేదలకీ, సైనికులకీ, తిండికి భరించలేని కరువు!

[ఏ దేశంలో అయినా ఇటువంటి బాధలన్నీ కేవలం 'ఆస్తి' కోసం, 'ధనం' కోసం, 'అధికారం' కోసం, తెచ్చుకునేవే. అయితే, ఆ బాధలకు కారకులైన వాళ్ళకి ఆ బాధలు వుండవు. ఫ్రాన్సు నించీ యుద్ధం మొదలు పెట్టిన చక్రవర్తికి ఏం బాధ వచ్చింది? ఇంకో దేశపు రాజభవనంలో హాయిగా కూర్చుని ఉన్నాడు. వాడికి, విలాసాలన్నీ దొరుకుతూనే వుంటాయి. బాధలన్నీ ఎవరికి? మరణాలు ఎవరికి? కాళ్ళూ, చేతులూ, విరగడాలు ఎవరికి?]

1871 జనవరి 11-19 : ఫ్రాన్సు సైన్యాలు, జర్మన్ల చేతుల్లో, 4 చోట్ల ఓడిపోయాయి. పారిస్‌లో తీవ్రమైన కరువు ! పారిస్‌లో ప్రజల నిరసనలు

ప్రభుత్వానికి వ్యతిరేకంగా ఎక్కువై పోతున్నాయి. పారిస్ నుంచి, ఒక పోలీసు అధికారి, వెర్సైల్స్‌లో వున్న జనరల్ ట్రోషూకి పారిస్ లో జరుగుతున్న సమాచారం అంతా పంపాడు. ముఖ్యంగా, కార్మిక వాడల్లో నిరసనల గురించి.

1871 జనవరి 22 : బ్లాంకీ, జైల్లో వున్నప్పటికీ, బ్లాంకీ వాదులూ, అతని అనుచరులూ, పారిస్ కార్మికులూ, జాతీయ రక్షణ దళంలో సభ్యులూ, ఒక విప్లవకర ప్రదర్శన జరిపారు. 'జాతీయ రిపబ్లిక్ ప్రభుత్వాన్ని' కూలదోసి, 'కమ్యూన్' ని ఏర్పాటు చేయాలని, వారి డిమాండు.

అయితే, 'జాతీయ రక్షణ' కోసం ఏర్పడిన రక్షణ ప్రభుత్వం, తన సైన్యంతో, ప్రదర్శకుల మీద కాల్పులు జరిపించింది.

ఫ్రాన్సుని, జర్మనీకి, పాదాక్రాంతం చేయడానికి త్యేర్ ద్వారా ఫైనల్ నిర్ణయం జరిగిపోయింది! ఫ్రాన్సుకి, యుద్ధంలో గెలిచే సైన్యం లేదనేది నిజమే. అయినా, త్యేర్ దృష్టి, 'దేశ భక్తి' కోసం కాదు. కార్మికుల్ని యుద్ధంలోకి దింపి, కార్మిక ఉద్యమాన్ని అణిచెయ్యాలనేదే!

1871 జనవరి 28 : ఫ్రాన్సుకీ, జర్మనీకీ, యుద్ధ విరమణ కోసం, ఒప్పందాల పత్రాల మీద, జర్మనీ తరుపున బిస్మార్కూ; ఫ్రాన్సు తరుపున, జాతీయ రక్షణ ప్రభుత్వంలో ప్రముఖుడైన త్యేరూ, మరొక ప్రతినిధి అయిన ఫావ్రే; సంతకాలు చేసేశారు.

జర్మనీకి, ఫ్రాన్సు లొంగిపోయిందని, ఫ్రాన్సు ప్రభుత్వం అంగీకరించడం, జరిగిపోయింది. జర్మనీ పెట్టిన షరతులు ఏమిటంటే:(1)ఫ్రాన్సు, జర్మనీకి, 15 రోజులలోగా, 20 కోట్ల ఫ్రాంకుల యుద్ధ నష్ట పరిహారం చెల్లించాలి. (2) ఫ్రాన్సు దుర్గాల్లో ఫలానా ఫలానా భాగాల్ని జర్మనీకి అప్పగించాలి. (3) ఫ్రాన్సు రాజధాని అయిన పారిస్ సైన్యానికి చెందిన ఫిరంగి శకటాల్నీ, మందుగుండు సామాగ్రినీ, జర్మనీకి అప్పగించెయ్యాలి. -ఇవీ, జర్మనీ షరతులు! ఆ షరతులకు, ఫ్రాన్సు రిపబ్లిక్ ప్రభుత్వం అంగీకరించ బట్టే, జర్మనీతో రాజీ!

ఆ జర్మనీ షరతులతో, అప్పటికి 4 నెలల నించీ జరిగే కార్మికుల పోరాటం తర్వాత; పారిస్, జర్మనీకి లొంగిపోవలసి వచ్చింది. పారిస్‌లో ఉండే రెగ్యులర్ సైనిక దళాలన్నీ నిరాయుధులైపోయాయి. 'జాతీయ రక్షణ దళం' (నేషనల్ గార్డ్) మాత్రం ఆయుధాల్ని వుంచుకోవచ్చు-అన్నారు.

ఆ సందర్భం గురించి ఎంగెల్స్ రాసినది: పేజీ 28(ఎంగెల్స్ మాటలన్నీ 'ఉపోద్ఘాతం' నించే.) ''చిట్టచివరకు

1871 జనవరి 28న, ఆకలితో అలమటించే పారిస్ నగరం లొంగి పోయింది. అయితే, యుద్ధాల చరిత్ర లోనే అపూర్వమైన గౌరవాలతో అది లొంగింది. ఫ్రాన్సు కోటలు శత్రువుల వశం చేసేశారు. నగర ప్రాకారం నించి ఫిరంగుల్ని తొలగించారు. సైనిక రెజిమెంట్ల అయుధాల్నీ, మొబైల్ గార్డ్ ఆయుధాల్నీ, శత్రువుకి అప్పగించేశారు. ఆ సైనికులంతా యుద్ధ ఖైదీలుగా లెక్కల్లోకి చేరారు. నేషనల్ గార్డ్ మాత్రం, తన ఆయుధాలన్నిటినీ అట్టే పెట్టుకుంది. వీరికి జర్మనీ శత్రువుతో, కేవలం 'యుద్ధ విరమణ' మాత్రమే జరిగింది. వీరి ఆయుధాలు వీరికి వున్నాయి.

ఫ్రాన్సు అన్ని రకాలుగా లొంగినా, జయించిన జర్మనీ విజేతలు, తమ విజయోత్సాహంతో, పారిస్ నగరంలోకి ప్రవేశించడానికి సాహసించలేక పోయారు. పారిస్‌లో ఒక మూలని మాత్రమే వాళ్ళు ఆక్రమించారు. అది, పబ్లిక్ పార్కులతో కూడిన ప్రాంతం మాత్రమే. దాన్ని సైతం వాళ్ళు కొద్ది రోజులు మాత్రమే నిల్పుకోగలిగారు. విదేశీ విజేతలకు అప్పగించడానికి ఒప్పందం జరిగిన పారిస్ మూల ప్రాంతపు ఇరుకు సరిహద్దుల్ని, ఏ జర్మను వ్యక్తీ దాటి రాకుండా పారిస్ కార్మికులు ఆ ప్రాంతాల్ని వెయ్యికళ్ళతో కాపలాలు కాశారు." *

9. 'జర్మనీ షరతు'తో, ఫ్రాన్సు ఎన్నికలు!

జర్మనీ ప్రభుత్వం, ఫ్రాన్సు ప్రభుత్వానికి ఒక కొత్త షరతు పెట్టింది. **అది ఏమిటంటే:** ఫ్రాన్సులో ప్రభుత్వం, కొత్త ఎన్నికల ద్వారా, కొత్తగా ఏర్పడాలి-అని. అలా ఏర్పడిన కొత్త ప్రభుత్వంతోనే తమ ప్రభుత్వానికి రాజీ ఒప్పందాలు జరగాలి-అని. అప్పుడే మళ్ళీ రాజీకి కొత్త సంతకాలు జరగాలి- అని.

ఫ్రాన్సులో, 'రిపబ్లిక్ ప్రభుత్వం' పేరుతోనే కొత్త ఎన్నికలు జరిగాయి. ఆ ఎన్నికల సంగతి, గ్రామాల వాళ్ళకి తెలియనే తెలియదు. ఎన్నికల తర్వాత, ఎన్నికైన ప్రతినిధుల్లో అత్యధిక భాగం, ధనిక రైతులూ, క్యాథలిక్ మత గురువులూ, భూస్వాములూ, పెద్ద బూర్జువాలూ- వంటి వారే. మొత్తం శాసన సభ్యులైన 700మందిలో, 450 మంది, మళ్ళీ రాచరికాన్ని నిలపాలని కోరేవారే. ఈ శాసన సభ, ఫ్రాన్సులో కొత్త రిపబ్లిక్‌ని నిరాకరించేదే. కానీ, ఆ నాడు, ఆ 'రిపబ్లిక్ నటనే' తప్పనిసరి అయింది. దాన్ని అలాగే వుంచారు.

ఆ ఫ్రాన్సులో ఎన్నికలు, జర్మనీ శత్రువుల ఒత్తిడితో జరిగినవే. అప్పటికే, ఫ్రాన్సు భూముల్లో అనేకాలు జర్మనీ చేతుల్లోకి పోయినవే. అంతే కాదు, పారిస్ నగరాన్ని ఇంకా జర్మనీ సైన్యం చుట్టుముట్టే వుంది!

ఫ్రాన్స్‌లో ఎన్నికల తర్వాత ఏర్పడిన కొత్త శాసన సభ, పారిస్‌కి దూరంగా బోర్డెక్స్ నగరంలో మొదలైంది. ఆ శాసన సభ సభ్యుల్లో మూడింట రెండు వంతుల మంది (63%మంది), కన్జర్వేటివ్‌లే (మితవాదులే). ఆ సభ్యుల్లో మెజారిటీ, 74 ఏళ్ళ తేయర్‌నే, ఆ దొంగ రిపబ్లిక్‌కి ప్రధానాధికారిగా (చీఫ్ ఎగ్జిక్యూటివ్‌గా) ఎన్నుకుంది.

ఈ తేయర్ గురించి మళ్ళీ ఒకసారి వివరంగా చెప్పుకోవాలి. ఈ తేయర్, అతి కౄరుడు. కార్మికులంటే అతి ద్వేషి. తన లాభాలకు అమ్ముడుపోయే రకం. జర్మనీకి రహస్యపు బంటు. ఫ్రాన్సే, జర్మనీని లొంగదీసే రాజ్యం అయితే, అప్పుడు ఫ్రాన్సుకే రహస్యపు బంటుగా వుంటాడు. ఏది తనకు లాభం అయితే అదీ!-ఫ్రాన్సు దేశంలో శాంతి భద్రతల్ని యథాస్థితికి తేగల శక్తివంతుడు తేయరే- అని, ప్రభుత్వంలో మెజారిటీ శాసన సభ్యుల అభిప్రాయం.

1871 ఫిబ్రవరి 24 : ఫ్రాన్స్‌లో, కొత్త శాసన సభ ఏర్పడినాక, తేయర్, వెర్సేల్స్ నగరం వెళ్ళి (అది ఫ్రాన్సులోదే, కానీ అది జర్మనీ కింద వుంది), అక్కడ వున్న జర్మనీ రాజు తోటీ, బిస్మార్క్ తోటీ, ఫిబ్రవరి 24న, శాంతి ఒప్పందా ల మీద కొత్త సంతకాలు జరిపించాడు.

పాత ఒప్పందాలు అలా వుండగానే, ఈ కొత్త ఒప్పందం! ఈ కొత్త శాంతి ఒప్పందాల సారాంశం: ఆల్‌సేసనూ, తూర్పు లోరైన్ ప్రాంతాలు, జర్మనీకే చెందుతాయి. యుద్ధం ఖర్చులుగా, ఫ్రాన్సు, జర్మనీకి, ఐదు బిలియన్ల ఫ్రాంకుల్ని చెల్లించాలి.

(1 బిలియన్= 1000 మిలియన్లు)
(1 మిలియన్ = 10 లక్షలు)

ఈ చెల్లింపులు, ఎప్పుడు ఎంతెంత శాతంగా జరిగితే, అప్పుడు అంతంత శాతంగా అప్పటి వరకూ ఫ్రాన్సుని కాపలా కాస్తూ వున్న జర్మనీ సేనలు, తిరిగి జర్మనీకి వెళ్ళిపోతాయి. ఆ చెల్లింపులు పూర్తి అయ్యే వరకూ అయితే జర్మనీ సేనలు ఫ్రాన్సులోనే వుంటాయి. చెల్లింపుల తర్వాతే జర్మనీ సేనలు వెళ్తాయి. అంత వరకూ జర్మనీ సేనల పోషణ బాధ్యత ఫ్రాన్సుదే. - ఇదీ, జర్మనీతో తేయర్ చేసిన శాంతి ఒప్పందం! ఈ సంతకాలు మే 16న, ఫ్రాంక్‌ఫర్ట్‌లో ఫైనల్‌గా జరిగాయి.

1871 ఫిబ్రవరి 26: ఫ్రాన్సు - జర్మనీల శాంతి ఒప్పందం గురించి, మార్క్సు ఇలా రాశాడు: (పేజీ 64) "ప్రష్యా షైలాక్ అయిన బిస్మార్క్, తన

జర్మనీ సైనికుల్ని ఐదు లక్షల మందిని, ఫ్రాన్సు భూభాగంపై వుంచాడు. వారిని పోషించవలిసింది ఫ్రాన్సేననీ; ఐదు వందల కోట్ల నష్టపరిహారం చెల్లించాలనీ; చెల్లింపులు జరగకుండా ఇంకా మిగిలివున్న డబ్బుకి, ఐదు శాతం చొప్పున వడ్డీ కడుతూ వుండాలనీ; ఇటువంటి గొంతెమ్మ షరతులన్నీ వున్నాయి"- అని.

జర్మనీ వాళ్ళ ఈ గొంతెమ్మ షరతులన్నిటికీ త్యేర్, అతి వినయంగా ఒప్పుకున్నాడు. [జర్మనీకి పోయే డబ్బులో త్యేర్‌కి కొన్ని కమిషన్లు ఉంటాయని ఊహించాలి].

అంత నీచమైన శాంతి ఒప్పందానికి, ఫ్రాన్సు కొత్త రిపబ్లిక్ ప్రభుత్వం, ఎందుకు అంగీకరించింది? ఎందుకంటే, ఫ్రాన్సు దేశంలో, సామాన్య కార్మికులే ఆయుధాల్ని వాడ గలిగే సాయుధ సైనికులై పోవడాన్ని చూస్తూ, ఫ్రాన్సు రిపబ్లిక్ ప్రభుత్వం, భయంతో వణికి పోతోంది. సాయుధ కార్మికులు, ఆ ఆయుధాల్ని, ప్రభుత్వం మీదకే ఎత్తితే? - ఈ సందేహాలతో ఆ ప్రభుత్వం, తల్లడిల్లిపోతోంది. అందుకే, ఏదోఒక సాకుతో, జర్మనీకి చెల్లింపులు జరపలేక పోయామన్న సాకుతో, ఫ్రాన్సు కార్మికుల్లో అనేక మందిని, జర్మనీకి ఖైదీలుగా అప్పగించ వచ్చుననే ఊహతో కావచ్చు, ఫ్రాన్సు ప్రభుత్వం, అటువంటి దుర్భర ఒప్పందానికి అంగీకరించడం!

'మెట్జ్ కోట' అనేది, గత సంవత్సరం లోనే, జర్మనీ వాళ్ళ చుట్టుముట్టడిలో వుంది. ఆ కోటకి, రక్షణ చూడవలిసిన సేనా నాయకుడు బాజెన్, 1870 అక్టోబరు 27న, 1 లక్షా 70 వేల ఫ్రాన్సు సైన్యంతో జర్మనీకి లొంగిపోయాడు.

మెట్జ్ లొంగిపోయిందన్న విషాద వార్త విన్నప్పుడు, ఫ్రాన్సు దేశమంతా సంచలించి పోయింది!

క్రమ క్రమంగా, ఫ్రాన్సు జాతీయ రక్షణ ప్రభుత్వం, 'జాతీయ ద్రోహ ప్రభుత్వం' అయిపోయింది! ఈ ద్రోహ ప్రభుత్వంలో, జర్మనీకే అనుకూల రహస్య ప్రచారానికి, ఫ్రాన్సు మత గురువులే తరుచుగా చురుకుగా పాల్గొన్నారు.

కొత్త రిపబ్లిక్ శాసనాలు: రిపబ్లిక్ కోసం ఎన్నికలు జరిగిన తర్వాత, ఆ శాసన సభ, కొన్ని కొత్త చట్టాలు చేసింది. ఉదాహరణకి: జర్మనీ, ఫ్రాన్సుని కొత్తగా ముట్టడించిన ప్రారంభ కాలంలో ఫ్రాన్సు చేసిన ఒక బిల్లుని, ఇప్పుడు త్యేర్ ప్రభుత్వం రద్దు చేసింది.

ఆ పాత బిల్లు ఏమిటంటే: కౌళ్ళని చెల్లించవలిసిన రైతులూ, ఇళ్ళకు అద్దెలు చెల్లించవలిసిన పేద కార్మికులూ, ఆ చెల్లింపుల్ని కొంత కాలం వరకూ చెల్లించనక్కరలేదు-అనేది, ఆ **పాత**

బిల్లు. అప్పుడు, ఆ బిల్లు, ఆ ప్రజల కందరికీ కొంత ఊరట కలిగించింది. అయితే, ఇప్పుడు రిపబ్లిక్‌లో కొత్త ఎన్నికల తర్వాత, ఆ పాత బిల్లుని తీసివేశారు. కౌళ్ళ రైతులు, కౌళ్ళని ఎప్పటికప్పుడే చెల్లించివేస్తూ వుండాలి! అద్దె ఇళ్ళకి అద్దెల్ని చెల్లించడానికి కూడా అతి తక్కువ కాలమే ఇచ్చారు. - కొత్త రిపబ్లిక్ ప్రభుత్వం వల్ల కూడా, కరువు తగ్గే లక్షణాలేవీ లేవు. *

10. భద్రతా దళం నిర్ణయం !

1871 మార్చి 1,3 : ఫ్రాన్సులో, జర్మనీకి బందీలుగా పోకుండా, ఇంకా మిగిలిన సైనికులూ, కొత్తగా ఏర్పడే సాయుధ కార్మికులూ, ఎన్ని నెలలుగా పోరాడుతూ వున్నా, జర్మనీ సేనలు ఫ్రాన్సు ప్రాంతాలలోకి ప్రవేశిస్తూనే వున్నాయి. ఫ్రాన్సు ప్రభుత్వం, రిపబ్లిక్‌గా ఏర్పడిన తర్వాత కూడా శత్రువులకు ఉత్సాహంగా లొంగి పోతూనే ఉంది. ప్రతీ కార్మిక కుటుంబం నించీ, సైనిక మరణాలు జరిగిపోతూనే వున్నాయి. ఫ్రాన్సు సైనికులు పోరాడుతూనే వున్నా, వారికి తగిన ఏర్పాట్లు లేక, వారి విజయాలు అత్యల్పమే.

పారిస్‌లో, కార్మిక ప్రజల తోటీ, చేతి వృత్తుల వారి తోటీ, పెటీ బూర్జువాల వంటి చిన్న స్థాయి వ్యాపారస్తుల తోటీ, ఏర్పడి సాగుతూ వున్న 'జాతీయ భద్రతా దళం', నిత్యమూ దిన చర్యల్లో, బాధల్ని భరించలేకపోతోంది.

పారిస్ కార్మిక భద్రతా దళం, జాతీయ రిపబ్లిక్ ప్రభుత్వంతో సంబంధాలు తెంపేసుకుంది. తమ దళంలోనే ఒక 'కార్య వర్గాన్ని' ఏర్పర్చుకుంది. తన కార్యక్రమాల్ని ఒక జాబితాగా చేసుకోవడంలో మునిగింది.

1871 మార్చి 10 : ఈ రోజున, జాతీయ రిపబ్లిక్ త్యేర్ ప్రభుత్వం, మళ్ళీ ఒక కొత్త చట్టాన్ని ప్రకటించింది. ఇది కూడా, నిరుపేదలకు నిరాశలు కలిగించేదే. **ఈ చట్టం:** డబ్బు అప్పులు తీసుకున్న వాళ్ళు, తిరిగి (వడ్డీతో సహా) చెల్లించడానికి 7 నెలల గడువు వున్నట్టు పాత చట్టం ఒకటి వుండేది. ఆ చట్టాన్ని, ఈ రిపబ్లిక్ ప్రభుత్వం, మార్చేసి కొత్త చట్టం చేసింది. పాత చట్టంలో వున్న ఒక నియమం ఏమిటంటే : 1870 ఆగస్టు 13 నించీ, నవంబరు 12 వరకూ, ఆ 3 నెలల కాలంలో అప్పులు తీసుకున్న వారికి అయితే, ఆ అప్పుల్ని తీర్చడానికి 7 నెలల గడువు వుంటుంది- అని.

ఇప్పుడు, కొత్త చట్టం ఏమిటంటే, ఆ 3 నెలల కాలంలో అప్పులు తీసుకోవడం గాక, ఆ తర్వాత అప్పులు తీసుకున్న వాళ్ళకైతే, అప్పుల్ని తీర్చడానికి, 7-నెలల గడువు వుండదు-అని ! ఏ గడువూ లేకుండానే అప్పుల్ని వడ్డీలతో సహా తీర్చేస్తూ వుండాలి-అని!

[ఈ లెక్కలేమిటో, లెక్కల మేష్టార్లకి కూడా తెలిసేలా లేవు. ఇక, కౌలు రైతులకేం తెలుస్తాయి? లెక్కలే తెలియక పోతే, అప్పులేం తీసు కుంటారు? ప్రభుత్వానికి వచ్చే పన్నుల డబ్బు అంతా జర్మనీ వాళ్ళకే కట్టాలి కాబట్టి, దేశంలో జనాలకి బ్యాంకులు అప్పులు ఇవ్వకుండా తప్పించుకునే ఎత్తుగడ కోసం వేసే లెక్కలేమో అవి! జనాలకి, బ్యాంకులు అప్పులు ఇవ్వకుండా, జనాలు అప్పులు తీసు కోకుండా, చేసే మార్గం ఇది. అప్పుని ఇవ్వాళ తీసుకుంటే రేపు కట్టెయ్యాలంటే, ఈ అప్పుల గోల ఎందుకు? సుబ్బరంగా ఒంటి పూట పస్తులతో గడపడం హాయి! లేకపోతే, ఆకలితో తొందరగా చావడం మరీ హాయి! కానీ,పారిస్ కార్మికులు అలా అను కోలేదు!]

1871 మార్చి 11 : జాతీయ ప్రభుత్వం, అసెంబ్లీ సమావేశాల్ని వాయిదా వేసింది. పారిస్‌లో జరుగుతూ వున్న కార్మిక బృందాల ఆందోళనల వల్ల, పారిస్‌ని వదిలివేసి, వర్సేల్స్ నగరానికి రాజధానిని మార్చుకోవాలనే ఆలోచనల్లో మునిగి పోయివుంది.

1871 మార్చి 15 : 'జాతీయ భద్రతా దళం' పేరుతో వుండిన అనేక ఉద్యమ కారుల సంస్థలు కలిసి, పారిస్‌లో సమావేశం అయ్యాయి. ఆ సంస్థల ప్రతినిధులు, ఆ నాటికి మొత్తం 1325 మంది. వారిలో నించి 38 మందితో ఒక 'కేంద్ర కమిటీ'ని ఎన్నుకున్నారు.

ఈ భద్రతా దళానికి, కమాండరుగా ఎవరు వుండాలి? తేయర్ ప్రభుత్వంలో వున్న ఏ వ్యక్తి అధికారాన్ని గానీ; పారిస్‌కి మిలటరీ గవర్నర్‌గావున్న జనరల్ అధికారాన్నిగానీ; ఒప్పుకో కూడదని, ఆ ఉద్యమకారుల దళం నిర్ణయించుకుంది. *

11. ఉద్యమకారులపై ప్రభుత్వపు హఠాత్ దాడి నిర్ణయం!

1871 మార్చి 17: 'భద్రతా దళం' చేసే కొత్త ఏర్పాట్ల సంగతి తెలిసి, తేయర్, వెంటనే తన మంత్రిమండలి సమావేశం ఏర్పాటు చేశాడు. దానికి,

పారిస్ మేయరూ, ప్రభుత్వ భద్రతా దళం కమాండరూ, పారిస్‌లో వున్న రెగ్యులర్ ఆర్మీ యూనిట్ల కమాండరూ కూడా, హాజరయ్యారు. ఈ సమావేశంలో కొన్ని చర్చలు జరిగాయి.

1871 మార్చి 18 : తేయర్, కార్మికుల 'భద్రతా దళం' ఆధీనంలో వున్న ఫిరంగుల్ని వెంటనే స్వాధీనం చేసుకోవడానికి, సైన్యాన్ని పంపాలనుకున్నాడు. తన నిర్ణయాన్ని తేయర్, తోటి వారితో చెప్పాడు. యుద్ధ మంత్రీ, కమాండర్లూ, తేయర్ నిర్ణయాన్ని మొదట వ్యతిరేకించారు. 'ఇది సరైన సమయం కాదు' అన్నారు. వాళ్ళు చెప్పింది : ఉద్యమకారుల 'భద్రతా దళం'లో వున్నది, తక్కువ మంది సైనికులే. వాళ్ళు క్రమశిక్షణ తెలియని వాళ్ళు. వాళ్ళందరూ జర్మనీతో యుద్ధం వల్ల ధైర్య స్థైర్యాలు కోల్పోయి వున్నవాళ్ళు, వాళ్ళ మొహం! వాళ్ళ ఆధీనంలో ఆయుధాలు వున్నంత మాత్రాన వాళ్ళని శంకించవలసిందేమీ లేదు' అంటూ తేయర్‌కి హితోక్తులు చెప్పారు. 'జర్మనీ దగ్గిర, యుద్ధ ఖైదీలుగా వున్న మన ఫ్రాన్సు సైనికులు, ఫ్రాన్సుకి తిరిగి వచ్చేవరకూ, మన సైన్యం పెద్ద సంఖ్యలో లేదు. ఆ ఖైదీ సైనికులు వచ్చేవరకూ ఆగుదాం' అని ఒక కమాండరు అన్నాడు.

కానీ, తేయర్ దేనికీ అంగీకరించలేదు. 'మన ప్లానుతో హఠాత్తుగా వెళ్ళాలి. అనుకున్న పని త్వరగా జరగాలి. ఇప్పుడు వాళ్ళ దగ్గిర వున్న ఫిరంగుల్ని పట్టుకోలేకపోతే, పారిస్ నడిబొడ్డు నుంచి వెనక్కి వచ్చేద్దాం. మన బలగాల్ని కూడగట్టుకున్న తర్వాతే పెద్ద బలగంతో మళ్ళీ దాడి చేద్దాం. 1848 జూన్‌లో కార్మికుల తిరుగుబాట్లని హఠాత్తుగా అణిచామే, అలాగే ఇప్పుడు కూడా చేద్దాం' అన్నాడు.

ఆ తేయర్ వాదనతో అధికారులందరూ నోళ్ళు మూసేశారు. జనరల్ 'వినువా' అనే సైనికాధికారి, ఆ 'ఉద్యమ కారుల దళం' మీద మర్నాడు జరగవలిసిన దాడికి, సైన్యానికి, ఉత్తర్వులిచ్చేశాడు. *

12. 1871 మార్చి 18న ఏం జరిగింది?

ఏ నగరంలో అయినా, ఆ నగరంలో జరిగే రెగ్యులర్ కార్మిక తిరుగుబాట్లని అణచడానికి, అక్కడ రెగ్యులర్ సైన్యం ఒకటి వుంటూనే వుంటుంది. ఆ సైన్యం, అవసరమైతే, బైటి యుద్ధాలకు కూడా పోతుంది. దోపిడీ

వర్గానికి ప్రధానమైన ఆయుధం, అటువంటి సైన్యమే. పారిస్ నగరంలో కూడా, అటువంటి సైన్యం వుంది.

తేయర్ ప్రభుత్వం, పారిస్ నగరపు రెగ్యులర్ సైన్యంతో సహా, పారిస్‌ని వదిలేసి వేరే నగరానికి పోబోతోందని, ఉద్యమకారుల 'భద్రతా దళం' యూనిట్లకు వార్తలు అందాయి.

ఆ భద్రతా దళం యూనిట్లు, పారిస్‌ని తమ ఆధీనంలోకి తీసుకోవడానికి వేగంగా కదిలాయి. ఆ భద్రతా దళంలో వున్న సభ్యులు, కార్మికులు మాత్రమే కారు. చిన్నస్థాయి పరిశ్రమదారులూ, చిన్నస్థాయి వ్యాపారులూ, చేతి వృత్తులవారూ, కౌలు రైతులూ, మొదలైనవారు కూడా. వారిలో, అన్ని రకాలలోనూ స్త్రీ కార్మికులు కూడా వున్నారు. ఈ రకాల వారందరూ, జర్మనీ సైనికుల దాడుల వల్ల, ఎంతో కాలంగా నిరుద్యోగులు గానూ, ఉన్న పనులు పోయిన వారిగానూ, కరువుల వాతపడి వున్నవారే. అటువంటి వారందరూ, 'భద్రతా దళం'లో, ఆ ఉద్యమంలో, చేరిపోవడమే తమకు క్షేమం అనుకున్నారు.

వారిలో మొదట చురుకుగా కదిలిన వారు, బ్లాంకీ అనుచర బృందాల వారు (బ్లాంకీ, జైల్లోనే వున్నాడు.) బ్లాంకీ బృందాలు మొదట, తుపాకీ మందు నిల్వవున్న ఒక ప్రాంతాన్నీ, ఒక రైల్వే స్టేషన్‌నీ, స్వాధీనం చేసుకున్నాయి.

ఉద్యమకారుల 'భద్రతా దళం'లో సంఖ్య పెరిగిపోతోంది. దాని యూనిట్లు పెరిగిపోతున్నాయి. కార్మికుల యూనిట్లు పెరుగుదలను చూసి, తేయర్ ప్రభుత్వం, పారిస్ చుట్టూ తమ సైన్యాలను నిల్పడం చేసింది. ఉద్యమకారుల నాలుగు బెటాలియన్ల భద్రతా దళ సభ్యులు, సియీన్ నదిని దాటి, అక్కడ వున్న పోలీస్ స్టేషన్‌ని పట్టేసుకున్నారు. ('బెటాలియన్' అనే దాంట్లో, కొన్ని కంపెనీలు వుంటాయి. ఒక్కో కంపెనీలో, 80-150 మంది దాకా సైనికులు వుంటారు. ఈ లెక్కలు, ఆ యా దేశాల పరిస్థితుల్ని బట్టి వుంటాయి.)

ప్రభుత్వమే ఏర్పరిచిన జాతీయ 'భద్రతా దళం' తాలూకు కొన్ని యూనిట్లు, ప్రభుత్వం మీద విసుగెత్తి, క్రోధంతో వున్నాయి. ఆ యూనిట్లు, ప్రభుత్వ 'భద్రతా దళానికి' గతంలో వున్న కేంద్ర కార్యాలయాన్ని స్వాధీన పర్చుకున్నాయి. కొన్ని భద్రతా దళ యూనిట్లు, పారిస్‌కి సంబంధించిన ఆర్థిక యూనిట్లనీ, అంతరంగిక భద్రతా యూనిట్లనీ, యుద్ధ మంత్రిత్వ శాఖల్నీ, ఆక్రమించాయి.

ఈ 1871 మార్చి 18 గురించి ఎంగెల్స్ రాసినది (పేజీ 29): "జర్మనీతో శాంతి సంధి చేసుకున్న

తర్వాత, నూతన ప్రభుత్వాధికారి అయిన తేయర్, పారిస్ కార్మికుల్ని నిరాయుధుల్ని చేయడానికి సంకల్పించాడు. కార్మికుల చేతుల్లో ఆయుధాలు ఉన్నట్టయితే, అవి అలా ఉన్నంత కాలమూ, ఆ కార్మిక దళాల వల్ల, ఆస్తి పర వర్గాలైన బడా బూర్జువాల-భూస్వాముల పాలనలకు ఎదురయ్యే నిరంతర ప్రమాదాల్ని, గుర్తించక తప్పదని తేయర్ గ్రహించాడు. [మార్క్సు, ఎంగెల్సులు, ఇంటర్నేషనల్ సమావేశాల ద్వారా ప్రచారం చేసే శ్రామిక వర్గ విముక్తి సిద్ధాంతాన్ని, తేయర్, ఆ నాడే, ఈ నాటి కమ్యూనిస్టుల కన్నా తెలివిగా గ్రహించి నట్టున్నాడు! ఈ తేయర్ గాడు, దోపిడీ వర్గానికంతటికీ తెలివైన ఏజెంటు!]

కార్మికులతో కూడిన ఇతర శ్రామికుల్ని నిరాయుధుల్ని చేయడానికి ప్రయత్నించడమే, తేయర్ తీసుకున్న మార్చి 18 నాటి తొలి చర్య.

జాతీయ భద్రతా దళానికి ('నేషనల్ గార్డ్'కి) అసలు ఫిరంగులు ఎలా వచ్చాయి? జర్మనీ మీద పోరాడడానికి ఆ నాడు కార్మికుల్ని కూడా సాయుధుల్ని చేయడానికి ఇచ్చిన ఆయుధాలు అవి.

వాటిని వెంటనే వశం చేసుకోమనే ఆజ్ఞలతో తేయర్, మార్చి 18న(1871) ప్రభుత్వ సైనిక దళాలను పంపించాడు.

ఆ ఫిరంగులు, "ఫ్రాన్సు మీద జర్మనీ ముట్టడి జరిగిన కాలంలో తయారైనవి". [ఈ ఫిరంగుల్ని, శ్రామికులు తాము సేకరించిన విరాళాలు చెల్లించి కొన్నారని, వేరే సందర్భంలో కనపడుతుంది. అది ఇక్కడ లేదు. అంతే కాదు, తేయర్ అధీనంలో నడిచే ఫ్రాన్సు ప్రభుత్వం, పారిస్‌ని వదిలి వెర్సేల్స్ నగరానికి 1871 మార్చి 20న వెళ్ళిపోయిందని వేరే చోట చూస్తాం. కానీ, ఇక్కడ, తేయర్ ప్రభుత్వం, వెర్సేల్స్ నించే పారిస్ ఫిరంగుల కోసం సైనికుల్ని పారిస్‌కి 18వ తారీకునే పంపినట్టుగా వుంది. వీటిని, తారీకుల పొరపాట్లుగా మాత్రమే చూడాలి.]

పారిస్‌లో, ఉద్యమ భద్రతా దళం వారి ఆయుధాలన్నీ, మాన్‌మర్టర్ కొండ మీద వున్నాయి. అక్కడ తుపాకుల గుట్టల దగ్గిర తక్కువ మంది కార్మికులు మాత్రమే కాపలాలు కాస్తున్నారు. అక్కడికి అర్ధ రాత్రిలో వచ్చిపడిన తేయర్ ప్రభుత్వ సైనిక దళాలను, ఆ కాపలా వారు అడ్డుకోలేక పోయారు. తుపాకులన్నీ, ప్రభుత్వ సైనికుల వశం అయ్యాయి. కానీ, అక్కడికి గుర్రాల బళ్ళు, ఆ తుపాకుల రవాణా కోసం, ఇంకా చేరలేదు.

ప్రభుత్వ సైన్యాధికార్లకు ఎప్పుడూ క్రమశిక్షణా పద్ధతులు లేవు. ఆ ప్రభుత్వాధికార్లు, ఆ తుపాకుల గుట్టల్ని

వెంటనే తరలించ లేకపోయారు. అంతలో ఉద్యమకారుల భద్రతా దళ సభ్యుల హెచ్చరికలు, పారిస్ నగర మంతటా వ్యాపించి, శ్రామిక ప్రజలందరూ, ఆ కొండ దగ్గిరకి చేరగలిగారు.

ప్రభుత్వ అధిపతి అయిన ఒక మిలటరీ జనరల్, ఉద్యమకారులపై కాల్పులు జరపమని తన సైనికులకు ఆర్డర్లు ఇచ్చాడు. ఆ సైనికులు, ప్రజల మీదకు తుపాకులు ఎత్తలేకపోయారు. మౌనంగా వుండిపోయారు.

ఆ సైనికాధికారులు, ఆ కొండ దగ్గిర ఉద్యమ కారులతో, అక్కడి ఆయుధాలన్నింటినీ, తమకు స్వాధీనం చేయాలన్నారు. ఆ అధికారులు, లేకాంట్, టామోలు. ఆ ఇద్దరు అధికార్లూ, తమ సైనికులకు, ఆయుధాల్ని స్వాధీనం చేసుకోవడానికి అడ్డుపడే కార్మిక స్త్రీలనైనా, బాల బాలికలనైనా, కాల్చివేయమని పదే పదే ఆజ్ఞలు ఇచ్చారు. కాల్పులు జరపకుండా నించుని వున్న తమ సైనికుల్ని తిట్టిపోస్తున్నారు. జనరల్స్, ఆగ్రహోదగ్రులై ఆర్డర్ల మీద ఆర్డర్లు ఇస్తూనే ఉన్నారు, 'పేల్చండి, పేల్చండి! కాల్చండి, కాల్చండి!' అంటూ!

తుపాకుల్ని పట్టుకుని వున్న సైనికులు, కొంత సేపటికి, వాటిని ఆగ్రహంగా ఎత్తి పేల్చేశారు, ఎవరిని? ఆ జనరల్స్‌నే! ఆ జనరల్స్ మీదకే!

ఆ వీరులైన సైనికులు, తోటి కార్మికుల మీద కాల్పులు జరపడానికి నిరాకరిస్తున్నారని, వారి సానుభూతి ధోరణిని గ్రహించకుండా ఆర్డర్లు కురిపించే అధికారుల్నే వారు పేల్చిపారేశారు! తర్వాత, ఈ వీరులైన సైనికులు, ఉద్యమకారుల్లోనే చేరిపోయారు.

మాన్ మార్టర్ కొండ మీద జరిగిన విషయం గురించి మార్క్సు ఇలా రాశాడు (పేజీ 69).

"మాన్ మార్టర్ పై చీకటి మాటున జరిగిన దాడిలో, సైన్యాధికారుల్లో ఒకడైన జనరల్ లెకాంట్, 81వ సైనిక రెజిమెంట్‌కి కొన్ని ఆర్డర్లు ఇచ్చాడు. సిగాల్ చౌక్‌లోని నిరాయుధ ప్రజాసమూహంపై కాల్పులు చక చకా సాగించమని! ఆ సైనికులు, ఆ ఆజ్ఞల్ని ధిక్కరించేసరికి, వారిని తీవ్రంగా తూలనాడాడు.

స్త్రీలను, పసిబాలలను కాల్చడానికి బదులు, ఆ సైనికులు, అధికారినే, అతగాడినే కాల్చిచంపారు. ఆ సైనికులే మరొక అధికారి అయిన టామాను కూడా కాల్చి చంపారు."- ఇవీ, ఈ సందర్భానికి మార్క్సు మాటలు!-1871 మార్చి 18న జరిగింది ఇదీ! కానీ, అప్పుడే 'కమ్యూన్ ప్రకటన' కాదు.

*

13. 'పారిస్ కమ్యూన్' ప్రకటన మార్చి 18న కాదు!

ఉద్యమ కారుల 'భద్రతా దళం' తాలూకు, కేంద్ర కమిటీ, మార్చి 19 ఉదయం పారిస్ సిటీ హాలులో సమావేశమైంది. సాయంత్రానికి, భద్రతా దళాల యూనిట్ల సభ్యులు 20 వేలమంది, సిటీ హాలుకి ఎదురుగా ఉన్న మైదానంలో, అనేక డజన్ల ఫిరంగులతో విడిది చేసి, ప్రదర్శన జరిపారు.'పారిస్ నగరం, మా రాజ్యమే. ఈ నగరం మీద అధికారం, మా భద్రతా దళానిదే' అని ప్రకటన చేశారు. ఎర్ర జెండాను బిల్డింగు మీద ఎగరేశారు. [కార్మికులకు, ఈ 'ఎర్ర జెండా' పద్ధతి ఇప్పుడే మొదలైందో, అంత కు పూర్వమే మొదలైందో, ఆ వివరాలు ఇక్కడ లేవు.]

బ్లాంకీ వాదుల్లో కొందరు, ఆ ప్రదర్శనలో ఒక ప్రకటన చేశారు. 'మనం వెంటనే త్యేర్ ప్రభుత్వాన్ని తరిమికొట్టడానికి వెర్సేల్స్ పైకి వెళ్ళాలి. మన ప్రభుత్వమే ఫ్రాన్సు దేశం అంతటి మీదా ఏర్పడాలి' అంటూ. అంటే, త్యేర్ ప్రభుత్వం మీద యుద్ధానికి వెళ్ళాలని ఆ ప్రకటన.[దీన్ని తర్వాత కాలంలో, మార్క్స్, ఎంగెల్స్‌లు పూర్తిగా సమర్థించారు. త్యేర్ ప్రభుత్వాన్ని కూలదోయడం జరిగివుండవలసిందే- అన్నారు.]

కానీ, భద్రతా దళం సభ్యులందరూ ఒకే అవగాహనతో లేరు.[ఏ సంఘం లోనూ ప్రారంభంలో, సభ్యులందరూ ఒకే అవగాహనతో ఉండరు. కానీ, మార్క్సిస్టు అవగాహన ప్రకారం కార్మిక వర్గ దృష్టితో ఉన్నట్టైతే, ఒకే అవగాహన ఏర్పడడం చాలా తేలిక. కానీ, ఈ భద్రతా దళంలో, చాలా తక్కువ మందే తప్ప, సభ్యులందరూ మార్క్సిస్టు అవగాహనతో లేరు.] భద్రతా దళంలో సభ్యుల్లో మెజార్టీ సభ్యులు, వెంటనే త్యేర్ ప్రభుత్వం మీద దాడికి అంగీకరించలేదు. ఆ మెజార్టీ సభ్యులు ఎలా భావించారంటే: 'మొదట మనం, పారిస్ నగరం మీద చట్టబద్ధమైన అధికారం మనదే అయ్యే విధంగా మనం రుజువు చేసుకోవాలి. ఈ నగరాన్ని, మన రాజ్యంగా ఏర్పరచు కోవాలి. ఆ తర్వాతే, మన కు వ్యతిరేకులైన వాళ్ళ మీద పోరాటం

చేద్దాం' అని భావించారు.[ఎప్పుడైనా, మెజార్టీ సభ్యుల అవగాహన ప్రకారం నడవవలిసిందే కదా? ఆ అవగాహన మరీ తప్పు-అని గ్రహించి, దాన్ని భరించలేనివాళ్ళు, ఆ సంఘం నించి విడి పోవాలి. అంత వ్యతిరేకత లేనప్పుడు, మైనార్టీ కూడా మెజార్టీ ప్రకారమే నడవాలి.] *

14.ఉద్యమకారులు చేసిన పొరపాట్లు మొదలు!

పారిస్ నగరం మీద అధికారం, ఉద్యమ కారుల భద్రతా దళానిదే - అని రుజువు కావాలంటే, ఏం జరగాలి?- ఎన్నికలు జరగాలి.ఆ దళపు కేంద్రకమిటీ, ఆ మార్చి నెలలోనే 23వ తారీకున ఆ ఎన్నికలు జరగాలని ప్రకటించింది. ['పారిస్ కమ్యూన్' అనే పేరు, ఆ ఎన్నికలు జరిగితేగానీ ఏర్పడదని ఆ సభ్యులు భావించారు.]

తమాషా ఏమిటంటే, ఉద్యమకారుల్లో మెజార్టీ సభ్యులు, ఒక అడ్డగోలు పని చేశారు. వెర్సేల్స్‌లో ఉన్న త్యేర్ ప్రభుత్వం దగ్గిరికి ఒక మేయర్ల బృందాన్ని పంపించారు. ఎందుకూ? **'పారిస్ నగరం మీద మాకే అధికారం ఇవ్వడానికి మీరు అంగీకరించండీ, అయ్యా!'** అని అడగడానికి! [అలా అడగడానికి వెళ్ళిన వాళ్ళతో త్యేర్ ఏం చెప్పాడో, ఆ వివరాలు లేవు. వాడి ప్రవర్తన ద్వారా అది తెలుస్తుంది తర్వాత.]

కార్మిక వర్గం, తన అధికారం కోసం, దోపిడీ వర్గాన్ని యాచించడమా! అలా యాచించే వాళ్ళు, దోపిడీ వర్గానికి వ్యతిరేక నిర్ణయాలు తర్వాత చేస్తారా? పారిస్‌ని తమ రాజ్యంగా ఉంచుకోవాలంటే, అంత శక్తి తమకు ఉంటే చాలు. ఏ ప్రభుత్వాన్నీ అడగవలసిం దేమీ లేదు. అది పెద్ద తప్పు! ఆ అవగాహన మెజారిటీ సభ్యులకు లేదు. ఎందుకంటే, వాళ్ళు, సరైన కార్మిక వర్గ దృష్టితో లేరు. బొత్తిగా లేరనీ కూడా కాదు. అంతా అస్పష్టం! ఇది కొంతా, అది కొంతా!

1871 మార్చి 20: వెర్సేల్స్‌ని రాజధానిగా చేసుకుని ప్రభుత్వం సాగిస్తూవున్న త్యేర్ ప్రభుత్వం, తన దోపిడీ వర్గ తెలివితో ఏం చేస్తోందంటే, పారిస్‌ని ఆక్రమించివున్న ఉద్యమ కారులపై దాడులు జరిపే ప్రయత్నాల్లో వుంది. ఆ ప్రభుత్వం, 1871 మార్చి

20న ఒక అసెంబ్లీ సమావేశం జరిపి, "15 మంది కమిషన్" అనే దాన్ని ఏర్పరిచింది. ఆ కమిటీలో వున్న 15 మంది సభ్యులూ, ఎటువంటి వాళ్ళంటే, వాళ్ళు, రాజరిక వాదులూ, త్యేర్ అనుచర కపట బూర్జువా రిపబ్లికన్లూనూ.

ఆ కమిషన్, ఫ్రాన్సులో ఉన్న అన్ని రాష్ట్రాలకూ ఒక ఆదేశం పంపింది. ఏమని?- పారిస్‌ని ఆక్రమించ డానికి ప్రయత్నించే ఉద్యమకారులపై దాడులు జరపడానికి, ప్రతీ రాష్ట్రంలోనూ వలంటీర్లు (కార్యకర్తలు) తయారవ్వాలి! ఆ వలంటీరు దళాల్ని అందరూ మా దగ్గిరికి పంపండి! - అని.

కానీ, ఆ విజ్ఞప్తి చేసిన కమిషన్‌కి, రాష్ట్రాల నుంచి తోడ్పాటు రాలేదు. తోడ్పాటు ఎందుకు రాలేదంటే, త్యేర్ మీద ఎవరికీ ఎక్కువ నమ్మకం లేదు.

ఆ సందర్భం గురించి

మార్క్సు రాసింది (పేజీ 94):

'పారిస్‌ని జర్మన్లు ఆక్రమించేటట్టు చేయాలనేది, ఫ్రాన్సు దోపిడీ యజమానులు చేసిన కుట్ర! ఆ కుట్ర ఫలించలేదు. ఎందుకంటే, ఆ ప్రభుత్వ సైన్యం చిత్తుగా ఓడిపోయి, ఆ సైన్యం జర్మనీలో బందీలుగా ఉంది. ప్రభుత్వమే పారిస్ ఉద్యమకారుల్ని చూసి భయపడుతూ, పారిస్‌ని వదిలేసి ఇంకో నగరానికి పోయి, దాన్ని రాజధానిగా చేసుకుంది. ఈ విషయా లన్నీ ఇతర రాష్ట్రాలకు తెలుసు కాబట్టి, వాళ్ళు, ప్రభుత్వపు విజ్ఞప్తికి మౌనంగా వుండిపోయారు.'- ఇవీ, ఈ సందర్భం లో మార్క్సు మాటలు.

పారిస్‌కీ, ఇతర ప్రాంతాలకీ, సమాచారాలు ధారాళంగా వచ్చిపోయే అవకాశాలు లేవు. త్యేర్ ప్రభుత్వపు కుట్రలు, పారిస్ ఉద్యమకారులకు తగినంతగా తెలిసేవి కావు. వాళ్ళు, ప్రభుత్వంతో శాంతియుతంగానూ, సంప్రదింపుల దృష్టితోనూ, ఉండి పోయారు.

దాని వల్ల త్యేర్, పారిస్ ఉద్యమ కారుల్ని అణచడానికి ఎక్కువ వ్యవధి సంపాదించగలిగాడు.

[త్యేర్, వెర్సేల్స్‌లో, కొత్త ప్రభుత్వ ఏర్పాట్లలో వున్నప్పుడే, వాళ్ళని, పారిస్ వుద్యమకారులు అరెస్టులు చేసివుంటే, ఆ వుద్యమకారుల స్తితి మెరుగ్గా వుండేది - అని మార్క్సు అన్నాడు.- ఇక్కడ మనకి ఒక సందేహం రావచ్చు. త్యేర్ ప్రభుత్వం అంతా అరస్టులై పోయినా, అప్పుడు జర్మనీ వాళ్ళు, పారిస్ మీదకి రాకుండా వుంటారా? కానీ, త్యేర్ ప్రభుత్వం లేకపోతే, ఫ్రాన్సు లో అన్ని రాష్ట్రాలూ ఐకమత్యంతో ప్రవర్తించేవే. వాళ్ళు ఎప్పుడో కమ్యూన్లు పెట్టారు కదా? - ఇలా జరిగేది కాదా? త్యేర్ ప్రభుత్వం లేకపోతే, ఉద్యమ కారుల సంఖ్య పెరిగేది కాదా?**]** *

15. పారిస్ ఉద్యమ కారుల మీద, దాడులు మొదలు!

1871 మార్చి 22 : పారిస్ ఉద్యమ కారుల కేంద్ర కమిటీ, గతంలో చేసిన ప్రకటననే మళ్ళీ చేసింది. 'పారిస్ మీద పాత ప్రభుత్వ మేయర్ల కెవ్వరికీ అధికారం లేదు. అధికారం అంతా మా కేంద్ర కమిటీదే. మా భద్రతా దళానిదే' అని.

అప్పుడు, మేయర్లలో ఒకడైన క్లెమెన్సూ అన్నాడట : 'మేము ఇప్పుడు రెండు రకాల తిక్క మనుషుల మధ్య ఇరుక్కుని వున్నాం. ఒక రకం తిక్క వాళ్ళు వెర్సేల్స్‌లోనూ; రెండో రకం తిక్కవాళ్ళు, పారిస్‌లోనూ; తిష్టవేసుకుని కూర్చుని వున్నారు' అని.

[అంటే,పారిస్‌లో వుద్యమకారులు, విప్లవకారులుగా గాక, 'తిక్క మనుషులు'గానే కనపడుతున్నారు. ఎందుకంటే, వాళ్ళ పనులు తిక్కగానే వున్నాయి, అలాగే కనపడుతున్నాయి, ఇతర జనాలకి!]

ఈ సందర్భం గురించి మార్క్స్.

(పేజీ 71.)

"మార్చి 22న, పారిస్‌లో, సంపన్న విలాస ప్రాంతాల నించి, తేయర్ కొత్త పార్టీ అయిన 'పార్టీ ఆఫ్ ఆర్డర్' ప్రోద్బలంతో, పెద్ద మనుషుల అల్లరి మూక(రయటన్ మాబ్), ఒకటి బైల్దేరింది. ఆ మూకలో, సంపన్న రంగేళీ యువకులున్నారు. ఆ గుంపులో అగ్ర భాగాన ఒకడు హెక్కరెన్, ఒకడు క్యోట్లగాన్, ఒకడు హెన్రీ డిపేన్. వీళ్ళల్లో ఒకడు రాజ వంశీకుడు, ఒకడు ప్రభుత్వాధికారి, ఒకడు జర్నలిస్టూ. మొత్తానికి ముగ్గురూ విప్లవ వ్యతిరేకుల వంటి భ్రష్టాచారులు. ['భ్రష్టాచారులు' అనే మాటకి ఇంగ్లీషులో మార్క్స్ ఏ మాట వాడాడో అని ఇంగ్లీషు ముద్రణలో చూస్తే, అక్కడ ఒక ఫ్రెంచి పదం వుంది. దానికి అర్థం 'చెడ్డవాళ్ళు' అని.]

ఈ ముగ్గురు భ్రష్టాచారులతో అదే రకం కుర్రకారంతా, దొంగలు వాడే ఆయుధాల వంటి వాటిని రహస్యంగా పెట్టుకుని, పారిస్ వీధుల్లో బారులు తీరి, మార్చింగు చేస్తున్నట్లు తిరుగుతూ, దారుల్లో తమకు ఎదురైన 'నేషనల్ గార్డ్'కి చెందిన ఉద్యమ కారులైన సైనికుల్నీ, వీధుల్లో ఎక్కడికక్కడ గస్తీల కోసం తిరుగుతూ వున్న ఉద్యమ కారుల్నీ, అనేక పనుల మీద తిరిగే వాళ్ళనీ, హఠాత్తుగా మీదబడి, హింసించి, వాళ్ళ ఆయుధాలు లాక్కోవడం

చేశారు. 'ఉద్యమ కారుల భద్రతా దళం పేరుతో సాగే కేంద్ర కమిటీ, నశించాలి! హంతకులు నశించాలి! జాతీయ ప్రభుత్వం వర్ధిల్లాలి!' అని కేకలేస్తూ, నేషనల్ గార్డు సభ్యులు కనబడితే, వాళ్ళల్లోకి చొచ్చుకుపోతూ, వెండోమ్ చౌకులో వున్న నేషనల్ గార్డ్ కార్యాలయాన్ని ఆక్రమించడానికి ప్రయత్నించారు.

ఉద్యమ కారులైన నేషనల్ గార్డులు, మొదట పిస్టల్ కాల్పుల దాకా పోకుండా, సాధారణంగా చేసే హెచ్చరికలు మాత్రమే చేశారు. అవి నిష్ఫలమని తేలిన తర్వాతే, నేషనల్ గార్డ్ జనరల్, తన సభ్యులకు పిస్టల్ కాల్పులకే అనుమతి ఇచ్చాడు. ఒక్క విడత కాల్పులు సాగేసరికి డాంబికులందరూ పరుగులు లంకించుకున్నారు.

పలాయనం చిత్తగిస్తూ వాళ్ళు, నేషనల్ గార్డుల్లో ఇద్దర్ని చంపి, తొమ్మిది మందిని తీవ్రంగా గాయపరుస్తూ పోయారు. గాయపడ్డవాళ్ళల్లో ఒక 'నేషనల్గార్డ కేంద్రకమిటీ సభ్యుడు' కూడా వున్నాడు.- 'శాంతి యుత ప్రదర్శన' అంటూ వీధుల్లోకి బయల్దేరిన ఆ రౌడీ మూక చేసిన వీరోచిత కృత్యాలు, అటువంటివి. వాళ్ళు తిరిగిన వీధుల్లో, కర్రలూ, కత్తులూ, రివాల్వర్లూ, రాళ్ళూ రప్పలూ, వగైరాలన్నీ చెల్లాచెదురుగా పడి వుండి, ఆ దృశ్యాలు, వాళ్ళ శాంతియుత స్వభావానికి వికృతమైన రుజువులుగా వున్నాయి"- ఇంత వరకూ చూసింది, మార్క్సు మాటలు. *

16. 'పారిస్ కమ్యూన్' పేరు ప్రారంభం!

1871 మార్చి **26** పారిస్ నగర పౌరులు, మ్యునిసిపల్ కౌన్సిల్ని, "పారిస్ కమ్యూన్" పేరుతో పెట్టుకోదలిచారు. ఆ కమ్యూనే, పారిస్కి పాలక సంస్థగా!

ఆ 'కమ్యూన్' ని కోరే వారిలో, కార్మికులే ప్రధానంగా వున్నారు. వారిలో, ఆ నాటి ఇంటర్నేషనల్ సభ్యులూ; ప్రూడన్, బ్లాంకీల అనుచరులూ, ఉన్నారు. కమ్యూన్కి ఇంకా ఎన్నికలు జరగాలి. కమ్యూన్లో సభ్యులు ఏర్పడాలి.

'భద్రతా దళం' తాలూకు కేంద్ర కమిటీ వారూ, 'ఇంటర్నేషనల్'లో సభ్యులుగా వున్నవారూ, 'కమ్యూన్'లో తమ గ్రూపు సభ్యులుగా వుండదగ్గ వ్యక్తుల పేర్లని, ఎవరి జాబితాని వాళ్ళు ఇచ్చారు. కమ్యూన్ సభ్యులుగా

చేరదలిచినవారిలో ఎక్కువ మంది, అతి వాద వామపక్ష వాదులే. అభ్యర్థుల ఎన్నికల ప్రచారానికి, కొద్ది రోజుల వ్యవధి వుంచారు.

పారిస్‌లో, కమ్యూన్ ఏర్పడబోతోందనే వార్త, వెర్సేల్స్‌లో వున్న త్యేర్ ప్రభుత్వానికి అందింది. ఆ ప్రభుత్వం, పారిస్ వాసులందర్నీ, కమ్యూన్ ఎన్నికల్లో పాల్గొనవద్దని, ప్రచారం చేసింది.

అయినప్పటికీ పారిస్‌లో, కమ్యూన్ అభ్యర్థుల కోసం ఎన్నికలు జరిగితే, 4 లక్షల, 85 వేల ఓటర్లలో, 2 లక్షల 33 వేలమంది ఓటింగ్‌లో పాల్గొన్నారు. అంటే 48 శాతం మంది, కమ్యూన్ అభ్యర్థుల కోసం, ఓట్లు వేశారు.

పై తరగతి ధనికుల నివాస ప్రాంతాల్లో కూడా ఎన్నికల కోసం ఏర్పాట్లు చేశారుగానీ, అటువంటి ప్రాంతాల్లో, 70శాతం మంది ఓటింగులో పాల్గొనలేదు.

కార్మికవాడల్లో అయితే, చాలా ఎక్కువ మంది ఓటింగులో పాల్గొన్నారు.

అప్పటికీ జైళ్ళల్లో వున్న బ్లాంకీ వంటి కొంత మంది నాయకులు, కమ్యూన్ సభ్యులుగా ఓటింగ్‌లో గెలిచారు.

ఈ కమ్యూన్ ఎన్నికల గురించి మార్క్స్:(పేజీ 72.)

"పారిస్ ఉద్యమకారులపై వెర్సేల్స్ నించి త్యేర్, గతంలో, మార్చి 18న, మాన్ మార్టర్ కొండ మీద వున్న ఆయుధాల కోసం, పారిస్ దళాలతో 'అంతర్యుద్ధం' ప్రారంభించాడు కదా? అప్పట్లో, వెర్సేల్స్ ప్రభుత్వం, కొత్త రాజధాని ఏర్పాట్లతో పూర్తిగా అస్తవ్యస్తంగా వుంది. అటువంటి సమయంలో, ఆ ప్రభుత్వం మీద తక్షణం దాడి చేసి, ఆ ప్రభుత్వాన్ని పారిస్ దళం, తన అధీనంలోకి తీసుకోలేదంటే, ఆ భద్రతా దళపు కేంద్ర కమిటీ, తనకే తను హాని చేసుకుంది. త్యేర్ నీ, అతని 'భూస్వాముల సభ' నీ, అవి చేసే కుట్రలతో సహా, ఆ నాడే అణచివేసి వుండవలసింది. కానీ ఉద్యమ కారుల భద్రతా దళపు కేంద్ర కమిటీ, అలా చేయలేదు. ఎందుకంటే, శాంతంగా వుండడం, ఎవరి విషయంలో జరగాలో తెలుసుకోలేదు.

ఆ నాడు, ఆ కేంద్ర కమిటీ, తన బలాన్ని చూపించక పోయినా, ఆ తర్వాత, ఆ కేంద్ర కమిటీ, కమ్యూన్ ఎన్నికల బ్యాలెట్ పెట్టె ద్వారా, తన బలాన్ని చూపగలిగిందనుకోండీ! అప్పుడు, పారిస్‌లోనే వున్న త్యేర్ ప్రభుత్వ మేయర్లు, కమ్యూన్ కోసం ఎన్నికైన అభ్యర్థులతో, కేవలం నటనలతో, సుతిమెత్తని రాజీ మాటలు పలికారు. కానీ, వారు లోలోపల మాత్రం, ఈ కమ్యూన్‌ని కాలక్రమేణా రూపుమాపవలిసిందే-అని, గట్టి

ప్రమాణాలు చేసుకున్నారు". [దోపిడీ దారులకు వాళ్ళ 'వర్గ స్పృహ' ఎప్పుడూ తెలివిగానే వుంది. కార్మిక వర్గస్పృహ, కమ్యూనిస్టులకే ఇంకా లేదు.]

1871 మార్చి 28: 'పారిస్ కమ్యూన్' ఏర్పడక ముందు వరకూ, పారిస్‌లో ప్రభుత్వాన్ని, భద్రతా దళాల కేంద్ర కమిటీయే నడుపుతూ వుండేది కదా? కమ్యూన్‌కి ఎన్నికలు జరిగి, కమ్యూన్ ఏర్పడిన తర్వాత, ఆ కమ్యూనే ప్రభుత్వంగా పని చేస్తుంది కాబట్టి, పాత 'కేంద్ర కమిటీ'రాజీనామా చేసింది.

ఈ మార్చి 28న, కమ్యూన్‌లో మొదటి సమావేశం జరిగింది. ఆ సమావేశంలో, సభ్యులు కొన్ని కొత్త విషయాలు చర్చించారు. *

17. కమ్యూన్‌లో, మొదట చర్చించిన అంశం!

జైల్లో వున్న బ్లాంకీకి 'గౌరవాధ్యక్ష పదవి' ఇవ్వాలని! [ఈ మాటలు, మార్క్స్ ఎంగెల్సులు ఇచ్చిన సమాచారంలో లేవు. నెట్ నించి కూడా కొంత సమాచారం తీశాం కాబట్టి, ఆ సమాచారం ఇది. 'గౌరవాధ్యక్షత'అనే మాటని ఎవరో రాసి వుంటారు. ఏ ఉద్యమంలో అయినా, ప్రతీ సభ్యుడూ ఉద్యమకారుడే. 'గౌరవం' అనేది, అధ్యక్షుడికే చేర్చవలిసిన ప్రత్యేక లక్షణం కాదు. ప్రతీ సభ్యుడూ గౌరవనీయుడే. ఏ 'పదవి' అయినా, ఉద్యమంలో అది ఒక బాధ్యత! ఉద్యమకారులందరూ, ఎవరి బాధ్యతల్ని వారు నిర్వహిస్తారు. ఒక్క పదవిలో వున్న వ్యక్తినే గొప్ప చేయవలిసిన అవసరం లేదు. అది తప్పు. ఈ గౌరవాధ్యక్షతలూ, సన్మానాలూ, అనేవి కొందరికి మాత్రమే జరిగే దోపిడీ సంస్కృతి. కమ్యూన్ సభ్యుల సంస్కృతి, వ్యక్తిని గుర్తించే విషయంలో, తప్పుగా వున్నట్లే.] *

18. కమ్యూన్ సమావేశంలో చర్చించిన ఇతర అంశాలు !

'మరణ శిక్షల్ని' రద్దుచేయాలి; మిలటరీ సర్వీసుల్లోకి తప్పనిసరిగా చేరాలనే నియమాన్ని రద్దు; ఇతర నగరాల్లో కూడా కమ్యూన్ల ఏర్పాట్లు

కోసం పారిస్ నించి కొందరు కార్యకర్తలు వెళ్ళి, అక్కడి వారికి సహకరించాలి; జాతీయ అసెంబ్లీలో సభ్యులుగా వుంటూ, ఇటు ఉద్యమ కారుల భద్రతా దళంలో కూడా సభ్యులుగా వుండడం, గతంలో జరిగింది. కానీ, ఆ విధంగా ఇప్పుడు జరగరాదు; అంటే, త్యేర్ ప్రభుత్వం లోనూ, కమ్యూన్‌లోనూ కూడా సభ్యులుగా వుండడం జరగరాదు. - ఈ రకంగా, కొన్ని అంశాల గురించి, మొదటి సమావేశంలో చర్చలు జరిగాయి.

కమ్యూన్‌లో సభ్యులుగా వున్న కొందరు బూర్జువా రిపబ్లికన్లు, కమ్యూన్ సమావేశాల్లో జరిగే చర్చల్ని చూసి, జడుసుకున్నారు. కమ్యూన్ 'మరీ విప్లవకరంగా వుందని' భావించి, కమ్యూన్‌కి రాజీనామా చేసేశారు.

కమ్యూన్‌లో జరిగే చర్చల్నీ, వాటి వివరాల్నీ, రహస్యంగా వుంచాలని కూడా కమ్యూన్‌లో ఒక తీర్మానం జరిగింది.

1871 మార్చి 29: కార్మికుల బ్రతుకు దెరువుల్లో, అద్దె ఇళ్ళకు అద్దెలు కట్టడం, చాలా ఇబ్బంది తెచ్చే సమస్య. కమ్యూన్‌లో, ఈ అద్దె ఇళ్ళ సమస్య మీద కూడా చర్చలు జరిగాయి. కొన్ని ఇళ్ళని, సామాన్లతో సహా అద్దెలకు తీసుకుంటారు. 1871 ఏప్రిల్ కన్నా ముందు వున్న 9 నెలలకూ అద్దెలు కట్టక్కరలేదని కమ్యూన్ చేసిన కొత్త నియమం. ఎందుకంటే, అప్పటి యుద్ధాల వల్ల, నిరుద్యోగాలూ, కరువులూ, ఇంటి పురుషుల మరణాలూ, ఎన్నో జరిగి పోతున్నాయి.అద్దె ఇల్లు, సామాన్లతో కలిపి తీసుకున్నదైనా, సామాన్లు లేకుండా ఖాళీ ఇంటిని తీసుకున్న దైనా, గత 9 నెలలకు అద్దెలు కట్టక్కర లేదు. ఆ గత 9 నెలలకూ అద్దెలు కట్టడం జరిగిపోయివుంటే, ఆ అద్దెలు, తర్వాత గడవబోయే 9 నెలలకు వర్తిస్తాయి. ఆ అద్దెల్ని 10వ నెల నించే కట్టాలి.

ఈ అద్దెల రద్దు నియమం, అద్దె ఇళ్ళని తీసుకున్న వాళ్ళ సమస్యని కొంత తగ్గిస్తుంది గానీ, ఇళ్ళని అద్దెలకు ఇచ్చిన యజమానులకు ఆగ్రహాలు తెప్పిస్తుంది. అయినప్పటికీ, ఆ కాలంలో వున్న కరువు వంటి సమస్యల వల్ల, ఈ 'అద్దెల రద్దు' సమస్య తప్పనిసరి అయింది.

అద్దె ఇంటిని ఖాళీ చెయ్యమని, ఆ ఇంటి యజమాని, ఆ అద్దె ఇంటి వాళ్ళకి నోటీసు ఇచ్చివుంటే, ఆ నోటీసులు, 3 నెలల వరకూ చెల్లవు. అద్దె ఇంటిని ఖాళీ చెయ్యడానికి 3 నెలల వరకూ వ్యవధి ఇస్తూ వుండాలి - అని కూడా కమ్యూన్ చేసిన ఒక నియమం.

1871 మార్చి 30 :
కమ్యూన్‌చేసిన నిర్ణయాల గురించి, ఎంగెల్సు రాసినది (పేజీ 29)

* నిర్బంధంగా సైన్యంలో చేర్చుకునే విధానాన్ని కమ్యూన్ రద్దు చేసింది. ఎప్పుడూ రెగ్యులర్ స్తాయీ సైన్యం వుండాలనే నియమం కూడా రద్దు. నేషనల్ గార్డ్ సభ్యులు మాత్రమే ఏకైక సాయుధ బలగంగా వుండాలనీ; ఆయుధాల్ని చేతులతో పట్టి వాడగల శక్తి గల పౌరులందరూ సాయుధ బలగం కావాలనీ; కమ్యూన్ ఆజ్ఞ జారీ చేసింది.

* అద్దె గృహాలన్నిటికీ, 1870 అక్టోబరు నుంచి, 1871 ఏప్రిల్ దాకా, అద్దెలన్నీ రద్దు. ఆ అద్దెలు చెల్లించినవే అయితే, ఆ మొత్తాలు తర్వాత నెలల అద్దెలుగా వర్తిస్తాయని కమ్యూన్ తీర్మానించింది.

* మున్సిపల్ అప్పుల కార్యాలయంలో తాకట్టు పెట్టిన వస్తువుల్ని, ఆ తాకట్లు పెట్టిన వాళ్ళు విడిపించుకోకపోతే, వాటిని ఆ కార్యాలయం అమ్మివేసే పద్ధతి గతంలో వుండేది. ఆ పద్ధతిని కమ్యూన్ నిలిపివేసింది. అసలు, తమ వస్తువుల్ని తాకట్లుగా ఎవరు పెట్టుకుంటారు? అతి బీదలే. పనిముట్లని తాకట్లు పెట్టేస్తే, తర్వాత పనులెలా చేసు కుంటారు? తర్వాత ఏం తింటారు? వస్తువుల్ని తాకట్లుపెట్టి కొంత డబ్బు తీసుకొన్న వాళ్ళు, ఆ డబ్బుని చెల్లించకపోయినా, ఆ వస్తువుల్ని అసలు వాళ్ళకు ఇచ్చి వెయ్యవలిసిందే.- ఇది కమ్యూన్ నిర్ణయం.

* ఇదే తారీకు రోజున కమ్యూను సభ్యుల్లో వున్న విదేశీ సభ్యుల్లో, ఎవరిని, ఏ పదవిలో వుంచాలో ధృవీకరించడాలు కూడా జరిగాయి. కమ్యూన్ పెట్టుకున్న జెండా, "ప్రపంచ రిపబ్లిక్" జెండాయే. కాబట్టి, కమ్యూన్ సభ్యులు, ఏ దేశపు సభ్యులైనా,ఆ విదేశీయులు, ఏ పదవుల్ని నిర్వహించగల సమర్థులైతే ఆ పదవులకు వారు అర్హులు కాగలరని కమ్యూన్ నిర్ణయం.

* **1871 ఏప్రిల్ 1 :** కమ్యూన్‌లో బాధ్యతలు నిర్వహించే సభ్యుల జీతాలలో తక్కువ - ఎక్కువ తేడాలు అవసరమే. అయితే ఎక్కువ జీతం అనేది, సంవత్సరానికి 6వేల ఫ్రాంకులకు మాత్రం మించరాదు - అని నిర్ణయం. ('ఫ్రాంకు' అనేది ఫ్రాన్సు డబ్బు యూనిట్టు).

* కమ్యూన్ కార్యవర్గం చేసిన మరొక నిర్ణయం. రానున్న 5 రోజుల్లోగా వీలైనంత త్వరలోనే వెర్సేల్స్ సైన్యం మీద దాడులు చేయాలి-అని. *

19. జర్మనీ నించి, ఫ్రాన్సు యుద్ధ ఖైదీల విడుదల !

1871 ఏప్రిల్ 2: ఫ్రాన్సు ప్రభుత్వాధికారి తేయర్, జర్మనీ అధికారి అయిన బిస్మార్క్‌ని, ఒక కోరిక కోరాడు. జర్మనీ ఆధీనంలో వున్న ఫ్రాన్సు యుద్ధ ఖైదీల్ని వెంటనే విడుదల చేయమని! ఎందుకంటే, పారిస్ కమ్యూన్ చేతిలో వున్న సైన్యాన్ని అణచి వేయాలంటే, ఫ్రాన్సు ప్రభుత్వం దగ్గిర వున్న సైన్యం తక్కువే కాబట్టి. జర్మనీ, ఫ్రాన్సులో ప్రాంతాలైన సెడాన్‌లోనూ, మెట్జ్‌లోనూ యుద్ధాలు చేసి జయించినప్పుడు, ఫ్రాన్సు సైన్యాన్ని బందీలుగా తీసుకుపోయింది కదా? ఇప్పుడు, ఆ సైన్యం అంతా తేయర్ రిపబ్లిక్ ప్రభుత్వానికి తప్పనిసరిగా కావాలి. దాని కోసం, 5 బిలియన్ల ఫ్రాంకుల్ని జర్మనీకి కట్టే విధంగా తేయర్ అంగీకరించాడు.

జర్మనీ నించి, ఆ ఫ్రాన్సు యుద్ధ ఖైదీల సైన్యం, ఫ్రాన్స్‌కి తిరిగి వచ్చేసింది. అలా తిరిగి వచ్చిన సైనికులు, పారిస్ మీద ఫిరంగులతో అనుక్షణం దాడులు చేయడం ప్రారంభించారు కూడా !

ఏ సైన్యం అయితే, గతంలో, తమ దేశం మీద జర్మనీ చేసిన యుద్ధాన్ని 'అపవిత్ర దాడులు'గా ఆగ్రహంతో భావించిందో, ఆ ఫ్రాన్సు సైన్యమే ఇప్పుడు, తమ దేశం మీదే, ఆ 'అపవిత్ర దాడులు' చేస్తోంది!

* కమ్యూన్ చేసిన ఇంకొక నిర్ణయం. 'చర్చి'ని, ప్రభుత్వం నించి వేరు పరుస్తూ డిక్రీ చేయడం. మతపరమైన కార్యకలాపాల కోసం, ప్రభుత్వం ఏ ఖర్చులూ పెట్టకూడదు! చర్చి పేరుతో వున్న ఆస్తుల్ని సమాజ ఆస్తులుగా మార్చాలి.-'మతం' అనేది, వ్యక్తుల వ్యక్తిగత విషయాలుగా మాత్రమే వుండాలి - అని, ఆ నిర్ణయం.

[మతాల కోసం, ప్రభుత్వం ఏ ఖర్చులూ పెట్టకూడదు అంటే, అది కేవలం 'డబ్బు' విషయం మాత్రమే కాదు. చర్చీలూ, మతాధికారుల నివాస భవనాలూ - వంటి వాటి కోసం, వందల, వేల, ఎకరాల భూముల్ని ఉపయోగించడం కూడా మతాల ఖర్చే. ఈ ఖర్చులు అన్నీ, సమాజంలో గతం నించీ జరుగుతూ వున్నవే. ఈ రకంగా, మతాల కోసం, భూమిలో ఒక్క అంగుళం స్థలం అయినా ఖర్చు అవకూడదు. మత నమ్మకాల వాళ్ళు, వాళ్ళ ఇళ్ళల్లోనే కొంత స్థలాన్ని ఆ కార్యక్రమాల కోసం ఉపయోగించు

కోవలిసిందే. ఇంట్లో గదుల్ని దేవుళ్ళ విగ్రహాలకి అప్పగించేసి, ఆ ఇంటి మనుషులు, వాకిళ్ళల్లోనో, ఇంటి కప్పుల మీదో, గడపవచ్చు. అది వాళ్ళ ఇష్టం. దేవుళ్ళ విగ్రహాల్ని మంచాల మీద వుండే మెత్తని పరుపుల మీద పడుకోబెట్టి, ఆ ఇంటి మనుషులు, ఆ మంచాల అడుగున పడుకోవచ్చు. కొన్ని మతాల్లో, 'పాముల్ని' కూడా దేవుళ్ళుగా నమ్ముతారు కాబట్టి, పాముల విగ్రహాల్ని గానీ, పాముల్నే గానీ, మంచాల మీద పడుకోబెట్టి, ఆ మనుషులు, ఆ ఇళ్ళల్లోనే ఇరుకు స్థలాల్లో ఇరుక్కోవచ్చు. పారిస్ కమ్యూన్ వాళ్ళు, 'మతాలకు భూముల్ని ఇవ్వకూడదు' అనే డిక్రీ ఇక్కడ లేదు గానీ, అది వేరే చోట వుంది.'ఆస్తులు ఇవ్వకూడదు' అన్నారు కాబట్టి, దాన్ని మనం ఇంకా వివరంగా అర్థం చేసుకుంటూ వుండాలి.]

1871 ఏప్రిల్ 2 : కమ్యూన్,ఈ తారీకున ఏం నిర్ణయం చేసిందో, దాన్ని గురించి, ఏంగెల్సు క్లుప్తంగా ఇలా చెప్పాడు:

ఏంగెల్స్ : "చర్చిని, రాజ్యం నుంచి విడదీస్తూ, మత కార్యాల కోసం ప్రభుత్వపు చెల్లింపులన్నింటినీ రద్దు చేస్తూనూ; అంతే కాకుండా, యావత్తు చర్చి ఆస్తినీ 'జాతీయ ఆస్తి'గా మారుస్తూనూ, కమ్యూన్, శాసనాల్ని జారీ చేసింది.

* కమ్యూన్, రౌలెట్ వంటి జూదపు ఆటలన్నిటినీ కూడా నిషేధించింది.

* ఏప్రిల్ 2నే, కమ్యూన్ సైనిక దళాలు, 5 బెటాలియన్లుగా 27వేల మంది, ఉదయాన్నే, సియాన్ నదిని దాటి, త్యేర్ సైన్యం వేపు ఉపక్రమించాయి.అయితే, కమ్యూన్ సైన్యానికి తగిన ఏర్పాట్లేవీ లేవు. ఈ కమ్యూన్ సైన్యం, త్యేర్ సైన్యం వేపు ఎటువంటి నమ్మకంతో బైల్దేరిందంటే, మార్చిలో, మాన్ మార్టర్ కొండల మీద, త్యేర్ సైనికులు, కార్మిక ప్రజల్ని చంపడానికి ఇష్టపడలేదు కదా? పైగా, త్యేర్ సైనికులు, త్యేర్ ఆఫీసర్లనే కాల్చారు కదా? అలాగే ఇప్పుడు కూడా, త్యేర్ సైనికులు, కమ్యూన్ సైనికులకు ఏ హానీ చేయరనీ, వాళ్ళు కూడా కమ్యూన్ సైన్యంలోకే కలిసి పోయినా కలిసిపోతారేమోననీ, అటువంటి అమాయకపు అవగాహన తోనే వెళ్ళారు. కమ్యూన్ కార్యవర్గం నాయకులు, అటువంటి అవగాహన తోనే సైన్యాన్ని 'దాడి' పేరుతో పంపారు. అలా వెళ్ళిన కమ్యూన్ సైన్యం, త్యేర్ సైన్యం మీద ఏ అఘాయిత్యాలూ చెయ్యలేదు. త్యేర్ సైన్యంతో సామరస్యం కోసమే చూస్తూ నిలబడింది.

కానీ, త్యేర్ సైన్యం,కమ్యూన్ సైన్యం మీద, శత్రువుల మీద చేసే

నిజమైన యుద్ధమే ప్రారంభించింది. త్యేర్ సైన్యం, రైఫిళ్ళతో, ఫిరంగులతో, కమ్యూన్ సైన్యం మీద భారీ ఎత్తుననే దాడి చేసింది.దాని వల్ల, కమ్యూన్ సైన్యం, చెల్లాచెదురై పోవలసి వచ్చింది. కమ్యూన్ సైన్యంలో నించి కొందరు సైనికులు, శత్రు సైనికులకు ఆయుధాలతో పట్టుబడి పోవలసి వచ్చింది. అలా దొరికిన నిస్సహాయ సైనికుల్ని. త్యేర్ సైన్యం, యథావిధిగా రైఫిళ్ళతో కాల్చి వేసింది.

[కమ్యూన్ నాయకులు, ఇంత తెలివి తక్కువగా ప్రవర్తించారంటే, ఇది నమ్మలేని విషయంగా వుంది. ఎందుకంటే, జర్మనీ జైళ్ళ నించి విడుదలై వచ్చిన ఫ్రాన్సు యుద్ధ ఖైదీలు, వాళ్ళు వచ్చినప్పటినించీ, పారిస్ వేపు దాడులు చేస్తూనే వున్నారు. ఆ దాడుల్ని కమ్యూన్ చూస్తూనే వుంది. అటువంటి కమ్యూన్, త్యేర్ సైన్యం, కమ్యూన్ సైన్యాన్ని ఏమీ చేయదనీ; అది, తమ వారిని ప్రేమతో ఆలింగనాలు చేసుకుంటుందనీ; నమ్మివుంటుందా?- కమ్యూన్ ఇలా ఆలోచించిం దనడం, నమ్మదగ్గ విషయాలేనా? కానీ ఇది, మార్క్స్, ఎంగెల్స్‌లు రాసిన సమాచారాల్లో వున్నదే మరి.]

1871 ఏప్రిల్ 3: రాజ్యం నించి, చర్చి వేరైంది. మత కార్యక్రమాల కోసం ప్రభుత్వంపెట్టే ఖర్చుల బడ్జెట్, రద్దు అయింది. మతాల ఆస్తులుగా వున్న ఎస్టేట్లన్నీ, నవమాజ ఆస్తులుగా మారినట్టు, కమ్యూన్ పత్రికల్లో ప్రకటనలు జరిగాయి!

['ఎస్టేట్లు', అంటే, భూములే. అంటే, కమ్యూను, మతాల కోసం ఉపయోగించే భూముల గురించి కూడా చెప్పినట్టే. సాధారణంగా, ప్రతీ దేవుడి గుడికీ 'ఆస్తి'గా కొంత భూమి వుంటుంది. ఆ భూమికి పేద రైతులు 'కౌళ్ళు' చెల్లిస్తూ వుంటారు. మతాధి కారులు, ఆ కౌళ్ళ తోటీ, భక్తులు ఇచ్చే విరాళాల తోటీ, సుఖభోగాలతో, ఏ శ్రమలూ చెయ్యకుండా బతుకుతూ వుంటారు. మతాలకు వుండే 'ఆస్తి' హక్కులన్నిటినీ తీసివెయ్యడం అంటే, కమ్యూన్, అద్భుతమైన మార్పులు చేసినట్టే!]

*

20. కమ్యూన్‌కి, "హామీ బందీల" అవసరం!

1871 ఏప్రిల్ 5: త్యేర్ ప్రభుత్వం, తన మీదకు దాడికి వచ్చిన కమ్యూన్ సైనికుల్లో కొందర్ని చంపడమూ చేసింది, కొందర్ని బందీలుగా వుంచడమూ చేసింది.

ఆ బందీల్ని వదిలించి వెనక్కి

తెచ్చుకోవడం, కమ్యూన్ బాధ్యత. దాని కోసం ఏం చెయ్యాలని కమ్యూన్ భావించింది? తేయ్ర్ ప్రభుత్వానికి సమర్ధకులైనవాళ్ళల్లో కొందర్ని కమ్యూన్ కూడా బంధించి వుంచాలి. అలా వుంచి, తేయ్ర్ ప్రభుత్వానికి ఒక వార్త పంపాలి! 'మీ దగ్గిర వున్న మా కమ్యూనార్డులను వదిలిపెడితే, మా దగ్గిర వున్న మీ అభిమాన సమర్ధకుల్ని వెంటనే విడుదల చేస్తాం. ఆలోచించండి!' అన్నది, ఆ వార్త!

ఒక ప్రభుత్వం, శతృవు అధీనంలో వున్న తన మనుషుల్ని వదిలించుకోవడం కోసం, ఆ శతృవు తాలూకు మనుషుల్ని తమ దగ్గిర బంధించి వుంచితే, ఆ బందీల్ని, "హామీ బందీలు (హాస్టేజెస్)" అంటారు.

- ఈ విషయమై కమ్యూన్ అధికార ప్రకటన, ఈ విధంగా వుంది:"వెర్సేల్స్ బందిపోట్లు, రోజూ మన మనుషుల్ని ఖైదీలుగాచేసి, వారిని ఊచకోత కొయ్యడమో, కాల్చివెయ్యడమో, చేస్తున్నారు. గంట గంటకీ మనకి, మన మనుషుల మీద మరో కొత్త హత్య జరిగినట్లు వార్తలు అందుతున్నాయి,"

(సంకలనం నించి.పేజీ 128)

కమ్యూన్, తను కమ్యూనార్డుల రక్షణ కోసం, "హామీ బందీల్ని పెట్టుకోవచ్చు" అనే శాసనం చేసి, అలా కొందరు శతృవుల తరపు వాళ్ళని బందీలుగా తమ దగ్గిర పెట్టుకుంది గానీ, తమ అధీనంలో వున్న హామీ బందీల్ని చంపడంమాత్రం ఏ నాడూ చెయ్యలేదు. [చివరలో, మార్క్సు మాటల్లో 'హామీ బందీల' విషయంలో, కమ్యూన్ ఏం నిర్ణయించిందో తెలుస్తుంది.] *

21. 'శిరచ్ఛేద యంత్రాన్ని' కాల్చేశారు!

1871 ఏప్రిల్ 6 : ఫ్రాన్సులో, కొంత వెనకటి కాలంలో, మరణ శిక్ష పడ్డ ఖైదీల తలల్ని నరకడానికి, 'గలిటిన్' అనే పేరుతో, ఒక యంత్రం వుండేది. ఖైదీ మెడ మీదకి ఒక పెద్ద కత్తి అతి వేగంగా వచ్చి వడి, ఆ మెడని నరికేసేది! అది,శిరచ్ఛేదయంత్రం! పారిస్ కమ్యూన్‌కి చెందిన భద్రతా దళంలోని 137వ బెటాలియన్ సైనికులు, ఆ పాత కాలపు శిరచ్ఛేద యంత్రాన్ని బైటికి తీసి, బహిరంగంగా పెట్టి, దాన్ని పూర్తిగా కాల్చి వేశారు.

జనాలు హర్షావెూదాలు ప్రకటించారు.

[కమ్యూన్ చేసిన పనుల్లో, ఇది చాలా మంచి సంగతి!]

గిలటిన్ గురించి, కొంతచూడాలి:

['గిలటిన్' గురించి, నెట్‌లో దొరికిన సమాచారం ఇది : 'గిలటిన్' అనేది, 'మరణ శిక్ష' కోసం, తలల్ని నరికే యంత్రం.' ఇది చదవడం చాలా కష్టం. కానీ, చదవాలి. 'మానవ సమాజం' ఎంతెంత క్రూరత్వాలతో నడిచిందో, ఇంకా నడుస్తూ వుందో, తెలుసుకోవాలి.] ఇటువంటి, యంత్రాల వంటివి, గత కాలంలో కూడా కొన్ని రకాల పని ముట్లు అన్ని దేశాల్లోనూ వుండేవట! కానీ, ఫ్రాన్సు దేశంలో, 1789లో, 'గిలటిన్' అనే పేరుగల డాక్టరు, ఈ శిరచ్ఛేద యంత్రాన్ని కనిపెట్టాడు. ఎందుకంటే, అంతకు ముందు 'మరణ శిక్ష' అనేది, 'ఉరి తియ్యడం' గా గానీ; 'కత్తుల'తోనో, 'గొడ్డళ్ళ'తోనో, ఒకటి రెండు దెబ్బలు వేసి చంపే పద్ధతిగా గానీ; వుండేదట.

దాని వల్ల, ఆ మనిషి మరణించడానికి చాలా సమయం పట్టేదట! అందుకని, 'గిలటిన్' అనే డాక్టరు, చాలా 'దయ'గా ఒక యంత్రాన్ని కనిపెట్టాడని చెపుతారు. ఆ'దయ' ఏమిటంటే, బ్లేడు అంత పదునుగల కత్తి, ఆ యంత్రంలో నించి, హఠాత్తుగా, ఆ చచ్చిపోవలిసిన మనిషి మెడ మీద పడి, ఆ పని తేలిగ్గా చేసేస్తుందట ఆ యంత్రం! ఆ యంత్రానికి ఆ డాక్టరు పేరే వచ్చింది. ప్రభుత్వానికి చెప్పాడట, 'మరణ శిక్ష' అన్నది, యంత్రం ద్వారా తేలిగ్గా జరగాలని! ఆ యంత్రాన్ని నేనే కనిపెడతాను-అని! తనే కనిపెట్టేశాడు.

'మరణ శిక్ష'ని కత్తితో చేసే కాలంలో, ఆ మరణించే వ్యక్తి కుటుంబం వాళ్ళు,ఆ కత్తితో చేసే తలారితో, "ఆ కత్తికి పదును బాగా పెట్టు! మా మనిషి బాధపడకుండా పోయేలాగ చూడు!" అని, ఆ తలారికి డబ్బు కూడా ఇచ్చేవారట!

రాజ కుటుంబాల వాళ్ళకైతే, కత్తులతోనే మరణాలు! పేద కుటుంబాల వాళ్ళనైతే 'ఉరితియ్యడం!' అది ఎక్కువ బాధ!-1790లలో, ఫ్రాన్సులో, 'ఉరి తీతల' కోసం, పేదల్ని, వీధుల్లో, దీప స్తంభాలకు వేళ్ళాడదీసే వారట! ఇదే తరచుగా జరిగేదట!

గిలటిన్ అయితే, 'ఉరితీత'లో లాగ 'ఊపి రాడక పోవడం' అనే బాధ లేకుండా, ఒక్కసారిగా చచ్చిపోతారట!

లూయీ 16 అనే రాజుకీ, మేరీ అనే రాణికీ, 1793లో గిలటిన్‌తోనే మరణ శిక్షలు జరిగాయి. అది, ఫ్యూడల్ వర్గం మీద, బూర్జువావర్గ ఉద్యమంలో జరిగింది.

ఆ 'మరణ శిక్ష పడి,ఆ యంత్రం దగ్గిరికి వెళ్ళ వలిసిన వాళ్ళల్లో కొందరైతే, చాలా నిర్లక్ష్యంగా, నిర్భయంగా, శిక్షించే వాళ్ళ మీద క్రోధంతో,

"మీరు,మమ్మల్ని చంప గలరు, అంతే కదా" అన్నట్టు, నాట్యం చేస్తున్నట్టు, గంతులతో నడుస్తూ వెళ్ళేవారట! తల తెగిపడ్డాక కూడా, ఆ తలకి ఒకటి రెండు క్షణాల సేపు, ప్రాణం వుండిన సందర్భాలుండేవి అట!

ఫ్రాన్సు దేశంతోనే ఈ 'గిలటిన్' అనే పేరు ముడిపడి వున్నా; ఆ దేశంలో బూర్జువాల విప్లవ కాలంలో జరిగిన శిరచ్ఛేదాల కన్నా ఎక్కువ సంఖ్యలో, నాజీ జర్మనీలో హిట్లర్ కాలంలో, 1942-43లలో, రెండో ప్రపంచ యుద్ధ కాలంలో, 20 వేల మంది రాజకీయ ప్రత్యర్థుల్ని గిలటిన్ చేశారు. ఇదంతా నెట్ వార్తే!

'గిలటిన్'తో శిరచ్ఛేదాలు జరిగే సమయంలో అదొక సరదా దృశ్యంగా ఆడవాళ్ళూ, పిల్లలు కూడా చూడ్డానికి వెళ్ళే వాళ్ళట! అదొక కులాసా కార్యక్రమం అయిపోయింది అప్పుడు. ఇళ్ళల్లో, పిల్లలు, బొమ్మ గిలటిన్లతో ఆటలాడుకునేవాళ్ళు. తర్వాత కాలంలో, ఆ రకం బొమ్మల తయారీనీ, అమ్మకాన్నీ, నిషేధించారు. కానీ, బ్రెడ్డూ, కాయగూరలూ, కోసు కునేందుకు, గిలటిన్ ఆకారంలోనే వుండే చిన్న మిషన్ల వంటి వాటిని వాడేవారు. వాటిని, బూర్జువా ధనవంతులు డిన్నర్ టేబుళ్ళ మీద పెట్టుకునేవారు.

[ఈ దేశంలో, పులి తలకాయల్ని ధనికులు, ఇళ్ళల్లో గోడల మీద తగిలించుకుంటారు. ఆహారం కోసం ఆవుల్నీ, మేకల్నీ నరుకుతూ ఉంటే, పిల్లలు అక్కడే నిలబడి నవ్వుతూ చూస్తారట ఈ దేశంలోనే.]

ఫ్రాన్సులో, గిలటిన్లని ఉపయోగించి, మరణ శిక్షలు అమలు చేయడం -అనే వృత్తి, కొన్ని కుటుంబాలకి ప్రత్యేకించి ఉండేది.(మన దగ్గిర 'తలారుల' కుటుంబాల లాగా.)

- 1792 నుంచీ 1847 వరకూ ఫ్రాన్సులో జరిగిన శిరచ్ఛేదాల్ని 'శాన్‌సన్', 'డేబ్లెర్' అనే కుటుంబాల వాళ్ళూ, వాళ్ళ తర్వాత తరాల వాళ్ళూ,చేసేవారు.

'గిలటిన్ అవడం'-అంటే, ఆ రకంగా ఆ శిక్ష జరగడం. ఆ చర్య అయిన తర్వాత, ఆ తల దగ్గిర, డాక్టర్ల పరీక్షలు-అట! ఆ మొహాల దగ్గిర, డాక్టర్లు,ఆ చచ్చిపోయిన మనిషిని పేరుపెట్టి బిగ్గరగా పిలవడం; ఒక సారి "కళ్ళార్పు"అనీ; "కళ్ళు తెరువు" అనీ, ఆ తలని అడిగే వారట! [డాక్టరు చెప్పినట్టు జరిగేదో, లేదో, స్పష్టంగా వివరాలు లేవు.]

1977లో హామీదా అనే హంతకుణ్ణి గిలటిన్ చేశారు. అదే ఆఖరి సంఘటన. ఫ్రాన్సులో 1981లో మరణ శిక్షల్నే రద్దు చేశారు. ఇవన్నీ నెట్ వార్తలు! *

22. తేర్ర్ ప్రభుత్వ కిరాతక చర్యలు

1871 ఏప్రిల్ 7: తేర్ర్ ప్రభుత్వ సైన్యం, పారిస్‌కి పడమటి వేపున వున్న సరిహద్దుని దాటి వచ్చి, సెయిన్ నదిలో నౌకలు ఆగే రేవుని పట్టేసుకుంది.

దాన్ని గురించి, మార్క్సు రాసింది (పేజీ 73):

1871 ఏప్రిల్ 7న, కమ్యూన్, ఒక ఉత్తర్వు జారీ చేసింది. "వెర్సేల్స్ ప్రభుత్వ బందిపోట్లు, నర మాంస భక్షకులుగా చేస్తూవున్న క్రూర కృత్యాలకు వ్యతిరేకంగా కమ్యూన్ కూడా ప్రతీకార చర్యలు చేయవలసి వస్తుంది" అని తమ పత్రికలో ప్రకటించింది.

అయినప్పటికీ, తేర్ర్ ప్రభుత్వం, తన క్రూర చర్యల్ని విరమించుకోలేదు. పైగా, తన పత్రికల్లో, కమ్యూన్‌ని దూషించడం కొనసాగించింది. ఈ విధంగా: "హీనమైన ప్రజాస్వామ్యానికి చెందినటు వంటివీ, మరింత హీనమైన ఆకృతులు కలిగినటు వంటివీ అయిన ముఖాలు, నిజాయితీపరుల దృష్టులకు, ఈ నాడు గాక, మరెన్నడూ ఎదురై వుండవు"-అని! అంటే, కమ్యూనార్డుల ముఖాలు అంత హీనమైనవి - అని!

తేర్ర్ ప్రభుత్వం చెప్పే 'నిజాయితీ పరులు' ఎవరంటే, మంత్రి పదవుల్లో వున్న బందిపోటు దొంగలు మాత్రమే.

అయినా తేర్ర్ వాళ్ళు, కమ్యూనార్డుల్ని వేటాడే చర్యలు కొద్ది కాలం ఆపారు. ఎందుకంటే, 'హామీ బందీల్ని చంపుతాము' అని కమ్యూను ప్రకటించడం వల్ల! కానీ, కమ్యూను, ఆ హత్యలు చేయడం ఎప్పుడూ జరగకపోవడం వల్ల, కమ్యూన్ మాటలు బెదిరింపులేగానీ, అంత కన్నా ఏమీ జరగదు-అని, తేర్ర్ వాళ్ళు గ్రహించారు.

తేర్ర్ ప్రభుత్వ సైనిక గూఢచారులు, కమ్యూన్ సభ్యుల వేషాలతోనే పారిస్‌లో తిరుగుతూ వుంటారు. వాళ్ళు అలా తిరుగుతూ వున్నప్పుడు, వాళ్ళని కమ్యూన్ కాపలా బాధ్యతల వాళ్ళు కనిపెట్టి పట్టుకోవడం జరిగేది. కానీ, వాళ్ళ మీద చంపే శిక్షలేవీ జరగలేదు. అలాగే, తేర్ర్ ప్రభుత్వ పోలీసులు బాంబులతో సహా దొరికి నప్పుడు కూడా, అలా దొరికిన వాళ్ళని కమ్యూన్ వాళ్ళు ఏమీ చెయ్యకుండా మందలింపులతో విడిచి పెట్టేశారు. [అలా దొరికిన వాళ్ళని చంపి పారేస్తే, తేర్ర్ ప్రభుత్వం దారికొచ్చేదని చెప్పడమా ఇది?-అలా కాకపోవచ్చు. కమ్యూను, అంత సాత్వికంగా ప్రవర్తించిందని చెప్పడం మాత్రమే ఇది అవవచ్చు.]

కమ్యూన్ వాళ్ళు, తమ శత్రువు ఏజెంట్లని ఏమీ చెయ్యరని, త్యేర్ వాళ్ళు ఎప్పుడైతే రుజువులతో సహా గ్రహించేశారో, అప్పటి నించీ, వాళ్ళ నీచత్వం మళ్ళీ మొదలు! వాళ్ళు, తమకు బందీలుగా వున్న కమ్యూన్ వాళ్ళనీ, తమ వలలకు హఠాత్తుగా చిక్కిన వాళ్ళనీ, మూకుమ్మడిగా కాల్చి వేయడం, నిరాటంకంగా సాగిస్తూనేవున్నారు.

కమ్యూన్ వాళ్ళు, ఎప్పుడైనా శత్రు గూఢచారుల్ని కనిపెట్టి, ఆ శత్రువులకు దూరంగా, వెంటనే పరుగులతో ఏదో ఒక దిక్కుకు పోయి, అక్కడ దొరికిన ఇళ్ళల్లో తలలు దాచుకోవడం జరిగితే, త్యేర్ గూఢచారులు ఆ అవకాశాల్ని వదిలేవారు కారు. కమ్యూనార్డులు దాగిన ఇళ్ళని చుట్టుముట్టి, ఆ ఇళ్ళల్లో కిటికీల మూలల నించి పెట్రోలు గుమ్మరించి, తర్వాత లోపలికి నిప్పు పుల్లలు విసిరేవారు. యుద్ధాల్లో ఇలా జరగడం, ఇదే ప్రారంభం కావచ్చు. అలా నిప్పు అంటించిన ఇళ్ళల్లో మనుషులంతా, పిల్లలతో సహా, నల్లని బొగ్గులయి పోయేవారు. అటువంటి మృత దేహాలను, ఒకసారి పారిస్‌లోని టెర్న్‌పేటలోని ప్రాథమిక చికిత్సల దళం తాలూకు అంబులెన్స్, మోసు కొచ్చింది.

ఒక సారి, నలుగురు కమ్యూన్ గార్డులు, త్యేర్ తాలూకు ఒక గుర్రాల సైనిక దళానికి, ఎపిన్ దగ్గిర, ఏప్రిల్ 25న, లొంగిపోయారు. అలా లొంగిపోయిన వాళ్ళు కూడా, ఒకరి తర్వాత ఒకరు, త్యేర్ వాళ్ళ చేతుల్లో కాల్పులకు గురైపోయారు.

- ఆ నలుగురినీ, చచ్చిపోయారని అక్కడే వదిలేసి పోయారు త్యేర్ హంతకులు. ఆ నలుగురిలో షెఫేర్ అనే ఒక కమ్యూన్ వ్యక్తి, కొనవూపిరితో కొట్టుమిట్టాడుతూ, పారిస్ అవుట్ పోస్టుల్లో ఒక దాని దగ్గిరికి పాకుకుంటూ చేరుకుని, అక్కడ కమ్యూన్ కమిషన్‌కి జరిగినదంతా చెప్పి కన్నుమూశాడు. *

---

23. భూస్వాముల బొబ్బలు!

షెఫేర్ చెప్పిన సమాచారం అంతా కమ్యూన్ పత్రికలు ప్రకటిం చాయి. ఆ సమాచారం గురించి, త్యేర్ ప్రభుత్వపు సభలో, ఒక రిపబ్లికన్ సభ్యుడు, అక్కడి 'లెన్లో' అనే యుద్ధ మంత్రిని ప్రశ్నించినప్పుడు, అదే సభలో వున్న భూస్వాముల వాళ్ళు, పెద్ద పెద్ద బొబ్బలతో అరుస్తూ, యుద్ధ మంత్రి

స్వరం ఎవరికీ వినపడకుండా చేశారు. ఎంత సేపటికైనా అలాగే జరిగి, యుద్ధ మంత్రిని ప్రశ్నించిన రిపబ్లికన్, మరేమీ చేయలేకపోయాడు. ఒకవేళ, యుద్ధ మంత్రి ఏవైనా జవాబులు ఇచ్చినా, ఆ జవాబులు, దాటవేత జవాబులు గానే వుంటాయి. ఆ జవాబులు దాటవేత జవాబులు అయినా, అవి కూడా తేయ్యర్ ప్రభుత్వపు కీర్తికి హాని కలిగిస్తాయని, ఆ అరుపుల గాళ్ళు అలా చేశారు. ఏ జవాబులూ చెప్పవద్దని వాళ్ళ అర్థం. అదే, అక్కడి ప్రజాస్వామ్యం!

తేయ్యర్ ప్రభుత్వ దుండగాలకు అనేక రుజువులు ఉన్నాయి. 'మలెన్ సాకే'లో, నిద్రిస్తున్న కమ్యూనార్డులపై ఆకస్మిక దాడులు జరిపి, ఆ మానవుల్ని బయనెట్లతో పొడిచి పొడిచి చంపిన ఘటనల వంటివి అనేకం వున్నాయి! అలాగే, 'కుమార్' లో కమ్యూనార్డుల పై హఠాత్తుగా మూకుమ్మడి కాల్పులు జరిగాయి!-

ఇటువంటి హత్యాచర్యల గురించి, తేయ్యర్ ప్రభుత్వ పత్రికలు, ఎంత నిర్లక్ష్యపు ధోరణితో రాశాయో చూస్తే, ఆ ధోరణి, 'లండన్ టైమ్స్' పత్రికకు విభ్రాంతి గొలిపింది. ఆ పత్రిక ఎప్పుడూ అంత సున్నితత్వం కలది కాదు. అయినా, అటువంటి పత్రికే, యుద్ధ మంత్రి చర్యల్నీ, తేయ్యర్ ప్రభుత్వ ధోరణినీ, ఎన్నడూ లేని స్పందనతో వ్యాఖ్యానించింది!

1871 ఏప్రిల్ 7:ఎంగెల్స్: "పారిస్‌కి పడమటి రంగంలో, 'నెయ్లీ' దగ్గిర, తేయ్యర్ సేనలు, సీన్ నది మీద వున్న వంతెనని ఆక్రమించేసు కున్నాయి. [కమ్యూన్ సేనలు, తమ ప్రాంతాల సరిహద్దుల చుట్టూ, కాపలాలతో వుండి వుండవా?లేకపోతే, కమ్యూన్ సేనలు, ఆ కార్యాలన్నిటికీ సరిపోయి టంత సంఖ్యగాలేవా?] *

24. జైళ్ళ నించి నిరపరాధుల విడుదల!

1871 ఏప్రిల్ 6,9: కమ్యూన్ చేసిన ఒక నిర్ణయం. పారిస్ జైళ్ళల్లో, ఏ విచారణలూ లేకుండా నెలల తరబడి వున్న ఖైదీల్ని జైళ్ళ నించి విడుదల చేయడం.

గతంలో, 3 వ నెపోలియన్ కాలం లోనూ, ఆ తర్వాత తేయ్యర్ ప్రభుత్వ కాలంలోనూ కూడా, అనేక మంది నిరపరాధులు, ఎటువంటి నిజమైన ఆరోపణలూ లేకుండా, కేవలం రాజకీయాలలో అనుమానించదగ్గ వారిగా మాత్రమే, జైలు కొట్లలో

బందీలైపోయి వున్నారు! ఆ సమాచారా లన్నీ కమ్యూన్ వాళ్ళకు ఎప్పుడూ తెలుసు. అందుకే, కమ్యూను, పారిస్ లో అధికారంలోకి రాగానే, జైళ్ళ లో వున్న ఖైదీల మీద మోపిన నేరాలను విచారించే పని కోసం, కమ్యూన్ సభ్యుడైన 'ప్రోటో' ని నియమించింది.

ఆ విచారణలో, 150 మంది ఖైదీలు, నిర్దోషులుగా విడుదల అయ్యారు! ఆ ఖైదీలందరూ గతంలో, అబద్ధపు నేరారోపణలతో, ఎటువంటి విచారణలూ లేకుండా, నెలల తరబడీ, జైళ్ళ కొట్లలో పడి వున్న వాళ్ళే! *

25. 'మతాల' నించి విముక్తి!

1871 ఏప్రిల్ 8: స్కూళ్ళ నించీ మతపరమైన యావత్తు గుర్తులనూ తొలగించడం! మూఢ ప్రవచనాల పాఠాలనూ, గోడలపై మత చిత్రాలనూ, మత సూక్తులనూ, దైవ ప్రార్థనల పద్ధతులనూ, అటువంటి వాటినన్నింటినీ! ఈ రద్దులన్నిటికీ మూలం, మత సంస్థల ఆస్తుల్ని, సమాజ పరం చేయడం! ఒక్క మాటలో, "మానవులకు ఆత్మలు వుంటాయి-అని, ఆ ఆత్మల గురించి బోధించే ప్రతీ దాన్నీ తొలగించాలి. మానవులకు 'ప్రకృతి' గురించి చైతన్యం కలిగించడానికి వ్యతిరేకమైన ప్రతీ దాన్నీ దూరం చెయ్యాలి'! -ఇది కమ్యూన్ నిర్ణయం. ఈ నిర్ణయం, ఆ మర్నాటి నించీ క్రమ క్రమంగా అమలు జరిగింది కూడా.

'మతాల రద్దు' కేవలం నాస్తిక దృష్టితో సాధ్యమయ్యేది కాదు. మత గురువులూ, మత సంస్థలూ చేసే 'శ్రమల దోపిడీ' నీ 'ఆస్తుల దోపిడీ' నీ, కార్మిక వర్గ దృష్టితో, 'దోపిడీ వ్యతిరేక దృష్టి'తో, తీసివేస్తే తప్ప, 'మతాల రద్దు' జరిగేది కాదు. పారిస్ కమ్యూన్‌లో, మతాల ఆస్తుల్ని కూడా రద్దు చేశారు కదా?

1871 ఏప్రిల్ 10: త్యేర్ ప్రభుత్వ అసెంబ్లీ సభలో, విదేశాంగ మంత్రి ఫావ్రే, లక్ష అబద్ధాలతో ఒక ప్రసంగం చేశాడు. ఏమని అంటే: త్యేర్ ప్రభుత్వం, జర్మనీ బిస్మార్క్‌తో, పారిస్ కమ్యూన్‌ని అణచివెయ్యడానికి పొత్తు కుదుర్చుకుంది-అనడం, కమ్యూన్ ఆరోపణ మాత్రమే-అని అన్నాడు. అసలు, బిస్మార్కే, త్యేర్‌తో, పారిస్ కమ్యూన్‌ని అణచి వేయడానికి సహాయం చేస్తానని అంటే, దానికి త్యేర్ ప్రభుత్వం తిరస్కరించిందని, ఫావ్రే

బుకాయించాడు.

1871 ఏప్రిల్ 11 : పారిస్‌కి దక్షిణం దిక్కున, తేయర్ సైన్యం, దాడి చేయబోయింది. అప్పుడు, కమ్యూన్‌కి మిలిటరీ జనరల్‌గా వున్న 'యహూడ్స్' అనే కమ్యూనార్డు, బ్లాంకీ అనుచరుడూ, సోషలిస్టూ అయినవాడు. ఆ జనరల్ నాయకత్వంలో, కమ్యూన్ చేసిన ఎదురు పోరాటం వల్ల, తేయర్ సేనలకు భారీ నష్టాలు జరిగాయి. *

26. వెండోమ్ విజయ స్తంభం కూల్చివేత!

1871 ఏప్రిల్ 12: ఫ్రాన్సులో, గత కాలంలో, 1809లో, ఆ నాటి జర్మనీతో, ఒక యుద్ధం జరిగింది. ఆ యుద్ధంలో ఫ్రాన్సు గెలిచింది. అనేక వందలాది శతృసేనల్ని చంపి! ఆ శతృ రాజ్యమే గెలిచి వుంటే, ఫ్రాన్సు సైన్యానికి కూడా అదే జరిగి వుండేదే! రాజ్యాల్ని ఆక్రమించడం కోసం జరిగే దోపిడీ యుద్ధాల్లో, గెలుపుల్ని, గొప్ప న్యాయమైన జయాలుగా భావించడం, నీచమైన విషయమే.

ఆ గత యుద్ధంలో, ఫ్రాన్సు గెలిచినందుకు, ఆ సందర్భాన్ని పురస్కరించుకుని, తర్వాత కాలంలో ఫ్రాన్సుకి చక్రవర్తి అయిన 1వ నెపోలియన్, ఫ్రాన్సుకి జరిగిన ఆ 1809 యుద్ధపు గెలుపుని తర్వాత తరాల వాళ్ళు గ్రహించి, గర్వంతో పొంగిపోవాలని, ఆ మాటలన్నీ చెక్కించి, ఒక విజయ స్తంభాన్ని తన కాలంలో స్థాపించాడు. ఆ స్తంభం మీద తన విగ్రహాన్ని కూడా పెట్టించాడు. కానీ, ఆ స్తంభం, దేనికి చిహ్నం? ఒక రాజుని, ఇంకో రాజు గెలిచి, ఇంకో రాజ్యపు 'ఆస్తి' ని స్వాధీనం చేసుకోగలిగినందుకే. అంతేగాక, ఓడిన రాజు జాతిని, గెలిచిన రాజు జాతి ఓడించిందంటే, 'గెలిచిన జాతి, గొప్పదని' చాటడానికి! ఇది, ఆస్తి దురహంకారాలకూ, జాతి విద్వేషాలకూ, చిహ్నంగా నిలిచే స్తంభం-అని పారిస్ కమ్యూన్ భావించింది.

అసలు, ఆ విజయ స్తంభం, ఏ ముడి పదార్థంతో తయారైందంటే, ఆ 1809 యుద్ధంలో గెలిచిన రాజ్యం, ఓడిన రాజ్యం నించి వశపరుచుకున్న అనేక ఆయుధాల్నీ, ఫిరంగుల్నీ కరిగించి, దాన్ని పోతపోసి, ఆ రకంగా, వెండోమ్ చౌకులో ఆ స్తంభాన్ని పాతారు.

ఆ స్తంభం, యుద్ధాన్నీ, జాతి ద్వేషాన్నీ, రెచ్చగొట్టేదిగా తయారైనదే. [ఫ్రాన్సు గెలిచిందని పెట్టుకున్న ఆ స్తంభం వున్నప్పటికీ, ఫ్రాన్సు, తర్వాత

కాలంలో జర్మనీకి పాద నమస్కారాలు చేసిందనుకోండీ!]

ఆ వెండోమ్ స్తంభాన్ని పెకిలించి వేయాలని కమ్యూన్ భావించింది. ఏప్రిల్ 12న, వెండోవ్ చౌక్‌లో స్తంభాన్ని కూల్చివేయడం కోసం ఉత్తర్వు! "అటువంటి స్తంభం, ఆటవికత్వానికి స్మారక చిహ్నం! పశు బలానికీ, కుహనా ఘనతకీ, చిహ్నం! సైనికతత్వ పునరుద్ఘాటన! అంతర్జాతీయ హక్కుల నిరాకరణ!"- ఈ విధంగా చెప్పింది, ఆ కమ్యూన్ ఉత్తర్వు.

అలా నిర్ణయించిన నాడే ఆ పనిని ప్రారంభించవచ్చుగానీ, దాని కన్నా ముఖ్యమైన పనులు ఆ మర్నాటికి ఎన్నో వున్నాయి. అందుచేత, ఆ పని కొన్నాళ్ళ దాకా ప్రారంభం కాలేదు. చివరికి, ఆ వెండోమ్ స్తంభం అంతం, 1871 మే 16న, కమ్యూన్ ప్రేమికుల ఉత్సాహాలతో చకచకా జరిగింది.

మార్క్సు(పేజీ 88):"ఒక వంక, అక్రమణ దారులైన జర్మన్ల కళ్ళ ముందూ; మరో వంక, తేయర్ ప్రభుత్వం కళ్ళ ముందూ; గెలిచిన వారు, తమ సైనిక విజయానికి చిహ్నంగా భావించే ఆ భారీ వెండోమ్ స్తంభాన్ని, పారిస్ కమ్యూన్ కూల్చివేసింది!"

['పారిస్ కమ్యూన్' ముగింపు తర్వాత, ఆ వెండోమ్ స్తంభాన్ని మళ్ళీ స్థాపించారు-అని, నెట్‌లో దొరికిన వార్త!]

*

27. పరిశ్రమలు, ఉత్పత్తిదారుల స్వాధీనం!

ఈ ఏప్రిల్ 12నే, కమ్యూన్ ఇంకొక నిర్ణయం చేసింది. పారిస్ కమ్యూన్ ఏర్పడక పూర్వమూ, ఏర్పడిన తర్వాతా కూడా, పరిశ్రమల యజమానుల్లో కొందరు, తమ పరిశ్రమల్ని మూసేసి, వాటికి తాళాలు బిగించి, వెర్సేల్స్ వేపు వెళ్ళిపోయారు. కొంత కాలం తర్వాత తిరిగి వచ్చి, పరిశ్రమల్ని నడిపించు కోవాలని భావించి, అలా వెళ్ళారు.

ఆ విధంగా, యజమానులు లేని, తాళాలతో వున్న పరిశ్రమల జాబితాని తయారుచేయాలనీ; ఆ పరిశ్రమల్ని, వాటిలో పూర్వం పనిచేస్తూ వుండిన కార్మికులే నడిపించేలాగా ప్లానులు తయారు చేయాలనీ; కమ్యూన్ నిర్ణయించింది.

*

28. 'హామీ బందీలు' పోతే పోతారు!

1871 ఏప్రిల్ 12: పారిస్ కమ్యూన్, తేయర్ ప్రభుత్వానికి, అంతకు ముందు పంపిన వార్తే తమ పత్రికల ద్వారా మళ్ళీ పంపింది. 'జైల్లో వున్న బ్లాంకీని తేయర్ ప్రభుత్వం విడిచిపెడితే, మేము హామీ బందీల్ని వెంటనే విడిచి పెడతాము' అని.

కమ్యూన్ ఆధీనంలో వున్న హామీ బందీలు ఎవరెవరంటే: మత గురువుల్లో పెద్ద అధికారి అయిన పారిస్ ఆర్చిబిషప్పూ, ఇంకా కొందరు మత గురువులూనూ. కమ్యూన్ చేసిన ఈ ప్రతిపాదనని తేయర్ ప్రభుత్వం మళ్ళీ తిరస్కరించింది. [తేయర్ ప్రభుత్వానికి, తమ మత గురువుల గురించి ఎంత నిర్లక్ష్యం అంటే, వాళ్ళు పోతే పోతారు అని! మత గురువులు ఎక్కడికక్కడే గుంపులు గుంపులుగా వుంటూనే వుంటారు. వాళ్ళల్లో కొందరు పోతే ఏమిటి? బ్లాంకీని వదిలితే, కమ్యూన్ వాళ్ళు ఇంకెంత రెచ్చిపోతారో-అని. ఈ 'హామీ బందీల్ని పెట్టే' విషయం గురించి మార్క్స్ మాటలు వేరే చోట తెలుస్తాయి.]

*

29. అప్పుల చెల్లిపులకు గడువుల పెంపులు

1871 ఏప్రిల్ 12,16: ఒక వ్యక్తి, ఇంకో వ్యక్తి నించి కొంత డబ్బు అప్పుగా తీసుకున్నప్పుడు, ఆ అప్పుని ఫలానా కొంత కాలానికి చెల్లిస్తాననే హామీతో ఆ వ్యక్తి, ఒక పత్రం రాసి ఇస్తాడు. అది, 'ప్రామిసరీ నోటు'. కానీ, ఆ చెల్లింపులు జరగకపోతే, ఆ అప్పుల్ని, తీర్చని వాళ్ళ మీద, కోర్టు విచారణలు జరుగుతాయి. ఆ విచారణలు, 'ప్రాసిక్యూషన్లు'. పారిస్‌లో, అటువంటి అప్పులు తీసుకుని, చెల్లించలేక పోయిన వాళ్ళు, ప్రధానంగా చిన్న చిన్న పరిశ్రమదారులూ, చేతివృత్తుల వ్యాపారులూ, పెటీ బూర్జువాలూ, నిరుద్యోగ కార్మికులూ - వంటి వాళ్ళే. యుద్ధాల కాలంలో, పెటీ బూర్జువాలు కూడా కొన్ని రకాల ఇబ్బందుల్లోనే వుంటారు.

కమ్యూన్, ఈ అప్పు పత్రాల మీద జరిగే కోర్టు విచారణల గురించి కూడా

ఒక నిర్ణయం చేసింది. మొదట, ఆ విచారణలన్నిటినీ ఆపుచేయాలని ఒక ఉత్తర్వు. తర్వాత, ఆ అప్పుల్ని చెల్లించే గడువుల్ని పెంచింది. అప్పులు ఇచ్చిన వాళ్ళు, ఆ అప్పుల్ని తిరిగి తీసుకోవడానికి, ఇంకా రెండేళ్ళ వరకూ ఆగాలని, ఆ నిర్ణయం.

అప్పులు తీసుకున్న వాళ్ళు, వాటిని ఎగ్గొట్టవచ్చుని కాదు. తిరిగి వెనక్కి ఇచ్చివెయ్యవలిసిందే. కాకపోతే, అప్పటి కరువు పరిస్థితుల్ని బట్టీ, నిరుద్యోగాల్ని బట్టీ, అప్పులు ఇచ్చివున్నవారు, కొంత కాలం సహనం వహించాలి, తప్పదు. ప్రస్తుతం ఆగివున్న చెల్లింపులు, రాబోయే జూలై 15 నించీ, తిరిగి ప్రారంభం అవ్వాలి. ఆ అప్పుల చెల్లింపుల్లో 'వడ్డీల' ప్రసక్తి పూర్తిగా రద్దు! వడ్డీలు, ఉండనక్కర లేదు. తీసుకున్న మొత్తాలనే తిరిగి ఇస్తే చాలు. అప్పు తీసుకున్న మొత్తం, ఎంత చిన్నదైనా, పెద్దదైనా, దాన్ని 8 భాగాలుగా, 3 నెలలకు ఒక భాగం చొప్పున చెల్లించాలి. మొదటి భాగం చెల్లింపు 1871 జూలై 15న జరిగితే, 3 నెలలు తర్వాత, 2వ భాగం చెల్లింపు. ఎవరైనా 8 ఫ్రాంకుల్ని అప్పు తీసుకుని వుంటే,మొదట ఒక ఫ్రాంకుని చెల్లించి, 3 నెలల తర్వాత 2వ ఫ్రాంకుని చెల్లించాలి, వడ్డీలు లేకుండా! ఇది, అప్పులు తీసుకున్న వాళ్ళందరికీ ఆనందం కలిగిస్తుంది. ఒకవేళ, అప్పుని త్వర త్వరగానే చెల్లించగల పరిస్థితి వుంటే, అలాగే చెల్లించవచ్చు. అప్పుని చెల్లించే డబ్బు వున్నా, దాన్ని చెల్లించకుండా, దాన్ని వడ్డీలకు కొన్నాళ్ళు తిప్పుకోవాలనుకోవడానికి అవకాశం వుండదు. 'వడ్డీల పద్ధతే' రద్దు కాబట్టి. ఈ చెల్లింపుల శాసనంలో, కమ్యూన్ చేసిన మార్పు, అప్పులు తీసుకున్న వాళ్ళకి ఆనందమే గానీ, అప్పులు ఇచ్చిన వాళ్ళకి కోపాలు కలిగిస్తుంది. అయినా, వాళ్ళు సహనం వహించాలని ప్రచారం జరుగుతుంది.

అయితే, అప్పులు తీసుకున్నవాళ్ళు, ఆ గడువు కాలం తర్వాత కూడా అప్పులు తీర్చకపోతే, దానికి, నిజమైన కారణం లేకపోతే, అప్పుడు ఆ అప్పులు తీసుకున్నవాళ్ళ మీద, కోర్టు విచారణలు జరపవచ్చు. ఆ విచారణలు, సరైన ఆధారాలతో న్యాయంగానే జరగాలి!

పారిస్ కమ్యూన్, ఇంటి అద్దెలకూ, అప్పుల చెల్లింపులకూ, ఈ కొత్త శాసనాలు చేయకముందు, 'డు ఫార్ చట్టాలు' వుండేవి. [కమ్యూన్ కన్నా ముందు వున్న ప్రభుత్వంలో, 'డు ఫార్' అనేవాడు, న్యాయశాఖా మంత్రిగా వుండేవాడు. వాడి ద్వారా జరిగిన డబ్బు

చట్టాలు, పారిస్‌లో నిజంగా నిజాయితీ వరులైన చిన్న స్థాయి షావుల యజమానుల వంటి వాళ్ళు ఘోరంగా దివాళా తియ్యడానికి దారి తీశాయి. ఆ ప్రమాదాల్ని తప్పించడానికే, కమ్యూన్ కొత్త చట్టాలు చేసింది. అప్పులు ఇచ్చేవాళ్ళు, డబ్బు వున్న వాళ్ళే. వడ్డీల ద్వారా డబ్బుని పెంచుకోవాలనే దృష్టితోనే అప్పులు ఇస్తారు. 'వడ్డీలు' లేకపోయినా వాళ్ళ డబ్బు, వాళ్ళకి రావాలనే కమ్యూన్ చెప్పేది. కాబట్టి, ఆ అప్పులు కొంత ఆలస్యంగా వసూలైనంత మాత్రాన వాళ్ళ కొంపలు మునిగేదేమీ వుండదు.] *

30. 'రాత్రి పని రద్దు' ప్రారంభం!

1871 ఏప్రిల్ 16:యజమానులు మూసేసిన ఫ్యాక్టరీల్ని, కార్మికులే, తిరిగి తెరిచి, సహకార సంఘాలుగా ఏర్పడి నిర్వహించుకోవాలనీ; ఆ సహకార సంఘాలన్నీ, ఒక పెద్ద కూటమిగా ఏర్పడాలనీ; కమ్యూన్, ఉత్తర్వు చేసింది.[దీన్ని గురించి కూడా మార్క్స్ అభిప్రాయం,కమ్యూన్ అభిప్రాయాన్ని, అర్థం చేసుకోవాలి.]

1871 ఏప్రిల్ 20 : రొట్టెలు - వంటి వాటిని తయారు చేసే బేకరీలు, రాత్రి పూట పని చేయడాన్ని కమ్యూన్ రద్దు చేసింది.['నైట్ షిఫ్టులు' ఎందుకు వుండరాదో, మార్క్స్ రాసిన 'కాపిటల్' పుస్తకం, 'విలువ-సిద్ధాంత' విషయాలతో సహా చెబుతుంది. కార్మికులు, రాత్రి కూడా పనులు చేయాలనేది, పెట్టుబడిదారీ విధానంలోనే పుట్టింది. పనులు, పగలు జరిగినా, రాత్రులు జరిగినా, తయారు కావలిసిన వస్తువుల తయారీలోగానీ, సంఖ్యల్లోగానీ, తేడా ఏమీ రాదు. ఎటొచ్చీ, పనులన్నీ పగలే జరగాలంటే, 'పని స్థలాలు' ఎక్కువగా కావాలి.ఇది మాత్రమే తేడా! మానవ జీవితానికి, పగళ్ళలోనే శ్రమలు చేయడమూ, రాత్రులు ఇళ్ళల్లో సుఖ శాంతులతో బ్రతకడమూ, అత్యవసరం. రాత్రుళ్ళు తిరగడం, కొన్ని రకాల జంతువులకే సహజంగానీ, అది మానవులకు సహజం కాదు. దీన్ని, 'కాపిటల్'లో చూడవచ్చు.] *

31. 'ఎంప్లాయిమెంటు' ఆఫీసుల రద్దులూ, మార్పులూ!

ఉద్యోగాలు కావాలని అడిగేవారు, తమ అడ్రసుల్ని నమోదు చేయించుకునే ఆఫీసు 'ఎంప్లాయిమెంటు ఆఫీసు'. ఈ ఆఫీసుల్ని, కమ్యూన్ రద్దు చేసింది. ఎందుకంటే, ఈ ఆఫీసులు, కొన్ని చోట్ల, పోలీసు వాళ్ళ తమ పెత్తనాలతో, నడిపేవిగానే వుంటాయి. అంతేగాక, ఇటువంటి ఆఫీసులు, నిరుద్యోగుల నించి 'లంచాలు' లాగే దగుల్బాజీ దోపిడీ సంస్థలుగా మాత్రమే పని చేస్తాయి. ఉద్యోగాల సమాచారాన్ని వివరించే ఆఫీసుల్ని కమ్యూన్, పారిస్‌లో, 20 పేటలకు బదిలీ చేసి, వాటి బాధ్యతల్ని ఆ పేటలలో నివసించే కమ్యూన్ సభ్యులకు అప్పగించింది.- గతంలో, ఉద్యోగాల కోసం, పోలీసుల పెత్తనాల కిందనే కార్మికులు తమ పేర్లు నమోదు చేసుకోవాలనే నిబంధన ఉండేది. ఆ పద్ధతినే కమ్యూన్ రద్దు చేసింది. ఆ కార్డుల్ని జారీచేసే పనిని ఆయా ప్రాంతాల మేయర్లకి అప్పగించింది. *

32. బ్లాంకీని వదిలితే హామీ బందీల్ని వదులుతాం!

1871 ఏప్రిల్ 23 : జైలు నించి బ్లాంకీని వదిలిపెడితే, హామీ బందీల్ని వదిలిపెడతామని, కమ్యూన్ మరొక సారి ప్రకటించింది. కానీ, త్యేర్ ప్రభుత్వానికి, మత గురువులు ఎందరు పోయినా నష్టం లేదు. బ్లాంకీ వంటి విప్లవకారుడు బైటికి వచ్చాడంటే, పారిస్ కమ్యూన్, మరింత విప్లవకరంగా తయారవుతుందని త్యేర్ ప్రభుత్వానికి భయం! *

33. పారిస్ నించి 'సివిల్ న్యాయస్తానం' పరుగు!

1871 ఏప్రిల్ 26: పారిస్‌లోని గత 'సివిల్ న్యాయస్తానం' లో వుండే మేజిస్ట్రేట్లూ, జడ్జీలూ, పారిస్ నించి పారిపోయారు. అప్పుడు కమ్యూను, ఎన్నికల ద్వారా కొత్త జడ్జీల్ని ఎన్నుకుని, కొత్త న్యాయస్తానాన్ని ఏర్పాటు

చెయ్యాలి. దోపిడీ మీద ఆధారపడి తయారైన చట్టాల్ని మార్చి, కొత్త చట్టాల్ని పెట్టాలి. ఆ ఏర్పాట్లకి కొంత టైము కావాలి. అప్పటి దాకా ఎంతో అర్జంటు కేసులు వుంటాయి. అర్జంటు పనుల కోసం, కమ్యూను, ఆ బాధ్యత ని ఒక నిజాయితీపరుడైన, కమ్యూన్ సభ్యుడైన లాయర్‌కి అప్పగించింది.

1871 ఏప్రిల్ 30: కార్మికుల పనిముట్లని తాకట్టు పెట్టుకుని, వాటికి డబ్బుని అప్పులు ఇచ్చి, ఆ అప్పుల మీద వడ్డీలు కూడా తీసుకునే యజమానుల దుకాణాల్ని, మూసి వేయాలనే ఉత్తర్వులు జారీ చేసింది కమ్యూన్! అటువంటి దుకాణాల్ని, శ్రమ దోపిడీ సంస్థలనీ; కార్మికులకు శ్రమ పరికరాలు దూరం అయ్యే విధంగా వాటిని స్వాధీనం చేసుకోవడం, కార్మికుల బ్రతుకు దెరువులకే ఆటంకమనీ; ప్రకటించింది కమ్యూన్! కార్మికులకు అప్పులు ఇవ్వాలంటే, వారి నించి శ్రమ పరికరాల్ని దూరం చేసే షరతు అక్రమమని, కమ్యూను, తీవ్రంగా ఆజ్ఞాపించింది. *

34. త్యేర్ నీచత్వాల జాబితా!

1871 ఏప్రిల్‌లో : త్యేర్ క్రూరత్వాల గురించి మార్క్సు రాసినవి.(పేజీ 72,73): త్యేర్ ప్రభుత్వం, పారిస్ కమ్యూన్‌కి వ్యతిరేకంగా, 1871 ఏప్రిల్ ప్రారంభంలో, తన రెండవ దాడిని ప్రారంభించింది. వెర్సైల్స్ పోలీసులకు దొరికిన పారిస్ కమ్యూన్ సభ్యుల్ని, త్యేర్ ప్రభుత్వం, నీచమైన కార్యాలకు గురిచేసింది.

ఆ హింసాకాండలు సాగినంతసేపూ, 'ఎర్నెస్ట్ పికార్డ్' అనే వాడు [వీడు, అక్కడ పోలీసు మంత్రి]తన లాగు జేబుల్లో చేతులు పెట్టుకుని, ఇటూ అటూ పచార్లు చేస్తూ, ఆ హింసా కాండల్ని చూస్తూ, హింసలకు గురి అవుతోన్న కమ్యూన్ సభ్యుల్ని ఎకసెక్కాలు చేస్తూ గడిపేవాడు.

త్యేర్, ఫావ్రేల సతీమణులు కూడా, తమ గౌరవనీయ చెలికత్తెల మధ్య నిలబడి, తమ గదుల బాల్కనీల నించీ, వెర్సైల్స్ మూకలు చేసే ఆ సిగ్గు చేటైన దౌర్జన్యాలను నవ్వులతో చూస్తూ, ఆ హింసలు చేసే వారిని 'భేష్, భేష్' అన్నట్టు అభినందించే వారు. కమ్యూన్ సైన్యానికి చెందిన సైనికులను, త్యేర్ బంట్లు, మిక్కిలి క్రూరంగా చిత్రవధలు చేశారు. మన మిత్రుడు, సాధారణ కొలిమి పనివాడు అయిన, కమ్యూన్‌లో జనరల్ డ్యువాల్‌ని, ఏ విధమైన విచారణా లేకుండా తుపాకీతో పేల్చి చంపేశారు.

మార్క్స్: "కమ్యూన్ తాలూకు నేషనల్ గార్డుల చిన్న బృందాన్ని ఒక దాన్నీ, దాని కెప్టెన్‌నీ, లెఫ్టినెంట్లనీ, అకస్మాత్తుగా, వెర్సేల్స్ జవాన్లు పట్టేశారు! పట్టేసి, వారి ఆయుధాల్ని లాగేసి, వారిని నిరాయుధుల్ని చేసేశారు.'అప్పుడు, వాళ్ళని వెంటనే కాల్చివెయ్యమని, వాళ్ళ హత్యలకు నేనే ఆజ్ఞలు జారీ చేశాను' అని వెర్సేల్స్ ప్రభుత్వపు జనరల్ గాలిఫే అనేవాడు సగర్వంగా ప్రకటించుకున్నాడు".

[త్యేర్, ఫాక్రే సతీమణుల వంటి వాళ్ళని నేను చూశాను. నా చిన్నప్పుడు, మా పల్లెటూళ్ళో, మా మేనత్త ఇంట్లో, ఒక పక్క వాకిట్లో, ఆ ఇంటి మొగ వాళ్ళు, ఒక పాలేరుని పెద్ద పెద్ద దెబ్బలతో కొడుతూ వుంటే, ఆ పాలేరు వేసే కేకలు వింటూ, మా మేనత్తా, ఆమె తోటి కోడలూ, ఇటు పక్క తమ వంట పనుల్లో నవ్వుకుంటూ, "ఏదో చేసే వుంటాడు ; ఏదో ఎత్తుకుపోయి వుంటాడు; తన్నకేం చేస్తారూ?" అని చెప్పుకుంటూ వుండేవారు. ఆ చిన్నతనంలో కూడా ఆ ఇంట్లో జరిగేది, చాలా కోపం కలిగించేది నాకు. ఆ ఇంటి వాళ్ళూ, ఆ పాలేరూ, వేరు వేరు శత్రు వర్గాల వాళ్ళు-అని అప్పుడు నాకు తెలియదు. అప్పుడు నేను అన్నాను, 'తాడేపల్లిగూడెంలో, మా స్కూలుకి దగ్గిరిగా ఒక పోలీసు స్టేషను వుంది. ఆ 'పోలీసు ఇనస్పెక్టరు' అని పేరు పెట్టి, అక్కడికి ఒక ఉత్తరం రాస్తాను' అన్నాను, మా ఇంట్లో. రాయాలని నేను అప్పుడు అనుకున్నాను. రాశానో లేదో గుర్తు లేదు. రాసి వుంటే, ఆ పోలీసు ఇనస్పెక్టరు వచ్చి వుంటే, మా మేనత్త కుటుంబంలో వాళ్ళ దగ్గిర బాగా డబ్బు తీసుకుని, పాలేరు మొహం అయినా చూడకుండా వెళ్ళిపోయేవాడే. ఈ సంగతి ఇప్పుడు తెలిసినట్టుగా నాకు అప్పుడు తెలీదు. ఆ ఇంటి ఆడ వాళ్ళు, ఆ మొగవాళ్ళ క్రూరత్వాల్ని నవ్వులతో సమర్థిస్తూనే వుండేవాళ్ళు. మనుషుల్లో, 'యజమానీ శ్రామిక వర్గాల' తేడాలు తప్ప, 'ఆడా, మగా' తేడాలుగానీ, ఇతర తేడాలుగానీ, వుండవు-అని ఇప్పుడు తెలుస్తోంది. కులాలైనా, మతాలైనా,'శ్రమల' తాలూకు దోపిడీ వర్గం నించి పుట్టినవే. మా మేనత్త కుటుంబం వాళ్ళు, వందల ఎకరాల, భూస్వాములు. 'భూస్వామి' అనే మాట అయినా, ఆ నాడు తెలిసేది కాదు. ఆ ఇంట్లో ఇంకో వింత జరుగుతూ వుండేది.ఆ మొగవాళ్ళు, ఇంటి పనులకు వచ్చిన కూలి ఆడవాళ్ళని గదుల్లోకి తీసుకుపోతోంటే, ఆ దృశ్యాలు చూసే ఆ ఇంటి ఆడవాళ్ళు, ఇవతల వంట ముచ్చట్లలో తిరుగుతూ, నవ్వుకుంటూనే వుండేవారు. అది కూడా అప్పుడు అర్థమయ్యేది కాదు.

ఆ ఇంటి ఆడవాళ్ళ దృష్టి ఏమిటంటే; కూలి వాళ్ళని, ఎలాగైనా వాడుకుంటాం కదా; కూలి వాళ్ళతో, ఏ పని అయినా చేయించు కుంటాం కదా; కూలి దాన్ని ఎలా వాడితే ఏమిట్లే! తర్వాత అది, కాసిన్ని వడ్లు తీసుకు పోకుండా వుంటుందా?- అన్నట్టు మాట్లాడేవారు. ఆ తోటి, కోడలు, నిజంగా అలాగే అనేది. తన, మొగుడు ఒక 'కూలి దాని' ఇంటికి వెళ్ళడం సంగతి చెప్పేది. ఆ కుటుంబంలో, కూలి వాళ్ళతో నీచమైనంత స్థాయిలో ప్రవర్తించడం ఎన్ని సార్లు చూశానో! ఈ ధనవంతుడు, ఇంకో ధనవంతురాలితో గనక సంబంధంతో వుంటే, వాడి పెళ్ళానికి అప్పుడైతే కోపం వస్తుందేమో! కూలి వాళ్ళని వాడితే కోపం రాదన్న మాట - అనిపిస్తుంది ఇప్పుడు ఆలోచిస్తే. మార్క్సు చెప్పిన వెర్సేల్స్‌లో హింసాకాండల్ని చూస్తూ ఆనందించే మహిళా మణుల్ని నేను కూడా చిన్నప్పుడు చూశాను కాబట్టి, అవన్నీ నాకు గుర్తు వచ్చాయి. నిజానికి, ఎప్పుడూ గుర్తే! చాలా వూళ్ళల్లో ఇవి అందరికీ కనపడేవే అనుకుంటాను. కమ్యూన్లు రాకపోతే,ఇక ఎప్పుడూ ఇవి ఇంతే!]

*

35.మార్క్సు చెప్పిన మరి కొన్ని సంఘటనలు. (అవే పేజీల్లో)

మార్క్సు:"థ్యేర్ ప్రభుత్వం నించి, కమ్యూన్ శ్రేణుల్లోకి చేరిన, కమ్యూన్ సైన్యానికి చెందిన ప్రతీ ఒక్కణ్ణీ కాల్చి పారెయ్యమని, 'వినువా' అనే మిలటరీ ఆఫీసరు, తన సైనికులకు ఆజ్ఞలు ఇచ్చాడు. ఆ ఆజ్ఞలు ఇచ్చినందుకు, ఆ వినువాకి, థ్యేర్, ఒక బిరుదు ఇచ్చి, దాన్ని అతడికి బహూకరించాడు. ఆ బిరుదు పేరు, 'గ్రాండ్ క్రాస్ ఆఫ్ ది లీజియన్ ఆఫ్ ది ఆనర్!'- 'విప్లవ కారుల్ని ఎంత తొందరగా చంపితే, అంత గొప్ప బహుమతి!"

మార్క్సు:"1870 అక్టోబరు 31 న, ఫ్రాన్సు జాతీయ ప్రభుత్వ సభ్యుల తలలు ఎగిరిపోకుండా, 'ఫ్లోరెన్స్' అనే విప్లవ కారుడు, ఔదర్యాది సద్గుణాల వల్ల, కాపాడడం జరిగింది. అటువంటి ఫ్లోరెన్స్‌ని, అతడు చేసిన ఉపకారాన్నంతా మరిచి, దానికి వ్యతిరేకమైన ఘాతుక బుద్ధితో, ఆ ఫ్లోరెన్సుని, ఖండ ఖండాలుగా 'డెమరే' అనే పోలీసు అధికారి, నరికించాడు. ఆ పోలీసువాడు ఆ

ఘనకార్యం చేసినందుకు, వాడికి వెర్సేల్స్ ప్రభుత్వం ద్వారా గొప్ప సత్కారం జరిగింది. అది ఎలా జరిగిందంటే, ఒక అసెంబ్లీ సమావేశంలో తేయర్, ఆ పోలీసు వాణ్ణి తెగ పొగిడాడు. ఫ్లోరెన్స్ హత్యని, డెమరే ఎంత అద్భుతంగా చేయించాడో, ఆ 'ప్రోత్సాహకర వివరాలన్నింటినీ' విజయోత్సాహంతో, సొగదీతలతో, మరీ మరీ వివరించి చెప్పాడు".

మార్క్స్:"పార్లమెంటు రంగంలో, ప్రభుత్వాన్ని నడపడంలో, 'ఎవ్వరూ నాతో సాటి రారు' అన్న మిడిసిపాటూ, కౄరత్వాలూ గలవాడు తేయర్. వాడు, తన సైన్యానికి వ్యతిరేకంగా తిరగబడే ప్రతీ విప్లవకారుడికీ, యుద్ధ కాండల్లో నాగరికంగా లభించే ఏ హక్కునీ అందనివ్వడు. యుద్ధాల్లో గాయపడ్డ క్షతగాత్రులకు తక్షణ చికిత్సలు చేయడం నాగరికంగా ప్రారంభమైన విషయమే. కానీ, అటువంటి నాగరికమైన ఏ హక్కునీ, శతృవుల విషయంలో తేయర్ లక్ష్యపెట్టడు. క్షతగాత్రులైన కమ్యూనార్డులకు ఏ ప్రాథమిక చికిత్సల హక్కూ వుండరాదని, వాటిని సైతం తేయర్ నీచుడు తిరస్కరించాడు."[మార్క్స్ రాసిన పెద్ద పెద్ద, పొడుగైన వాక్యాల్ని, చిన్నవిగా చెయ్యడం మాత్రమే నేను కొన్ని చోట్ల చేశాను. ఇటువంటి మార్పులు మన కార్మిక పాఠకుల కోసం.]

*

36.విప్లవకారుల్లో, విద్రోహి!

1871 మే 1, 2:మధ్య రాత్రి. ఇస్సీ కోటకు కొంత పైన వున్న ఒక రైల్వే స్టేషను, విప్లవకారుల ఆధీనంలో వుంది. ఆ రాత్రి, ఆ కోటలో, విప్లవకారులు నిద్రిస్తున్నారు. ఆ సంగతి రహస్యంగా వున్నదే. కానీ, విప్లవకారుల్లోనే వున్న ఒక కాపలా సైనికుడు, తనకు తెలిసివున్న 'సాంకేతిక పదాన్ని', ఆ చుట్టు పక్కల తచ్చాడే ప్రభుత్వ సైనికులకు అందించే ద్రోహానికి తలపడ్డాడు!

ప్రభుత్వ సైనిక దళం పెద్ద సంఖ్యలో, ఆ కోటలోకి హఠాత్తుగా ప్రవేశించగలిగింది.[ఒక సందేహం! కాపలా కోసం, విప్లవకారులు, ఒకే ఒక్క వ్యక్తిని మాత్రమే ఉంచుతారా? ముగ్గురు, నలుగురు వ్యక్తులైనా వుంటే, ఒకడు విద్రోహం చేయడం అలా జరుగుతుందా? కాపలా సభ్యులు ఇద్దరైనా వుంటే, అలా జరగకపోవు

నేమో కదా?]

పగలంతా అనేక పనులతో అలిసి పోయి గాఢంగా నిద్రిస్తున్న విప్లవ కారుల మీద, కోటలోకి ప్రవేశించిన తేర్ సైన్యం, తుపాకులు పేల్చడం మొదలు పెట్టేసింది! 300 మందిని ఆ క్షణాల్లో హత్య చేసేసి, బందీలుగా 60 మందికి సంకెళ్ళు వేసేసింది. ఆ బందీ లకు కూడా చిత్రహింసల తర్వాత మరణాలే ఇస్తారు! *

37. జర్మనీ నించి, ఫ్రాన్సు సైనిక బందీల్లో మరి కొందరి విడుదల

1871 మే ప్రారంభంలోనే : జర్మనీ చేతుల్లో, ఫ్రాన్సు సైనిక బందీలు ఇంకా కొందరు వున్నారు. వారిలోనించి కూడా కొందర్ని విడుదల చేయమని, తేర్, జర్మనీ బిస్మార్క్ని కోరాడు. పారిస్ కమ్యూన్ని మరింతగా నాశనం చేయడానికి ఇంకా ఎక్కువ సైన్యం కావాలని తేర్, వివరంగా చెప్పాడు.

తేర్ కోరిక నెరవేరింది. వెర్సేల్స్ సేనల సంఖ్య పెరిగి, వాటి బలం పెరిగింది. తేర్ ప్రసంగాల్లో గతం లో కన్నా ఎక్కువ దూకుడు కనపడడం మొదలైంది.

క్లెయిర్ నౌక్సే జైలులో వున్న బ్లాంకీని విడుదల చేయమని, కమ్యూన్ వారు, తేర్ని మళ్ళీ కోరారు. [ఇది బొత్తిగా బాగా లేదు. బ్లాంకీ, సమర్థుడే కావచ్చు. అతడు వుంటే, కమ్యూనార్డులందరూ మరింత ఉత్సాహంతో పనులు చెయ్యవచ్చు. అయినప్పటికీ, తేర్ గాణ్ణి అన్ని సార్లు అడుగుతూ వుంటే, కమ్యూన్ విలువ ఏ మాత్ర మైనా నిలబడుతుందా? అడిగినా, పని జరగదని తెలుసు. వాడితో రాజీపడినా, పని జరగదు. గతంలో, లొంగిన వాళ్ళని కూడా కాల్చేశారు కదా? 'కమ్యూన్'ని పెట్టుకున్న తర్వాత, ఒకే ఒక్క నాయకుడి మీద ఆధారపడితే ఎలాగ? ప్రతీ ఒక్క విప్లవకారుడూ, 'నేనూ ఒక బ్లాంకీనే' అనుకుంటే, ఆ అవగాహనే మంచి ధైర్యాన్నిస్తుంది.. తేర్ నీచుణ్ణి అన్ని సార్లు అడిగేవాళ్ళు, సాహసవంతులు అవుతారా?]

తేర్గాడు, గతంలో అయితే, 'బ్లాంకీని వదలను' అని ఒక్క మాటతో సరిపెట్టేవాడు. కానీ, వాడి సైన్యం పెరిగిన తర్వాత, వాడి పొగరు వంద రెట్లు పెరిగిపోయింది.

తేర్ సైనిక బలగాలు, పారిస్ సరిహద్దుల్లో వున్న కోటల్ని కూలగొట్టడం

మొదలుపెట్టాయి. ఎందుకంటే, ఆ కోటలు ఎప్పటిలాగే వుంటే, అవి విప్లవకారులకు రక్షణగా వుంటు న్నాయి కాబట్టి. ఆ కోటలు శిథిలమై పోయి వుంటే, విప్లవకారులు ఆ శిథిలాల్లోకే చేరినా, ప్రభుత్వ సైన్యాలు, ఆ కోటల్లోకి జొరబడడం అతి తేలిక అవుతుంది. కాబట్టి, కోట గోడల్నీ, వాటి ద్వారాల్నీ, ధ్వంసం చేయాలి.

అందుకే వెర్సేల్స్ బలగాలు, మే 3న, దక్షిణం వేపు వున్న ములెన్ సాకె కోట లోపలి ప్రాంతాల్ని ధ్వంసం చేసేశారు. అప్పటికే ఫిరంగి కాల్పులతో సర్వనాశనమై వున్న ఇస్సీ కోటని 9 వ తారీకునా; వాన్వే కోటని 14వ తారీకునా, ధ్వంసం చేశారు. అలా శిథిలమైన వాటిల్లోకి కూడా విప్లవ సైన్యాలు చేరకుండా, వాటిని తమ ఆధీనంలోనే వుంచుకున్నారు. [ఇంత వరకూ చూసిన దాన్ని బట్టి ఏం తెలుస్తోందంటే, విప్లవకారులకు సైన్యం చాలడం లేదని తెలుస్తోంది. అంతే కాదు, అంతకన్నా ముఖ్య కారణం, అసలు 'కమ్యూన్' అనేది ఎందుకు ప్రారంభమైందో, తేయర్ సైనికులకు తెలియడం లేదు! ఆ సైనికులంతా కూడా నిరుపేద, అనుత్పాదక కార్మికులు. ఆ సంగతి వారికి ఎవరు నేర్పారు? ఆ సైన్యం, కమ్యూన్ వేపే చేరి, తేయర్ మీద ఎదురు తిరిగితే? అసలు జరగవలిసింది అదే. అది జరగడం లేదు.] *

38. 'పాప పరిహార కట్టడం' ధ్వంసం!

1871 మే 5 : 1792లో, గత కాలంలో, ఫ్రాన్సులో జరిగిన బూర్జువా విప్లవంలో, అప్పటి ఫ్రాన్సు చక్రవర్తి అయిన 16వ లూయీని, అప్పటి బూర్జువా విప్లవకారులు శిరచ్ఛేదం చేశారు. ఒక చక్రవర్తిని అలా చేసిన తర్వాత కూడా అక్కడ మళ్ళీ చక్రవర్తి పాలనే వచ్చింది. ఆ కొత్త చక్రవర్తి పాలనలో, గతంలో ఒక చక్రవర్తికి మరణ శిక్ష వేయడం 'చాలా పాపం' అనీ; దానికి ప్రాయశ్చిత్తం జరగాలనీ; ఆ పాప పరిహారం కోసం, ఆ చచ్చిపోయిన చక్రవర్తి పేరుతో ఒక కట్టడం కట్టాలనీ; తర్వాత పాలకులు నిర్ణయించారు. ఆ రకంగా ఒక కట్టడం కట్టించారు కూడా. అది, 'చాపెల్ ఆఫ్ ఎటోన్‌మెంట్'.

అయితే, 16వ లూయీ చక్రవర్తిని అలా శిక్షించడంలో తప్పేమీ లేదనీ; దాని కోసం పాప పరిహారంగా కట్టిన కట్టడాన్ని ఇంకా వుంచనక్కరలేదనీ; పారిస్ కమ్యూన్ నిర్ణయించింది.

ఆ కట్టడం అలాగే వుంటే, దాని మీద రాసిన రాతల్ని బట్టి, చక్రవర్తుల్ని దైవ సమానులుగానే, భక్తి శ్రద్ధలతో పూజించాలనే అవగాహనే, ప్రజల్లో వుండిపోతుంది. కాబట్టి, ఆ కట్టడాన్ని ఇంకా వుండనివ్వకూడదు. తీసివెయ్యాలి. దాన్ని తీసివెయ్యాలనే కమ్యూన్ భావించి, అదే చేసింది. *

39. కమ్యూన్‌కి, స్వదేశీ-విదేశీ భేదాలు లేవు!

'యరొస్లావ్ దొమ్ బ్రోవ్ స్కీ' అనే ఒక యువకుడు, విప్లవ భావాలతో పోలెండు నించి గతంలోనే పారిస్ వచ్చి, కమ్యూన్ పనుల్లో చురుగ్గా పాల్గొంటున్నాడు. అతడు, కమ్యూన్ సైనిక బలగాలకు కమాండర్‌గా ఎంపిక అయ్యాడు."ఇతడు విదేశస్తుడు కదా? మన దేశం వాడు కాడు కదా" అని కమ్యూన్ అనుకో లేదు. అతడు తోటి విప్లవకారుడు, అంతే. [ఇతడు, మే 23న, తేర్ సైనికులతో పోరాటంలో మరణించాడు.] *

40. తాకట్టు వస్తువుల కోసం కొత్త ఉత్తర్వు!

1871 మే 7: కమ్యూను, తాకట్టులో వుండే వస్తువుల విషయంలో, గతంలో ఒక ఉత్తర్వు చేసింది కదా? ఆ ఉత్తర్వునే మరింత వివరంగా ఇప్పుడు దాన్ని పెంచింది. గత ఏప్రిల్ 25న, జారీ చేసిన ఉత్తర్వుకి దీన్ని కూడా చేర్చుకోవాలి. తాకట్టుగా పెట్టిన వస్తువుల్లో, దుస్తులూ, ఫర్నిచరూ, దుప్పట్లూ, గలేబులూ, పుస్తకాలూ, వంటింటి పనిముట్లూ, ఇతర శ్రమ సాధనాలూ,- ఇవన్నీ కూడా వుంటా యి.

అయితే, ఏ వస్తువుల్ని అయినా తాకట్టు పెట్టి, వాటి కోసం 20 ఫ్రాంకులు గానీ, అంతకన్నా తక్కువ గానీ, తీసుకున్నట్టయితే, ఆ డబ్బుని ఇక చెల్లించకుండానే ఆ వస్తువుల్ని వెనక్కి తీసుకోవచ్చునని కమ్యూన్ చేసిన కొత్త ఉత్తర్వు. అలా తీసుకోవడం,ఈ మే 12 నుంచీ ప్రారంభించవచ్చు.

ఒకవేళ తాకట్టు పెట్టడం ద్వారా తీసుకున్న డబ్బు, 20 ఫ్రాంకులకు మించినదే అయితే, 20 కన్నా పైన వున్న దాన్ని మాత్రమే చెల్లించి, ఆ

వస్తువుల్ని తీసుకోవాలి. [20 వరకూ ఎందుకు చెల్లించనక్కర లేదంటే, ఆ తాకట్టు దుకాణాల వారు, గతంలోనే వడ్డీల ద్వారా చాలా డబ్బు సంపాదించి వుంటారు. ఆ కారణంతో, ఈ కొత్త ఉత్తర్వు జరిగినట్టు వివరాలు లేవుగానీ, కారణం అదే అయినట్టు మనం ఊహించాలి.] *

41. పోరాడే శక్తి చాలకపోతే, వెనకడుగులు కాదు; యధాతధ బ్రతుకే గౌరవం!

1871 మే 8 : తేయర్ దగ్గిరికి, ఎవరైనా మధ్య తరగతి రాయబారులు వెళ్ళినప్పుడు, వాడు పొగరుమోతుగా ఇలా చెప్పేవాడు: ఇది మార్క్స్ (పేజీ 99): "మాన్ మార్టర్ కొండల మీద నించి ఆయుధాలు తీసుకోవడానికి మా సైన్యం వెళ్ళినప్పుడు, అక్కడ, మా మిలటరీ అధికారుల్ని ఇద్దరిని, లేకాంట్‌నీ, టోమానీ, మా సైనికులే హత్యలు చేసి, వాళ్ళు తర్వాత కమ్యూన్ వాళ్ళతో చేరిపోయారు కదా? అలా హత్యలు చేసిన వాళ్ళని మాత్రం మాకు అప్పజెప్పాలి. ఇక మిగిలిన వాళ్ళందరూ పారిస్‌ని వదిలేసి వెళ్ళిపోవాలి. వాళ్ళు అలా వెళ్ళడానికి పారిస్ గేట్లు బార్లాగా తెరిచే వుంటాయి".-తేయర్, ఇలా చెప్పేవాడు. అంటే, "కమ్యూన్‌ని కట్టిపెట్టండి! అందరూ పారిస్‌ని వదిలేసి బైటికి పొండి!" అని చెప్పడమే అది. [దోపిడీ ప్రభుత్వాధినేత దగ్గిరికి, రాజీల కోసం ఎవరు వెళ్ళినా, వాళ్ళకి ఆ అవమానమే జరిగి తీరుతుంది.దోపిడీగాడితో రాజీకి వెళ్ళే కన్నా, పోరాడేశక్తి చాలకపోతే, ముందడుగులు వేయకపోయినా, వెనకడుగులు లేకుండా పాతజీవితాన్నే ఇంకా సహిస్తూ బ్రతకడం గౌరవం. అంతేగానీ, విలువ లేని రాజీలు, గౌరవం కాదు.] *

42. జర్మనీతో, కొత్త శాంతి ఒప్పందం!

1871 మే 10: ఫ్రాన్సుకి, జర్మనీతో, అంతకు ముందు ఒక 'శాంతి ఒప్పందం' జరిగింది కదా? ఆ ఒప్పందానికి గడువు, ఫిబ్రవరిలో ముగిసిపోయింది.

అందువల్ల, ఆ శాంతి సంబంధానికే

కొత్త ఒప్పందం మళ్ళీ జరగాలి, కొత్త సంతకాలతో. అప్పుడు, జర్మనీలోని ఫ్రాంక్‌ఫర్ట్‌లో, కొత్త ఒప్పందమే జరిగింది. ఈ కొత్త ఒప్పందానికి, త్యేర్ ప్రభుత్వం, మే 18న జరిగిన అసెంబ్లీలో ఆమోదం తెలిపింది. *

43. త్యేర్ గాడి ఇల్లు ధ్వంసం!

1871 మే 12 : కమ్యూన్ కూడా కొన్ని పత్రికల్ని నడుపుతోంది కదా? ఒక పత్రిక ఎడిటర్ హెన్రీ, మే 6న, పారిస్‌లో వున్న త్యేర్ ఇంటిని కూలగొట్టాలని ఒక రహస్య సమావేశం లో ప్రతిపాదించాడు. కమ్యూన్‌లో ఇతర సభ్యులు మే 10 దాకా చర్చలు చేసి, చేసి, 10 నాడే, ఆ ప్రతిపాదనని ఆమోదించారు. త్యేర్ గాడిది 'ఇల్లు' కాదు; మహా భవనం! పారిస్‌లో సెయింట్ జార్జెస్ అనే చోట వుంది అది. ఆ కొంపని కమ్యూన్, మే 12న, ధ్వంసం చేసింది.

ఆ ఇంట్లో, ఆ దోపిడీ దారుడి అభిరుచికి సంబంధించిన 'కళాఖండాలు' అనేవి చాలా వున్నాయి. ఆ కళాఖండాల్ని ఒక మ్యూజియంకి ఇవ్వాలని నిర్ణయించింది కమ్యూన్! [ఇది నాకు అస్సలు నచ్చలేదు. త్యేర్ గాడికి నచ్చే కళాఖండాలు ఎలాంటివై వుంటాయి? కొన్ని, 'భక్తి'కి సంబంధించినవీ; కొన్ని, ఆడవాళ్ళ నగ్నత్వాల్ని ప్రదర్శించేవీ; కొన్ని, విప్లవకారుల్ని హింసించే దృశ్యాల్ని ప్రదర్శించేవీ; అన్నీ అటువంటి చెత్తవే వుంటాయి. 'మంచి' భావాల్ని కలిగించే వస్తువు ఏదైనా త్యేర్ గాడికీ, వాడి పెళ్ళం దానికీ, నచ్చి వుంటుందా? - అటువంటి చెత్తని, ఒకవేళ ఏదైనా ఒక మామూలు వస్తువు వున్నా, దాన్ని మ్యూజియంలో భద్రపరిచి, దాన్ని అప్పుడప్పుడూ శుభ్రం చేస్తూ వుంచాలా? అది, త్యేర్ ని గౌరవించడమే అవదా? నేను, ఆ కమ్యూన్‌లో వుంటే, ఆ కళాఖండాలన్నిటి నీ తగలబెట్టెయ్యాలని, బాగా పోట్లాడే దాన్నే.]

త్యేర్ గాడి ఇంట్లో వున్న ఫర్నిచర్ గురించి ఏం నిర్ణయించారంటే: దాన్ని అమ్మి, ఆ డబ్బుని, పోరాటంలో మరణించిన విప్లవకారుల భార్యలకీ, అనాధ పిల్లల శరణాలయాలకీ, అప్పగించాలని నిర్ణయించారు. [ఇది మంచి నిర్ణయమే. ఎందుకంటే, త్యేర్ గాడి ఇంట్లో బెంచీలూ, కుర్చీలూ, మంచాలూ, వాడి శ్రమలతో తయారైనవా? వాడి శ్రమతో వచ్చిన

డబ్బుతో కొనిపెట్టు కున్నవా? ఆ ఫర్నిచర్ అంతా, వాడికి, ప్రభుత్వానికి అందే పన్నుల డబ్బులోనించి అప్పనంగా వచ్చినవే. వాటిని స్వాధీనం చేసుకుని అమ్మడంలో ఏమీ తప్పు వుండదు. కానీ, ఆ ఫర్నిచర్ని, పేదలు యథాతథంగా వాడకూడదు. తేయర్ గాడు కూర్చున్న కుర్చీనీ, వాడు పడుకున్న మంచాన్నీ, పేదలు వాడారంటే, "ఇది, తేయర్ గారి కుర్చీ! ఇది, తేయర్ గారి మంచం! కమ్యూన్ మాకు ఇచ్చింది" అని చెప్పుకుంటారు. తేయర్ మీద కోపాన్ని, ఆ కుర్చీ మీద కూర్చున్నప్పుడూ, ఆ మంచం మీద పడుకున్నప్పుడూ, మర్చిపోతారు. కాబట్టి, ఆ వస్తువుల్ని, కార్మికులు వాడకూడదు. అవన్నీ పేదల శ్రమలతో తయారైనవే అయినా, వాటిని తేయర్ గాడు ముట్టుకున్నాడు కాబట్టి, వాటిని కార్మికులు ముట్టుకోకూడదు. వాటిని అమ్మితే వాడి లాంటి డబ్బున్న వాళ్ళే వాటిని కొంటారు.

వాళ్ళకి అవి సరిపోతాయి. ఆ డబ్బుని కార్మికులు వాడడం అవసరమే. ఆ డబ్బు, కార్మికుల శ్రమలదే కాబట్టి.] *

---

44. తేయర్ బలగాల ముందడుగులు!

1871 మే 14 : "బ్లాంకీని విడుదల చేస్తే, దానికి బదులుగా 70 మంది హామీ బందీల్ని విడుదల చేస్తాం" - అని, కమ్యూన్ మళ్ళీ తేయర్ గాణ్ణి కోరింది.

వాడు మళ్ళీ తిరస్కరించాడు.

[తేయర్ గాణ్ణి మళ్ళీ మళ్ళీ అడుగుతున్నారని చదవడానికి చాలా సిగ్గుగా వుంది. ఈ కమ్యూన్‌కి, బ్లాంకీ మీద ఇంత ఆసక్తి వుంది - అని తేయర్‌గాడు గట్టిగా అనుకుంటే, వాడు, బ్లాంకీని లేకుండా చేస్తాడు కూడా! ఒక్క నాయకుడి మీద, అంత ఆధారపడి వుండడమా? అతని భావాల ప్రకారమే, అతని ప్లానుల ప్రకారమే, నడుచుకుంటే, అది అతను వున్నట్టే అవుతుంది కదా? నాయకుడి మీదే అంత నమ్మకం అంటే, కమ్యూన్‌లో వున్న వాళ్ళకి, వాళ్ళ మీద వాళ్ళకి నమ్మకం లేకపోవడమే కదా?తేయర్ గాడితో అన్ని బేరాలా?]

1871 మే 21 : తేయర్ సైన్యం, కమ్యూన్ మీదకి ముందడుగులు వేసుకుంటూ వస్తోంది.

రోజు రోజుకీ, దాని జయాలు పెరుగుతున్నాయి! వెర్సేల్స్ సైన్యం,

పారిస్‌కి పడమటి వేపున వున్న పలు గ్రామాల్నీ, నగర ప్రాకారం దాకా వున్న భవనాల్నీ, ఆక్రమించుకుంటూ వస్తోంది. వెర్సేల్స్ బలాలు పురోగమిస్తూ, చివరికి, కమ్యూన్‌కి సంబంధించిన రక్షణ స్తావరాలను చేరుకున్నాయి!

ఆ రక్షణ స్తావరాల్లో కాపలాలు కాచే గార్డుల అజాగ్రత్తల వల్ల, వెర్సేల్స్ సేనలు, నగరంలోకి అంత తేలికగా చొచ్చుకు రాగలిగాయి!

1871 మే 22 : ఇది మార్క్సు రాసినది **(పేజీ 100):**

మే 21న, విద్రోహం కారణంగానే, పారిస్ గేట్లు, త్యేర్ సైన్యం కోసం తెరుచుకున్నాయి! ఆ సైన్యానికి "అధికారి, జనరల్ డుయే." త్యేర్ భూస్వాముల సభకి తన రహస్య ప్రయత్నాలన్నీ గతం నుంచీ కూడా చెపుతూనే వున్నాడు. తన లక్ష్యం, కమ్యూన్‌ని అణచడమే అని, భూస్వాములతో అనేక సంప్రదింపులతో తెలియ చేస్తూనే వున్నాడు. కానీ, భూస్వాములు, త్యేర్ శక్తి సామర్థ్యాల్ని శంకిస్తూ వున్నారు. 'నీ వల్ల కాదులే' అని తిరస్కరిస్తూనే వున్నారు.

తన మీద విశ్వాసం వుంచని భూస్వాముల సభకి, త్యేర్, మే 22న, మహోత్సాహంతో, తన వీరోచిత కార్యాన్ని బైట పెట్టాడు, ఈ విధంగా: "నేను, మీకు, కొద్ది రోజుల నించీ, మనం మన లక్ష్యాన్ని సమీపిస్తున్నామని చెపుతూనే వున్నాను. మీరు విశ్వసించడం లేదు. కానీ, మనం ఈ నాడు, మన లక్ష్యాన్ని చేరి పోయాము. మన భద్రతా, మన న్యాయమూ, మన నాగరికతా-ఇవి అన్నీ, ఈ నాడు విజయాల్ని సాధించాయి. ఈ విజయాల్ని మీరు చూడండి!"

[ఇది చదవడం, తిరిగి రాయడం, చాలా బాధగా ఉంది. ఎప్పుడు కళ్ళు చెమర్చాలో అప్పుడు చెమర్చక పోతే; ఆ కళ్ళు జల జలా వర్షించకపోతే, అది దోపిడీ దారులకే సహకారం! నాకు చాలా బాధగా వుందిగానీ, నా కళ్ళు చెమర్చడం లేదు! నేను దోపిడీదారుల సహకారిని కాను. కానీ, 'ఇది ఇంతే! ఈ కష్టాన్ని ధైర్యంతో భరించవలసిందే, కన్నీరు పిరికితనాన్నే చెపుతుంది'- అనే గ్రహింపు వల్లనేమో, ఇప్పటి వరకూ నా కళ్ళు చెమర్చడం లేదు!]

1871 మే 23 : కమ్యూన్ సభ్యుల్లో జరిగిన 'జనరల్ కౌన్సిల్ సమావేశపు మినిట్స్'నుంచి :"కమ్యూన్ సూత్రాలు" (సంకలనం. పేజీ 273).

ఇక్కడ చదవబోయే విషయం, 'పారిస్ కమ్యూన్' గురించి, 'ఇంటర్నేషనల్' సమావేశంలో, మార్క్సు ప్రకటించిన అభిప్రాయంగా గ్రహించవలిసినది :

మార్క్స్, 'పారిస్ పోరాటాన్ని' గురించి ప్రస్తావించి, దాని ముగింపు దగ్గిర పడుతున్నట్లే తనకు తోస్తున్నదని ఇలా ప్రకటించాడు: "ఒకవేళ, 'పారిస్ కమ్యూన్' గనక ఓడిపోతే, పోరాటం కేవలం వాయిదా పడినట్టు మాత్రమే అర్థం" - అని మార్క్స్ భావించాడు. "కమ్యూన్ సూత్రాలు శాశ్వత మైనవి. వాటిని రూపుమాపడం సాధ్యం కాదు. కార్మిక వర్గం విముక్తి చెందేదాకా ఆ సూత్రాలు, పదే పదే ముందు కొస్తాయి" అన్నాడు మార్క్స్. *

45. ఉన్మత్త హత్యాకాండని చూసిన ఆ కుడ్యం !

1871 మే 21 తర్వాత :

ఎంగెల్స్ ఉపోద్ఘాతం నించి :

జర్మన్లు, పారిస్‌లో, ఉత్తర-తూర్పు కోటలను ఆక్రమించుకుని వున్నారు. నగరానికి ఉత్తరాన గల భూభాగం మీదుగా ఏ పక్ష సేనలూ ప్రయాణించ రాదనేది, గతంలో ఫ్రాన్సుకీ -జర్మనీకీ జరిగిన 'యుద్ధ విరామ సంధి'లో పెట్టుకున్న షరతు! ఆ షరతు ప్రకారం, పారిస్ నగరానికి ఉత్తర భాగం నించి ఏ యుద్ధ సేనలూ ప్రవేశించరాదు. కానీ, జర్మనీ వాళ్ళు, తోటి ఫ్రాన్సు దోపిడీదారులతో పెట్టుకున్న షరతు, కమ్యూన్ విప్లవకారుల విషయంలో నిలబడుతుందా? దోపిడీదారులు, ఏ షరతులకైనా కట్టుబడి నడుస్తారని, దోపిడీ వ్యతిరేక విప్లవ కారులు విశ్వసించవచ్చా?

కానీ, పారిస్ కమ్యూన్, విప్లవ కరమైనదే గానీ, అత్యంత అమాయక మైనది ! అది, దోపిడీ వర్గం పై కూడా గాఢ విశ్వాసం వుంచగలదు. నగరానికి ఉత్తరం వేపు నించి ఏ శత్రువూ రాదనీ, దోపిడీ శత్రువులు కూడా నీతిపరులనీ, కమ్యూన్ గాఢంగా విశ్వసించింది. కానీ, చివరికి, కమ్యూన్‌కి, దాని అమాయకత్వం, దానికి తెలిసి వచ్చింది. త్యేర్ సేనలు ఆ ఉత్తరం వేపు నించే ప్రయాణించ డానికి, జర్మన్లు, గత షరతుని తుంగలో తొక్కి, అనుమతించడాన్ని, కమ్యూన్ కళ్ళారా చూసింది! యుద్ధ విరామ సంధిని ధిక్కరించి, త్యేర్ సేనలకు జర్మనీ సహకరించడాన్ని, కళ్ళారా చూసిన కమ్యూన్, తన అమాయకత్వాన్ని ఆ చివరి కాలంలో అయినా గ్రహించ గలిగింది! ఆ ఉత్తర ప్రాంతం నించి దాడులు ఎన్నడూ ఎదురుకావని,

నిబ్బరమైన నిశ్చింతతో మసిలే కమ్యూన్, ఆ ఉత్తరం దిక్కు వేపు నించి ఎటువంటి అక్రమ దాడుల్నీ ఊహించలేదు. అటు పక్క రక్షణ ఏర్పాట్లని, చిన్న పిల్లల ఆటల వలే తప్ప, అంత కన్నా ఏ జాగ్రత్తలతోనూ, ఏ పటిష్టతల తోనూ, ఏర్పాటు చేసుకోలేదు! శతృసేనలు ఆ దిక్కు నించే విస్తృత పరిధిలో ఉరుకుతూ రావడాన్ని చూనన్తా, కమ్యూన్ తెల్లబోవడం తప్ప, ఆ చివరి క్షణాలలో ఏం చెయ్యగలుగుతుంది? కానీ, ఆ వీరులు ఏదో ఒకటి చేయ గలిగారు!

అటువంటి విషాద, సమస్యాయుత విపత్కర స్తితిలో కూడా, కమ్యూన్ స్త్రీ పురుషులంతా, తమ దేహ ప్రాణాలను పోరాటానికే అర్పించడానికి, వీరోచితంగా సిద్ధపడ్డారు.

తేయ్యర్ ప్రభుత్వ సేనలు, నగరంలోని విలాస ప్రాంతాల నుంచి కూడా లోపలికి, కార్మిక వాడలలోకి, చొచ్చుకు వన్తూ వున్న కొద్దీ, ఆ వాడల్ని సమీపిస్తున్నకొద్దీ, కమ్యూన్ ప్రతిఘటన నిర్భయంగానూ, వీరోచితంగానూ, ఆత్మాభిమాన యుతంగానూ, సాగ గలుగుతూనే వుంది.

కమ్యూన్ ఆత్మాభిమాన పోరాటం, ఒక్క గంటో, ఒక్క దినమో, కాదు; వరసగా రాత్రింబవళ్ళూ ఎనిమిది రోజులు సాగింది!

ఆ తర్వాత మాత్రమే కమ్యూన్, బలహీనురాల యింది. వారం రోజులుగా, శతృవు చేత జరిగిన, స్త్రీ పురుష బాలాదులకు ఏ రక్షణాలేని ఊచకోత, ఎప్పటి కప్పుడు తారాస్తాయికి ఎగిసి పడుతూనే సాగింది. శతృ తుపాకుల మారణ హోమానికి విరామమే లేకపోయింది. నిస్సహాయులు, వందలాది సంఖ్యలో, మర తుపాకీ కాల్పులకు, ఆహుతైపోయారు!

ఫ్రాన్సు ప్రభుత్వ సైన్యం, 8 రోజులపాటు, మూకుమ్మడి హత్యా కాండకు పాల్పడింది. కార్మిక వాడల పౌరులందర్నీ, కనిపించిన పౌరుల్ని కనిపించినట్టు, కాల్పులు జరిగి పోయాయి. ఆ హత్యాకాండకి నాయకత్వం వహించిన సైన్యాధికారి మార్షల్ మెక్‌మహన్-అనే నీచపు వాడు. వీడు, తర్వాత కాలంలో, ఫ్రాన్సుకి అధ్యక్షుడయ్యాడు కూడా!

1871 మే 28 :

ఎంగెల్స్ ఉపోద్ఘాతం నించి :

(పేజీ 24)

"1871 మే 28న, బెల్‌విల్ కొండ చరియలపై జరిగిన పోరాటంలో, కమ్యూన్‌కి చెందిన చివరి యోధులు, తమకన్నా అధికులైన బలగాలతో పోరాడుతూ క్రమంగా నేలకొరిగారు."

'పారిస్ కమ్యూన్' సందర్భంలో, దాదాపు 30 వేల మంది కమ్యూనార్డులూ,

ఆ కమ్యూన్ చర్యలలో పాల్గొనని కార్మికులూ కూడా, ఉచకోతలకు గురయ్యారు. 38 వేల మంది, జైళ్ళల్లో బందీలయ్యారు. 7 వేల మంది, ఇతర చోట్లకు తప్పుకోగలిగారు.

"షెక్ లషెజ్ ' దొడ్డిపక్కన గల, ఫెడరల్స్ కుడ్యం వద్ద జరిగిన తుది మూక హత్యాకాండ, తారాస్థాయికి చేరిపోయింది.

శ్రామిక వర్గం, తన హక్కుల కోసం, తన ఆత్మగౌరవం కోసం, లేచి నిలబడగానే, దోపిడీ పాలక వర్గం, ఎంతటి ఉన్మత్త ఘాతుక హత్యాకాండకు పూనుకుంటుందో, దానికి తిరుగులేని సాక్ష్యం అయిన ఆ కుడ్యం, ఈ నాటికీ అక్కడ నిలిచే వుంది." _(పే.32) *

46. శత్రుసైనికుల్లో మానవత్వమా?

1871 మే 28 : కమ్యూన్ విప్లవ బృందాలను కళ్ళారా చూసిన తేయర్ సైన్యాధిపతులు, ఆ బృందాలన్నిటినీ ఒక్కుమ్మడిగా హత్యలు చేసేటంత శ్రమలకు తలవడలేదు. అది అసాధ్యమని భావించారో, అంత అసాధ్య కృషిని దాట వెయ్యదలిచారో, వారి ఊహలు ఎలా నడిచాయో గానీ, హత్యాకాండని, అతి క్లుప్తంగా మాత్రమే సరి పెట్టదలిచారు.

విప్లవకారుల్ని బందీలుగా వరస బారుల్లో నిలబెట్టారు. ఆ బారుల మధ్య శత్రు సైనికాధికారులు బందీల చూపుల్ని పరీక్షిస్తూ తిరిగారు. "వీణ్ణి బైటికి తియ్యండి!" అని తోటి సైనికులకు, ఎవరో ఒక బందీని చూపించడం!

ఆ సైనికులు, ఆ బందీని పట్టి దూరంగా లాక్కుపోతారు. అక్కడ తుపాకీ పేలుతుంది. అప్పటికి, మరొక బందీని ఎంచి తీసుకుపోతారు. రెండో తుపాకీ పేలుతుంది.

సైనికాధికారుల మేధావితనాలకు, 'బొత్తిగా విప్లవ కారులుగా' కనపడిన బందీలందరూ, దూరంగా పోయి అంతమైపోతారు. మిగిలిన బందీలందరూ జైలు గోడల ఇరుకుల్లో చేరిపోతారు.

కమ్యూన్ వాదుల గుంపు హత్యాకాండ, అసాధ్యమని, శత్రు సైనికాధికారులు ఎప్పుడైతే తలపోశారో, అప్పుడిక సామూహిక అరెస్టులూ, ఖైదీల శ్రేణుల్లో నించి అక్కడక్కడా ఒక్కొక్కరిని బైటికి లాగి, వారిని కాల్చివేయడం, ఇక మిగిలిన ఖైదీల్ని శిబిరాల్లోకి తరలించడం, కోర్టు మార్షల్ (సైనిక విచారణ) చేయడం,

వరసగా అన్నీ సాగాయి.

పారిస్ నగర ఈశాన్య అర్థ భాగాన్ని చుట్టుముట్టి వున్న తేయర్ సేనలకు, 'బందీల నెవ్వరినీ తప్పించుకు పోనివ్వ రాదు' అనే ఆజ్ఞలు జారీ అయ్యాయి.

అయినప్పటికీ, కమాండ్ ఆజ్ఞల కన్నా, మానవత్వ విధేయుతే ఆ సైనికుల హృదయం పీఠాల్ని ఆక్రమించినప్పుడు, ఆ మానవత్వమే, తన కర్తవ్య నిర్వహణ చేసింది.

ఆ సైనికుల్లో, జర్మనీ సైనిక మానవులు కూడా, పసితనంలో పుట్టి పెరిగిన వారై వున్నారు.వారు, పలువురు కమ్యూన్ వీరుల్ని, గేట్ల నుంచి తప్పించుకు పోయే విధంగా సహకరించగలిగారు. అటువంటి, సైనిక మానవులు, ప్రత్యేక గౌరవానికి పాత్రమైన వారే.(పే.32)

*

47. "పారిస్ కమ్యూన్" ఎందుకు? ఎందుకు?

1871 మార్చి 18 నించీ, మే 28 వరకూ, 72 రోజులు మాత్రమే ఆ విప్లవ కార్యాలు జరిగినట్టు చూశాము.

నిజానికి, పారిస్ కమ్యూన్ ద్వారా అంత చిన్న కాలంలో జరిగిన విప్లవ కార్యాలు, అనేకం వున్నాయి. వాటిలో అతి తక్కువగా మాత్రమే చెప్పుకున్నాం గానీ, అన్నిటినీ చూడలేక పోయాం.

ఉదాహరణకి:కమ్యూను మొట్ట మొదట, తను ఏర్పడక ముందు వరకూ పారిస్‌లో వున్న తేయర్ సైన్యాన్ని బర్తరఫ్ చేసింది. ఆ ప్రభుత్వ పోలీసుల్ని కూడా బర్తరఫ్ చేసింది. ఇటువంటి విప్లవ కార్యాల్ని, వాటి ప్రాముఖ్యతతో చెప్పుకోలేదు.

[ప్రాముఖ్యతని చెప్పని పొరపాటు, ఎందుకు జరిగిందంటే: ఒక విప్లవ కార్యం, ఏ రోజు జరిగిందో, ఆ తారీకు స్పష్టంగా దొరికేది కాదు. ఆ కార్యం జరిగిన తారీకు, ఇంకా తర్వాత ఎక్కడో కనపడుతుంది - అనుకుంటూనే ముందుకు సాగాను.

ఒక విప్లవ నిర్ణయానికి, అది జరిగిన తారీకే దొరకక పోవడం అనేది, ఎక్కువ చోట్లే జరిగింది. వరస తారీకుల్లో 'దొరికిన' నిర్ణయాలని మాత్రమే ఇవ్వగలిగాను. "ఆధునిక చరిత్ర" పుస్తకంలో కూడా, 'పారిస్ కమ్యూన్' గురించిన వివరాలు వున్నాయి. ఈ పుస్తకం కూడా రష్యా ప్రచురణే. ఇందులో దొరికిన విప్లవ నిర్ణయాలు, కొన్ని వున్నాయి. ఇక్కడ కూడా, ఒక విప్లవ నిర్ణయానికి, అది జరిగిన స్పష్టమైన తారీకు దొరకదు. అయినప్పటికీ, ఆ తారీకు దొరకక పోయినా, ఆ 'నిర్ణయం' దొరుకుతుంది. అది, ఆ 72

రోజుల్లో ఎప్పుడో అప్పుడు జరిగిన నిర్ణయమే. "ఆధునిక చరిత్ర"లో దొరికిన కొన్ని అంశాల్ని ఇక్కడ చూసి, పారిస్ కమ్యూన్ చేసిన మొత్తం నిర్ణయాల జాబితాని తర్వాత చూస్తాం.]

'కమ్యూన్ గురించి ఇంకా చాలా చెప్పుకోవాలి. ఎందుకంటే, ఇది, రేపటి మన భవిష్యత్ నిర్ణయాలకు ఆధార చరిత్ర. ఇది తెలిసి వుండకపోతే, రేపు మనం ఎన్నెన్నో కొత్త పొరపాట్లు చేస్తాం. ఈ పాత పొరపాట్లే మళ్ళీ చేస్తాం. కాబట్టి, ప్రతీ పొరపాటూ ఎలా జరిగిందో తెలుసుకోవాలి.

కార్మిక వర్గ విముక్తికి, ఈ పారిస్ కమ్యూనే మొట్టమొదటి అడుగు! కాబట్టి, దీని మంచి చెడ్డల్ని, మార్క్సిస్టు సిద్ధాంత అవగాహనతో పరిశీలించాలి. ఈ కమ్యూన్ గురించి, మార్క్సు-ఎంగెల్సులు చెప్పిన వాటిని, అర్థం చేసుకోవడానికి ప్రయత్నించాలి.

పారిస్‌లో,'కమ్యూన్' ఏర్పడినప్పుడు, ఆ దేశంలో గానీ, ప్రపంచ దేశాల్లోగానీ, 'కార్మిక వర్గం' అంతా, ఆ వర్గంలో అన్ని సెక్షన్లూ, నూటికి నూరు పాళ్ళూ కమ్యూన్‌కి సమర్థకులుగా ఉన్నారని కాదు. పారిస్‌లోనే, శారీరక శ్రమల కార్మికులు వున్న విధంగా, మేధా శ్రమల కార్మికులు లేరు, శారీరక శ్రమల కార్మికుల్లో కూడా విప్లవావగాహన లేక, తమ వర్గానికే విద్రోహం చేసుకున్న సంఘటనలు కూడా కొన్ని జరిగాయి. ఈ విషయాలన్నీ తెలిసి వుంటేనే, రేపు ఏ దేశపు కార్మిక జనం అయినా, అందులో ఏ స్థాయి వారైనా, కళ్ళు తెరుచుకునే వుండగలుగుతారు.

1870లో ఫ్రాన్సుకీ, జర్మనీకీ యుద్ధం జరిగి, ఫ్రాన్సు చక్రవర్తి జర్మనీకి బందీ అయిపోయిన తర్వాత, ఫ్రాన్సులో, 'బూర్జువా రిపబ్లిక్' పేరుతో, పాత రకపు తేయర్ ప్రభుత్వమే ఏర్పడిన తర్వాత, అప్పుడు ఏర్పడింది కదా, పారిస్ కమ్యూన్?

ఫ్రాన్సు ప్రభుత్వం, రాజధాని అయిన పారిస్‌ని వదిలేసి, వెర్సేల్స్ నగరానికి పారిపోతే, పారిస్ నించి కొందరు పరిశ్రమదారులూ, ప్రభుత్వాధికారులూ, కొందరు మేధాశ్రమల కార్మికులూ కూడా, పారిస్‌ని వదిలేసి పోయారు.

కమ్యూన్‌ని వ్యతిరేకించే విద్రోహులు, తమకు సాధ్యమైన విద్రోహ చర్యలన్నీ సాగించారు. ముఖ్యంగా, రైల్వేలలో విస్తారంగా విద్రోహ చర్యలు జరిగాయి.

కమ్యూన్ పాలన, అనేక పాత చట్టాల రద్దులతో ప్రారంభమైంది. ఆ రద్దుల్లో, కొన్నిటిని వెనకటి చాప్టర్లలో చూసి వున్నాం. కొన్నిటిని చూడలేదు. ఇక, ఆ విప్లవ చర్యల్ని, ఒక వరస క్రమంలో చూడవలిసి ఉంది. *

48. కమ్యూన్ చేపట్టిన విప్లవ చర్యలు!

[ఈ చర్యల్ని చెప్పడంలో, ఏ చర్య, ఏ తారీకున జరిగిందో, ఆ తారీకు ప్రసక్తి వుండదు. ఏది జరిగినా, అది, కమ్యూను నిలిచిన ఆ 72 రోజుల్లో జరిగినదే - అని భావించాలి.]

* మొదట, ఎన్నికల పద్ధతిలో, ఓటింగు హక్కు ద్వారా, కమ్యూను ఏర్పడి, అది కొత్త ప్రభుత్వ సంస్థ అయింది. ప్రభుత్వపు ప్రతినిధుల్లో ఎవరైనా, తన నియోజక వర్గంలో, మెజారిటీ ప్రజల విశ్వాసం కోల్పోతే, ఆ ప్రతినిధి, తన పాలనని కోల్పోయే విధంగా కమ్యూన్ కొత్త శాసనం చేసింది.

* కమ్యూన్ కౌన్సిల్, కొత్త శాసనాలు చేస్తుంది. ఆ శాసనాల్ని అమలు చేయడానికి 10 కమిషన్లు ఏర్పడ్డాయి. అర్థిక, ఆహార, పౌరరక్షణ, రైతాంగ, వగైరా సమస్యల్ని, ఆ సంస్థలు పరిశీలిస్తాయి. ప్రతీ సంస్థా, తన నివేదికని కమ్యూన్ కమిటీకి పంపుతుంది.

* కమ్యూన్, మొట్టమొదట, పాత సైన్యాన్ని బర్తరఫ్ చేసి, ఆ స్థానంలో, కమ్యూన్ సభ్యులతో జాతీయ రక్షణ దళాన్ని ఏర్పాటు చేసింది.

* 'రాజ్యం' నించి, 'చర్చి'ని (మత సంస్థల్ని) వేరు చేశారు. ఆ మత సంస్థలకు ప్రభుత్వమే డబ్బు అందించడాన్ని కూడా రద్దు చేశారు.

* జననాలకూ, వివాహాలకూ, మరణాలకూ సంబంధించిన రిజిస్ట్రేషన్ బాధ్యతల్ని, మత సంస్థలు నిర్వహించడాన్ని రద్దుచేసి, ఆ బాధ్యతల్ని ప్రభుత్వ సంస్థలే నిర్వహించే విధంగా కమ్యూన్ మార్చింది.

* పాఠశాలల్లో మత బోధనలన్నీ రద్దు!

* కమ్యూను, శ్రామిక ప్రజల సామూహిక కార్యక్రమాల ద్వారానూ, కార్మిక సంఘాల ద్వారానూ, తన రోజువారీ బాధ్యతల్ని నిర్వహిస్తుంది.

* మహిళా కార్మికుల అండదండలన్నీ, కమ్యూను కార్యక్రమాలకు వున్నాయి. లూయిస్ మైకేల్ అనే ఉపాధ్యాయుని నాయకత్వాన, ఒక మహిళా సైనిక దళం' కూడా ఏర్పడింది.

* కమ్యూను ఏర్పడిన నాటి నించీ, వర్సేల్స్ ప్రభుత్వంతో పోరాడవలసి రావడం వల్ల, అప్పటికే ఏర్పడిన విప్లవ కార్యక్రమాల్ని మరింతగా అభివృద్ధి చేయలేకపోయినా; కమ్యూన్, నూతనమైన ఏర్పాట్లు చేస్తూనే ఉంది.

* పారిస్‌లోనే తమ వ్యాపార సంస్థల్ని వదిలి వేసి పెట్టుబడిదారులు, ఇతర రాష్ట్రాలకు పోయిన తర్వాత, ఆ సంస్థల నిర్వహణలు కార్మికుల బాధ్యతలే అయినాయి. అప్పుడు, వారు, ఉత్పత్తిదారులే. 'కార్మికులు' కారు.

* నిరుద్యోగులకు ఉద్యోగాలు ఏర్పరచడం, కమ్యూన్‌కి ముఖ్య బాధ్యత అయింది.

* ఉత్పత్తి సంస్థలు, యజమానుల చేతుల్లోనే వున్నట్టయితే, వాటిలో, కమ్యూను, మొదట 'జీతాల నియమాలు' ఏర్పరిచింది.

* యజమానులు, కార్మికుల మీద, ఏవేవో సాకులతో 'జరిమానాలు' విధించే పద్ధతి రద్దు!

* తాకట్లు పెట్టిన వస్తువుల్లో కొన్నిటిని ఉచితంగానే వెనక్కి తీసుకోవడమూ, కొన్నిటికి కొంత డబ్బు మాత్రమే చెల్లించడమూనూ.

* ఇళ్ళ అద్దెల చెల్లింపులకు గడువుల పెంపకం.

* మురికి కూపాలలో నివసించే కార్మికులకు, ధనవంతుల భవనాలలో కొన్ని కొన్ని భాగాలు ఇవ్వవలిసిన ఏర్పాట్లు! ఆ భవనాల్ని కట్టడానికి అయిన డబ్బూ, వాటిని కట్టిన శ్రమలూ, అన్నీ కార్మికులవే కాబట్టి.

* సమాజంలో, పిల్లలందరికీ విద్య, ఉచితంగానూ, నిర్బంధంగానూ, వుండాలి.

* భవనాల్ని వదిలేసి పారిపోయిన వాళ్ళ ఇళ్ళల్లో, కొత్త పాఠశాలల ఏర్పాట్లు!

* మహిళా కార్మికులు, పని స్థలాల్లో వున్నప్పుడు, వారి శిశువుల కోసం, పని స్థలాల పక్కనే ఏర్పాట్లు!

* పారిస్ చుట్టూ శత్రు సైన్యాలే! రెండు వేపుల వెర్సేల్స్ సైన్యాలూ, ఇంకో రెండు వేపుల జర్మనీ సైన్యాలూ! పారిస్‌కి, ఇతర రాష్ట్రాలతో సంబంధాలే తెగిపోయి వున్నాయి. కమ్యూను, గ్రామాల రైతులతో సంబంధాలు నడపడానికి, సాధ్యమైన ప్రయత్నాల్ని కొన్నిటిని మాత్రమే చేయగలిగేది.

* కమ్యూను, తన రహస్య పత్రికల ద్వారా, ఇతర రాష్ట్రాల్ని తమతో ఏకీభవించమని, వాటిని అభ్యర్థించింది.

* కమ్యూన్, తమ 'కేంద్ర కార్యవర్గ సభ్యులు' సంతకాలు చేసిన పత్రాన్ని అచ్చువేయించి, వాటిని బెలూన్‌ల ద్వారా గ్రామాలకు పంపించింది. ఆ కమ్యూన్ పత్రంలో : "పారిస్ కమ్యూన్ కోరేది, రైతులకు భూమీ, కార్మికులకు పనిముట్లూ! అందరికీ పనీ!" - సమాజంలో వున్న స్త్రీ పురుషులందరూ శ్రమలు చేయాలి - అని! ఆ పత్రాల్ని పంపడం తప్ప, కమ్యూను, ఇతర మార్గాల్లో రైతులతో ఎక్కువ సంబంధాలు పెట్టుకోలేకపోయింది, పారిస్ చుట్టూ శత్రు సైన్యాలు

వుండడం వల్ల.

* కమ్యూన్‌కి, రైతులతో ఎక్కువ సంబంధాలు లేకపోవడం వల్ల, వెర్సేల్స్ ప్రభుత్వం, రైతుల్లో, కమ్యూన్ గురించి వ్యతిరేక ప్రచారం చేయగలిగింది. ఆ ప్రచారాన్ని రైతుల దగ్గిర చేసిన వాళ్ళు, క్యాతలిక్ మత గురువులు. [ఏ మత గురువులైనా రేపు కూడా అదే చేస్తారు. వాళ్ళు, దోపిడీని వదులుకోరు.]

* పారిస్ కమ్యూను, ఇతర రాష్ట్రాలలో కూడా కమ్యూన్ల ఏర్పడడానికి ప్రేరణ ఇచ్చింది. కానీ, ఆ ఇతర రాష్ట్రాల్లో కమ్యూన్లని అతి త్వరలో, ప్రభుత్వం అణిచివేసింది.

* బేకరీల్లో, రాత్రి పూట పనులు రద్దు!

* అప్పుల్ని చెల్లించే గడువులకు పొడిగింపు

[కమ్యూను, 'శ్రమదోపిడీ' సమస్యని తీసివెయ్యడం గురించి, ఏం చెప్పిందో తెలుసుకోవాలని నాకు మొదటి నుంచీ ఆతృతగా వుంది. కానీ, కమ్యూన్ సభ్యుల్లో ప్రధాన నాయకులకు గానీ, మెజారిటీకి గానీ, ప్రధానంగా ఆ దృష్టి లేదు. ఆ సభ్యులందరికీ, పెట్టుబడిదారీ విధానం మీద వ్యతిరేకతే. అయినా, ఆ సభ్యుల్లో ఎక్కువ మంది, 'మార్క్సిజం' తెలిసిన వారు కాదు. మార్క్సు రాసిన 'కాపిటలే', 'శ్రమ దోపిడీ'ని వివరిస్తుంది. 'కాపిటల్' పుస్తకం, 1867లో జర్మన్ భాషలో మొదట వచ్చింది. ఫ్రాన్సు భాషలో కూడా 1872లో వచ్చింది. అయినా అది, కమ్యూన్‌కి తెలిసినట్టు లేదు. ఇంటర్నేషనల్‌తో సంబంధాలు వుండి, ఆ విధంగా ఆలోచించే సభ్యులు కమ్యూన్‌లో ఎక్కువ మంది లేరు. కమ్యూన్ సభ్యులు, 72 రోజులలోనే ఇంకా పెద్ద మార్పులు చేయలేదనే విమర్శ కాదు ఇది. వారు చేసిన విప్లవ చర్యల్లో, 'వడ్డీల్ని' వ్యతిరేకించడం కనపడింది. కానీ, 'లాభం' మాట ఎత్తినట్టు లేదు. 'జీతాల పద్ధతి'ని సవరించడం అంటే, జీతాలు ఇంకా, కొంత ఎక్కువగా వుండాలనే శాసనం మాత్రమే. కానీ, అసలు 'జీతాల'పద్ధతి వుందంటే, '**అదనపు విలువ**'గా పోయేది వుంటూనే వుంటుంది.

మార్క్సిజాన్ని తెలుసుకుంటే తప్ప, దీన్ని అంగీకరించ లేరు. ఈ కమ్యూన్‌కి, 'అదనపు విలువ' దృష్టి లేక, 'శ్రమ దోపిడీ' గురించి తెలిసి వుండదు. అయినప్పటికీ, ఈ పారిస్ కమ్యూను, **'కార్మిక విముక్తి'కి మొట్ట మొదటి ముందడుగు!**

దీన్ని గురించి, మార్క్సు ఎంగెల్సులు చెప్పిన అంశాలు అనేకం వున్నాయి. వాటిని కూడా చూస్తాము. వాటి కన్నా ముందు, కమ్యూన్‌లో సభ్యులుగా వున్న వారిలో కొందర్ని చూడాలి. *

49. పారిస్ కమ్యూన్‌ని నడిపిన పోరాట యోధులు

కమ్యూన్ సభ్యులందరూ విప్లవకారులే. మరణాలకు జంకని ధైర్యస్తులే. తమ బాధ్యతల్ని రాత్రింబవళ్ళూ నిర్వహించిన పోరాట యోధులే. సాహసవంతులే. అందర్నీ చూడలేము. ఆ వివరాలన్నీ దొరకవు. కాబట్టి, కొందరినే చూస్తాము.

బ్లాంకీ **(1805-1881)**: ఫ్రాన్సు దేశస్తుడే. ఈయన సోషలిస్టే.కానీ, ఇతన్ని, 'ఊహా జనిత సోషలిస్టు' అనవలిసి వస్తుంది. రహస్య ఉద్యమ సంస్థల నిర్వాహకుడు. ఫ్రాన్సులో 1830, 1848ల కాలాల్లో జరిగిన కార్మిక ఉద్యమాల్లో చురుకుగా పాల్గొన్నాడు. 'పారిస్ కమ్యూన్' ఏర్పాటులో ప్రముఖుడని వేరే చెప్పనక్కరలేదు. కమ్యూన్ ప్రారంభం లోనే ఇతడు, శతృవుల చేతుల్లో ఖైదీ అయ్యాడు. 1879లో విడుదలయ్యాడు. ఈయన, జీవితంలో అనేక దఫాలుగా, సగం కాలం, ఖైదీగానే గడిపాడు. వృద్ధాప్యంలో, సహజ మరణమే. ఈయన మీద తుపాకీ ఎత్తడానికి శతృవు జడిశాడేమో!

వార్లెన్ **(1839-1871)**: (ఇతడు, కమ్యూన్‌లో సరఫరాల కమిషన్‌కి అధ్యక్షుడు.'యుద్ధ కమిషన్'లో సభ్యుడు. ఇతడు, బీద రైతు కుమారుడు. పదమూడేళ్ళ వయసులో, పారిస్‌కి వచ్చి, ఒక ప్రెస్‌లో పుస్తకాల్ని బైండ్ చేసే పనిలో చేరాడు. రోజుకి, 12, 15 గంటలు పనిచేసేవాడు. అక్కడ ప్రింటయ్యే పుస్తకాలు చదవడానికి అలవాటుపడి, ఇతనికి పుస్తకాలు చదవాలనే ఆసక్తి పెరిగింది.18 ఏళ్ళ వయసు నించీ కార్మికుల ఉద్యమాల్లో తిరిగేవాడు. ఎప్పుడూ ట్రేడ్ యూనియన్లూ, సమ్మెలూ, కార్మిక సహకార సంఘాలూ - అవే ఇతని కార్యక్రమాలు. త్వరలోనే, లండన్‌లో సాగే 'ఇంటర్నేషనల్' గురించి చదివి, ఆ సంఘంలో ఫ్రాన్సు నించి చేరిన సభ్యుల్లో ఒకడయ్యాడు. [ఇతడు,ఇంటర్నేషనల్‌లో,మార్క్సు ఎంగెల్సుల్ని కలిసి మాట్లాడాడో లేదో, ఆ వివరాలు లేవు.]

ఇంటర్నేషనల్ సభ్యులుగా వున్నారని తెలిస్తే, ఫ్రాన్సు ప్రభుత్వం వాళ్ళని అరెస్టులు చేసేది. ఆ కారణంగా వార్లెన్ రెండు సార్లు జైల్లో పడ్డాడు. అయినా, ఇంటర్నేషనల్ మీద ఇతని ఆసక్తి చెదరలేదు. ఈ కమ్యూన్ సభ్యుడు ఎటువంటి ప్రముఖుడో

వేరేచోట చూస్తాము.

* వడ్రంగం పనిచేసే టీసే, పోస్టల్ శాఖకి అధిపతి.

* కమ్యూన్ పాలనలో, వేల కొలదీ కార్మికులు, అధికార పదవుల్ని అత్యంత సామర్థ్యంతో నిర్వహించే వారు.

* యూజిన్ పాటియర్ అనే కార్మికుడు 'కార్మిక వర్గ అంతర్జాతీయ గీతం' రాశాడని కొందరికైనా తెలుసు. అతడు, ఈ పారిస్ కమ్యూన్ సభ్యుడే.

* ఈ కమ్యూన్‌లో, మేధాశ్రమల కార్మికులు కూడా చాలా ఎక్కువ మందే వుండేవారు.

*దొమ్ బ్రోవ్ స్కీ(1836-1871) పోలెండు దేశపు ప్రభు వంశపు యువకుడు. కమ్యూన్‌లో, ప్రథమ సేనా నాయకుడు. ఇతని ప్రజాతంత్ర భావాల ప్రకటనకు, స్వదేశంలో, జాతీయం విముక్తి ఉద్యమంలో అయితే, హింసలకు గురి కావలసి వచ్చేది. అటువంటి పరిస్థితిలో, ఇతడు ఫ్రాన్సుకి వలస వచ్చి, కమ్యూన్ ఏర్పాటులో ఒక భాగం అయ్యాడు. సైనిక వ్యవహారాల నిపుణుడిగా, సేనానాయకుల్లో ఒకడయ్యాడు. పారిస్‌లో కమ్యూన్ ఏర్పాట్ల వల్ల, తేయర్ ప్రభుత్వం వెర్సేల్స్‌కి పోయినప్పుడు, ఈ సేనానాయకుడు, ఆ వెర్సేల్స్ ప్రభుత్వం మీద వెంటనే దాడి చేయాలనీ, ఆ ప్రభుత్వాన్ని అరెస్టుచేసి, దాని శాసనాల్ని రద్దుచేయాలనీ, ఆ ప్రారంభంలోనే కమ్యూన్‌లో వాదించాడు. కానీ, కమ్యూన్ కార్యవర్గంలో మెజారిటీ ఆ చర్యలకు అంగీకరించలేదు.

అప్పుడు, ఈ సేనానాయకుడు తోటి సభ్యులతో ఇలా అన్నాడు: "మీది ఫ్రాన్స్వ దృష్టి. కళ్ళు ముందు రెండడుగుల దూరం వరకూ మాత్రమే చూడగలరు. మనం తర్వాతైనా, వెర్సేల్స్ ప్రభుత్వంతో యుద్ధం చేయక తప్పదు. అప్పుడైతే,అది మన శక్తికి మించిన పని అవుతుంది. వెర్సేల్స్ మీద ఇప్పుడే దాడి చేస్తే, పరిస్థితి మన అదుపులో వుంటుంది" అని చాలా చెప్పాడు. కానీ, కమ్యూన్ మెజారిటీ, అంత తెలివిగా లేకపోయింది ఆ నాడు. ఆ సేనానాయకుడి వాదనే సరైనదని, తర్వాత కాలంలో రుజువైంది.

* వెర్మొరేల్ (1841-1871): ఈయన, ఫ్రాన్సు పత్రికా రచయిత. ప్రూడనిస్టు.1871 మేలో, తేయర్ బలగాలతో జరిగిన వీధి పోరాటంలో, ప్రమాదకర మైన గాయాలకు గురయ్యాడు. ఆ గాయాలతోనే ఈయన్ని జైల్లో పెట్టారు. ఆ నిర్బంధంలోనే మరణించాడు.

* బెర్జెరే (1839-1905): నేషనల్ గార్డు కేంద్ర కమిటీలో సభ్యుడు. నేషనల్ గార్డుకి జనరల్‌గా పనిచేశాడు. కమ్యూన్ అణిచివేతకి గురయ్యాక,

ఇంగ్లండుకూ, అటు తర్వాత అమెరికాకూ, ప్రవాసం వెళ్ళిపోయాడు.

* మిల్యేర్ (1817-1871): పత్రికా రచయిత, వామపక్ష ప్రూడనిస్టు. 1871 నాటి జాతీయ అసెంబ్లీ సభ్యుడు. త్యేర్‌ను విమర్శించి, పారస్ కమ్యూన్‌ని బలపరిచాడు. 1871 మేలో, త్యేర్ సైన్యం, మిల్యేర్‌ని కాల్చిచంపింది.

రిగాల్ట్ (1846-1871): బ్లాంకీ కి గట్టి అనుచరుడు. జైల్లో వున్న బ్లాంకీని ఎలాగైనా విడుదల చేయించాలని పారిస్ ఆర్చ్‌బిషప్‌ని 'హామీ బందీ'గా పట్టుకున్న నాయకుడు ఈయనే. కమ్యూన్‌లో, పోలీసు శాఖ అధిపతి. త్యేర్ ప్రభుత్వానికి మతగురువుల్లో ఎవరెవరు మద్దతుదారులో కనిపెట్టడానికి అనేక 'చర్చి'లను తణిఖీ చేసేవాడు.

ఒక మత గురువుతో రిగాల్ట్ సంభాషణ ఇలా జరిగిందని ఒక కథనం:

రిగాల్ట్: "నీ వృత్తి ఏమిటి?"

మత గురువు: "దేవుడి సేవకుణ్ణి".

రిగాల్ట్: "నీ యజమాని ఎక్కడ ఉంటాడు?"

మత గురువు : "ప్రతీ చోటా, అంతటా వుంటాడు".

రిగాల్ట్ : (పక్కనే రాసుకుంటున్న క్లర్కుతో) ఇదిగో ఇతను చెప్పేది సరిగా రాసుకో! దేవుడు ప్రతి చోటా తిరుగుతాడట! అంటే, అలా తిరిగే వాడెవడైనా 'దేశ దిమ్మరే' (వాగ్రెంట్) కదా? ఈయన, ఆ దేశ దిమ్మరికి సేవకుడినని చెప్పుకుంటున్నాడు. [భక్తులకు అయితే, ఈ మాటలు నచ్చవనుకోండి! అంతే కాదు, ఈ విప్లవకారుడికి ఏదైనా శిక్ష పడితే సంతోషిస్తారు వాళ్ళు. అది మనకు భరించలేని దు:ఖమే. వాళ్ళకి సంతోషమూ, మనకి దు:ఖమూ. ఈ రెండూ కలిగే విధంగానే జరిగింది.]

రిగాల్ట్‌ని త్యేర్ సైన్యం 1871 మే 24న పట్టుకుంది. త్యేర్ సైన్యాన్ని చూసి భయపడి పోరాటానికి వెనకంజ వేసిన కొందరు కమ్యూన్ వారిని సిగ్గుపడేలా చేయాలని, ఈయన నేషనల్ గార్డ్ముల యూనిఫారం వేసుకుని వున్నాడు ఆ రోజున. త్యేర్ సైన్యం అతన్ని ఆ యూనిఫారంలో వెంటనే గుర్తు పట్టింది. ఒక సైన్యాధికారి తుపాకీని, రిగాల్ట్ తలకి గురిపెట్టి, "వెర్సేల్స్ వర్ధిల్లు గాక-అను!"అని హూంకరించాడు.

దానికి రిగాల్ట్ నవ్వి, "మీరంతా హంతకులు! కమ్యూన్ వర్ధిల్లాలి!" అని నినదించాడు. అలా అన్న వెంటనే, ఆ సైనికాధికారిగాడు, ఆ తుపాకీనీ, ఆ రిగాల్ట్ తలకి గురిపెట్టి పేల్చేశాడు. అలా జరుగుతుందని రిగాల్ట్‌కి స్పష్టంగా తెలుసు!

* వ్రొబ్లెవ్‌స్కీ (1836-1908): ఈయన పోలెండు విప్లవ ప్రజాస్వామిక వాది. 1863-64 నాటి పోలెండు

తిరుగుబాటు నాయకుల్లో ఒకరు. పారిస్ కమ్యూన్‌లో జనరల్. 'ఇంటర్నేషనల్ జనరల్ కౌన్సిల్' సభ్యుడు.

రొసెల్ (1844-1871): తేయర్ ప్రభుత్వ సైన్యంలో సీనియర్ అధికారిగా వుండి కూడా, 1871 మార్చి 19న పారిస్ కమ్యూన్‌లో చేరిపోయాడు. మే మొదట్లో యుద్ధమంత్రిగా 9 రోజులే పనిచేశాడు. కమ్యూన్, గట్టి చర్యలు తీసుకోవడానికి వెనకాడు తోందని, నిరసనగా, మంత్రి బాధ్యతల నించి తప్పుకున్నాడు. కమ్యూన్ అణిచి వేత తర్వాత, మారు వేషంలో అక్కడక్కడా తిరిగినా, 1871 నవంబరు 28న తేయర్ సైన్యం, ఈయన్ని పట్టుకుని కాల్చి చంపింది.

* **షెఫేర్** : ఈయన, నేషనల్ గార్డుకి చెందిన సైనికుడు. కమ్యూన్ సభ్యుడు.

* **ఫ్రాంసువా:** ఫ్రాన్సు నేషనల్ గార్డు సభ్యుడు. కమ్యూనార్డ్. పారిస్‌లో 1871 మార్చి 22 న జరిగిన విప్లవ వ్యతిరేక దాడిలో, తేయర్ బలగాలు ఇతన్ని చంపివేశాయి.

* **ఫ్లొరెన్సు** (1838-1871):ఫ్రాన్సులో, ప్రకృతి శాస్త్రాల్ని అధ్యయనం చేసినవాడు. బ్లాంకీ అనుచరుడు. 1870 అక్టోబరు 31 నా,1871 జనవరి 22 నా, పారిస్‌లో జరిగిన తిరుగుబాట్లకు నాయకుడు. పారిస్ కమ్యూన్ సభ్యుడు. తేయర్ ప్రభుత్వ బలగాలు 1871 ఏప్రిల్‌లో పాశవికంగా హత్య చేశాయి ఇతన్ని.

* **డ్యువాల్** (1841-1871): ఫ్రాన్సులో ఇనుము పోత కార్మికుడు. కార్మిక వర్గ ఉద్యమంలో చురుకుగా పనిచేశాడు. ఇంటర్నేషనల్ సభ్యుడు. నేషనల్ గార్డు కేంద్ర కమిటీ సభ్యుడు. పారిస్ కమ్యూన్ సభ్యుడు. కమ్యూన్ నేషనల్ గార్డుకి జనరల్. 1871 ఏప్రిల్ 4 న తేయర్ సైన్యం అరెస్టు చేసి, ఇతన్ని కాల్చి వేసింది.

* **లూసీ మిషెల్** (1830-1905): ఈమె టీచరు ట్రయినింగు అయ్యాక గ్రామాల్లో కొన్నాళ్ళు టీచరుగానే పని చేసింది. 1865లో, పారిస్‌లో, ఒక చిన్న స్కూలు తెరిచింది. ఆధునిక, అభ్యుదయ భావాలూ, పద్ధతులూ అనుసరించే స్కూలు అది. బ్లాంకీ వంటి అరాచక వాద కార్మిక వర్గ నాయకులతో పరిచయం ఏర్పడి, రాజకీయాలు తెలిశాయి. ఆడ పిల్లల విద్య కోసం, ఇతర స్త్రీలతో కలిసి కృషి చేసింది.

'పారిస్ కమ్యూన్' ఏర్పడినప్పుడు, మాం మార్ట్ స్త్రీల కమిటీకి నాయకు రాలిగా పనిచేసింది.

1871 ఏప్రిల్‌లో ఈమె కూడా సాయుధ పోరాటంలో పాల్గొంది. తేయర్‌ని

చంపాలనే కోరిక వ్యక్తం చేస్తే, కమ్యూన్ పోలీసుశాఖ బాధ్యుడిగా వున్న రిగాల్ట్ వద్దని వారించాడు. పోరాట సమయాల్లో గాయపడినవారి కోసం అంబులెన్సు కేంద్రాలు నిర్వహించింది. మార్గావరోధాల ఏర్పాట్లలో, అనేకమంది స్త్రీలను సమీకరించింది.

కమ్యూన్ అనంతరం, 1871 డిసెంబరులో, యుద్ధ ఖైదీల విచారణల్లో, ఈమె మీద ఆరోపణలు చేశారు. ప్రభుత్వాన్ని కూలదోయడానికి ప్రయత్నించిందనీ; దాని కోసం ఇతరుల్ని ప్రోత్సహించిందనీ; మిలిటరీ యూనిఫాం ధరించి యుద్ధం చేసిందనీ; ఆ ఆరోపణలు. వాటిని లెక్కచెయ్యకుండా, నిర్లక్ష్యంగా జడ్జీలతో, "మరణ శిక్ష విధిస్తారా, విధించండి!" అంది.

మరణ శిక్షలు గాక, ఈమెతో కలిపి 10 వేల మంది కమ్యూన్ సమర్థకులకు ప్రవాస శిక్షలు విధించారు. తర్వాత ఆ ప్రవాసాల్లో కూడా అరాచ వాద కార్మిక వర్గ విప్లవాన్ని ప్రచారం చేస్తూ, ఎక్కడికక్కడ పోరాటాల్లో పాల్గొంటూ వుండేది. "దోపిడీ దారులూ, దోపిడీకి గురయ్యే వాళ్ళూ లేని సమాజం" ఏర్పడాలని కోరుకునేది. 1905 లో న్యూమోనియాతో చనిపోయింది. ఈమె అంత్యక్రియలకు లక్షమంది పైగా హాజరయ్యారని వికీపీడియాలో ఒక వ్యాసం చెబుతోంది. *

50. కమ్యూన్ చేసిన పొరపాట్లు

* కమ్యూన్ ఏర్పడిన మొట్ట మొదటి రోజుల్లో, వెర్సేల్స్ ప్రభుత్వం చేతుల్లో వున్న సైన్యం చాలా తక్కువ. ఆ నాడే, ఆ ప్రభుత్వం మీద దాడి చేసివుంటే, ఆ సైన్యాన్ని ఓడించి, త్యేర్ వంటి అధికారుల్ని అరెస్టులు చెయ్యడం సాధ్యమయ్యేది. కానీ, కమ్యూన్ మొదట్లో అలా చెయ్యలేదు.

* వెర్సేల్స్ ప్రభుత్వం, పక్షం రోజుల్లోనే తన సైన్యాన్ని పెంచుకోగలిగింది. జర్మనీలో బందీలుగా వున్న ఫ్రాన్సు సైన్యాన్ని కూడా వెనక్కి తెచ్చుకుంది. దానికి సైనిక శక్తి పెరిగిన తర్వాత, పారిస్ మీద దాడులు ప్రారంభించింది.

* కమ్యూన్ చుట్టూ, వెర్సేల్స్ ప్రభుత్వపు గూఢచారులూ, విద్రోహులూ, తిరుగుతూనే వుండే వారు. వారి మీద కమ్యూన్, తగిన చర్యలు చేపట్టేది

కాదు. అలా చేస్తే, ఆ చర్యల్ని క్రూరత్వంగా భావించేది.

* పారిస్‌లోనే, కమ్యూన్‌కి వ్యతిరేక పత్రికలు నడుస్తూ వున్నా, వాటిని మూసివేసే ఆలోచనే కమ్యూన్‌కి సకాలంలో వుండేది కాదు.

* 'ఫ్రాన్సు బ్యాంకు'లో వున్న విస్తారమైన డబ్బుని, తన ఆధీనంలో వుంచుకోవాలనే సంగతి కమ్యూన్‌కి తెలియలేదు. ఆ డబ్బుని బ్యాంకర్లు తేయర్ ప్రభుత్వానికి తీసుకుపోతూ వుంటే, దాన్ని అడ్డుకోవాలనే సంగతి కూడా కమ్యూన్‌కి తోచలేదు. అసలు, 'డబ్బు అంటే, శ్రమే' అని తెలియకే కావచ్చు.

* తేయర్ రహస్య ఏజంట్లు, పారిస్‌లో, కమ్యూన్ ప్రభుత్వ మిలటరీ హెడ్ క్వార్టర్స్ వరకూ చొచ్చుకు పోయేవారు

దొమ్‌బ్రోవ్‌స్కీ మీద హత్యా ప్రయత్నాలెన్నో జరిగి, చివరికి అవే నెరవేరాయి.

* ఆ విద్రోహులు, కమ్యూన్ ప్రభుత్వపు మందు గుండు ఫ్యాక్టరీని పేల్చివేయడం, 'బ్లడీ విట్‌సన్ టైడ్' అయింది. ఈస్టర్ పండుగ తర్వాత వారం రోజులకు మొదలయ్యే 7 రోజుల పండుగకు, 'విట్ సెన్‌టైడ్' అని పేరు. 1871లో, మే 21 నించీ, మే 28 వరకూ పారిస్ వీధుల్లో రక్తం నదులు ప్రవహించాయి. అది, 'బ్లడీ సన్‌టైడ్' అయింది!

* పారిస్ కమ్యూన్ ద్వారా జరిగే విప్లవ చర్యల్ని చూసి, జర్మనీ బిస్మార్కు, తమ ప్రభుత్వంలో కూడా విప్లవ జ్వాలలు పుట్టుకు రాగలవేమోనని భయపడి, వెర్సేల్స్ ప్రభుత్వంతో రాజీ ఒప్పందాలకు త్వరగానే అంగీకరించాడు. తేయర్, తన సైన్యాల్ని పెంచుకోరాదని గతంలో పెట్టిన బిస్మార్క్, ఆ నిబంధనని వదులుకుని, తేయర్‌కి తన దగ్గిర యుద్ధ ఖైదీలుగా వున్న సైన్యాన్ని విపరీతంగా పంపాడు. తేయర్ సైన్యాలు, పారిస్‌లో ఉత్తరం దిక్కు వేపు ఉండరాదనే పాత నిబంధన కూడా తారుమారయింది. తేయర్ సైన్యం, ఆ దిక్కు నించి ప్రయాణం చేస్తేనే కమ్యూనార్డుల మీద తేలికగా దాడులు చేయగలుగు తుంది. కాబట్టి జర్మనీ వాడు, తేయర్ కోసం పాత నిబంధనల్ని తొలిగించాడు.

* ఉత్తరం వేపు నించి శత్రు దాడికి అవకాశమే లేదని కమ్యూన్ నమ్ముతూ వుండగా, అటు నించే వచ్చే దాడులను కమ్యూన్ చూడవలిసి వచ్చింది.

* కమ్యూన్‌కి, శత్రువు గురించి ఏ విషయంలోనూ సరైన అవగాహన లేదు. *

51. పారిస్ వీధుల్లో భీషణమైన పోరాటాలు!

పారిస్ కార్మిక వర్గం, అసమానమైన సాహసాలు ప్రదర్శించింది. వీధుల్లో క్షణాలలో ఏర్పడిన మార్గావ రోధాలు, శత్రు సేనలకు తీవ్రమైన ఇబ్బందులు పెట్టక పోలేదు. కమ్యూన్ వీరులు, పారిస్‌లో ఒక్క అంగుళం స్తలం అయినా శత్రువుకి అందనివ్వరాదనే సాహసాలతోనే తీవ్ర కృషి చేశారు. కానీ, ఆ సాహసాలన్నీ బూడిదలో పోసిన పన్నీరే అయ్యాయి.

* కమ్యూనార్డుల్లో, హతమైపోయిన వాళ్ళు హత మయ్యారు. శత్రువుకి బందీలైనవారు బందీలయ్యారు. అంతేగానీ, కమ్యూన్ వీరులు శత్రువుతో ఎక్కడా రాజీలు పడలేదు. ఎక్కడా శత్రువు దాక్షిణ్యం కోసం యాచించలేదు.

* మానవాతీత సాహస కృత్యాలతో పోరాడిన దొమ్‌బ్రోవ్‌స్కీ, మార్గావ రోధాల వద్దే నేలకొరిగాడు!

* కార్మిక పేటలన్నింటిలోనూ, స్త్రీలే కాదు, పిల్లలు కూడా, 'ఇది పోరాటమే' అని గ్రహించి, వారి సాహసాలు వారు చూపారు.

* ఆ దినాలలో, పారిస్ నగర కార్మిక వర్గం, రక్త ధారలు స్రవించే దేహాలతో, మంటల వెలుతుర్లలో, వారం రోజుల పాటు ప్రతిఘటనతోనే గడిపారు.

* కమ్యూన్ చివరి స్తావరాలలో ఒకటి, పేర్ లషేజ్ శ్మశానం. అక్కడ, 200మంది కమ్యూనార్డులు, చిట్ట చివరి వీరుల దాకా పోరాడారు. శ్మశానపు తలుపులు ఫిరంగి గుళ్ళకు ముక్కచెక్కలైపోయాయి.

* చివరి వీరులు, శ్మశానపు గోడల వద్దే నేల కొరిగి, కళ్ళు మూశారు.

తర్వాత కాలం నించీ, పారిస్ కార్మికులు, ప్రతీ యేటా, ఆ "కమ్యూనార్డుల గోడ" గా పేరు తెచ్చు కున్న గోడ దగ్గిరికి, 'పారిస్ కమ్యూన్'ని తలుస్తూ, మౌన గంభీరమైన ఊరేగింపు జరుపుతారు.

*

52.వాస్తవంగా జరిగినవి, ప్రూడనిస్టు, బ్లాంకీయిస్టు సిద్ధాంత ధోరణులకు, భిన్నమైన ఆచరణలే!

ఎంగెల్స్: బ్లాంకీస్టులూ, ప్రూడనిస్టులూ కలిసివున్న కమ్యూన్ చేసిన పనుల్లో, చాలా వరకూ సరైనవి కావడమే మరింత అబ్బురమైన విషయం!

సహజంగానే, కమ్యూన్ జారీ చేసిన ఆర్థిక శాసనాలకూ, వాటి మంచి చెడులకూ, ప్రూడనిస్టులే ప్రధానంగా బాధ్యులు. అలాగే, బ్లాంకీస్టులు, దాని రాజకీయం మంచి చెడులకు బాధ్యులు. ఈ రెండు గ్రూపుల విషయంలో కూడా చరిత్ర విడ్డూరంగానే వ్యవహరించింది. సిద్ధాంత జడులు అందల మెక్కి నప్పుడు మామూలుగా జరిగే విధంగానే, ఈ రెండు బృందాలూ, తమ తమ ధోరణులు నిర్దేశించిన వాటికి ఆచరణలో భిన్నంగానే వ్యవహరించాయి.

* **ఉదాహరణకు:**"....ప్రూడన్, కార్మిక సంఘాన్ని పరమ ద్వేష దృష్టితో చూశాడు. కార్మిక సంఘాల గురించి చెప్తూ, సంఘాల పద్ధతిలో మంచి కన్నా చెడే ఎక్కువ ఉంటుందన్నాడు. కానీ, కమ్యూన్ జారీ చేసిన అత్యంత ముఖ్యమైన శాసనంతో, భారీపరిశ్రమకు, ఖార్ఖానాకు సైతం, 'కార్మిక సంఘం' ఒకటి ఏర్పాటు అయింది. ప్రతీ ఒక్క ఫ్యాక్టరీలోనూ, 'కార్మిక సంఘం' ప్రాతిపదికపై ఉత్పత్తి సాగాలని నిర్దేశించడం జరిగింది.

అదే కాకుండా, ఆ శాసనం, ఆ సంఘాలన్నింటినీ, ఓ పెద్ద యూనియన్ లో సమైక్యం చెయ్యాలని కూడా చెప్పింది.

మార్క్స్ చెప్పినట్లు చివరకు, యూనియన్ సంఘం, 'కమ్యూనిజానికి' దారితీసి వుండాల్సింది. అంటే, ఈ కార్మిక సంఘాల ఏర్పాటు, ప్రూడన్ సిద్ధాంతానికి పరమ విరుద్ధంగా జరగడం అన్నమాట! అందుకే, కమ్యూన్, ప్రూడన్ చెప్పిన సోషలిస్టు ధోరణికి సమాధి అయింది.

* బ్లాంకీస్టుల సంగతి కూడా ఇంత కన్నా మెరుగ్గా ఏమీ లేదు.బ్లాంకీయిస్టులు ఎలా భావించారంటే: కుట్ర (రహస్యం) ధోరణిలో వృద్ధి చెంది, సహజంగా మొదట కొద్ది మందే అయినా కృతనిశ్చయులైన, సుసంఘటితులైన వ్యక్తులు, ఆ పద్ధతిలో ఉండే కఠోర

క్రమశిక్షణ చేత ఘటితులై, తమకు అనువైన తరుణంలో, రాజ్యాధికారాన్ని వశం చేసుకోగలరు - అని! అంటే, కొందరే విప్లవ సాహసాలతో ప్రభుత్వాన్ని సాధించాలి- అని. అంతే కాకుండా, మహత్తరమూ, నిర్దాక్షిణ్యమూ అయిన శక్తి స్తోమతల ప్రదర్శన ద్వారా, ప్రజా బాహుళ్యాన్ని విప్లవం లోకి నెట్టుకు రావాలి - అని! జనాలను చిన్న నాయక బృందం చుట్టూ నిలపడంలో విజయులయ్యే దాకా, ఆ చిన్న బృందం, అధికారాన్ని నిలుపుకోగల దని బ్లాంకీస్టులు భావించారు! ఈ పద్ధతిలో, నూతన విప్లవ ప్రభుత్వాన్ని సాధించాలి - అంటారు. అలా సాధించే ప్రభుత్వం చేతుల్లో, తిరుగులేని నియంతృత్వాధి కార సర్వస్వ కేంద్రీకరణ జరిగే అవకాశం వుందంటారు.

అంటే శ్రామిక వర్గంలో, అందరూ వర్గ చైతన్యంతో కళ్ళు తెరవాలనే దృష్టి కాదు ఇది. గుప్పెడుమంది వీరులే సమాజాన్ని మార్చాలి - అని!

మరైతే, బ్లాంకీస్టులే అధిక సంఖ్యలో వున్న కమ్యూన్, వాస్తవంలో ఏం చేసింది? 'పారిస్ కమ్యూన్' ఎలా విజ్ఞప్తి చేసింది? ఫ్రాన్సులో ఇతర నగరాల కమ్యూనులన్నీ కూడా పారిస్ కమ్యూన్‌తో కలిసే, స్వేచ్ఛా సమాఖ్యను ఏర్పాటు చేయాల్సిందిగా, ఇతర రాష్ట్రాల్లోని ఫ్రాన్సు వారందరికీ, పారిస్ కమ్యూన్ విజ్ఞప్తి చేసింది. అందరం కలిసి చేద్దాం - అని! అలా చేసినట్టయితే అది, వాస్తవానికి, జాతిచే తొలిసారిగా ఏర్పాటు చేసుకున్న జాతీయ సంఘం అయ్యుండేది కాదా? కమ్యూనులన్నీ కలిస్తే అది, అందరూ కలిసి చేసేదే అవుతుంది గానీ, కొందరు వీరులే చేసేది ఎలా అవుతుంది? అతి చిన్న బ్లాంకీయిస్టుల బృందం వీరులే, మొత్తం సమాజాన్ని మార్చగలిగేవారా?

*

53. శ్రామిక వర్గ నియంతృత్వాన్ని చూడండి!

*ఎంగెల్స్:"పారిస్ కమ్యూన్‌ని **చూడండి! అదే శ్రామిక వర్గ నియంతృత్వ మంటే"**-ఎంగెల్స్ కమ్యూన్ వీరుల్లో వున్న పొరపాటు అవగాహనల్ని చెప్పిన తర్వాతే, ఈ మాటలన్నాడు. ఇలా ఎందుకు అన్నాడంటే, కమ్యూన్ చేసిన పనులన్నీ శ్రామిక వర్గ నియంతృత్వ పాలనలో జరగవలసిన పనులే కాబట్టి.

*

54. దోపిడీ వర్గ క్రూరత్వాలు

'పారిస్ కమ్యూన్'ని ధ్వంసం చేసిన తర్వాత, ఫ్రాన్సు రాజధాని మళ్ళీ 'పారిస్' కే మారింది.

* తియర్ ప్రభుత్వం, పారిస్ కార్మికులపై ద్వేష చర్యలు ఇంకా ఆపలేదు. శ్రమలు చేసుకుంటూ మౌనంగా బ్రతుకుతూ వున్న కార్మికుల్లో, ఏ ఒక్కరి మీదైనా కించిత్తు సందేహం పుట్టుకొస్తే, ఆ వ్యక్తిని తియర్ ప్రభుత్వం, ఆ నాడే కాల్చి చంపవలసిందే!

* వృద్ధ కార్మికుల మీద మరిన్ని అనుమానాలు! ఆ ముసలి వాళ్ళు 1848లో జరిగిన కార్మిక సమ్మెల్లో, కార్మిక ప్రదర్శనల్లో, పాల్గొనే వుండి వుంటారని, ఆ అనుమానాలు! వెంటనే ఆ ముసలి కార్మికుల్లో కొందరికి ఉరితీతలే!

* తియర్ సైన్యానికి పట్టుబడి, బందీగా ఖైదులో ఇంకా వుండిన వాళ్ళల్లో **వార్లెన్** ఒకడు. ఆ వార్లెన్‌ని, ఖైదు నించి బైటికి తీశారు. అతణ్ణి వెంటనే తుపాకీతో పేల్చడం కాదు. చిత్ర హింసలు కొన్ని జరిగితేగానీ, కార్మికులు చేసిన ఘోర నేరాలకు శిక్ష అవదని, దోపిడీ వర్గాన్ని రక్షించే తియర్ జంతువుకి పట్టుదల!

ఆ కార్మిక వీరుడి చేతుల్ని వెనక్కి విరిచి కట్టారు. భారీ కత్తులతో అతడి తల మీద దెబ్బలు కొట్టి, పుర్రె మీద పగుళ్ళు చేశారు. అతడి దేహం రక్త ధారలతో మునిగిపోతూ వుంది. అతణ్ణి మాన్ మార్త్రే కొండలు వున్న వీధిలో తోసుకుంటూ నడిపించారు. ఆ కార్మిక వీరుడు, కొంత దూరం వరకూ నిస్పృహాయంగా, మౌనంగా నడుస్తూ, తనకు తెలియకుండానే, నేల వేపు వాలిపోతూ వుండగా, ఒక సైనికుడు తన తుపాకీతో వార్లెన్‌ని కాల్చివేశాడు.

వార్లెన్ వీరుడు ప్రశాంతంగా నేలకొరిగాడు!

తన బైండింగ్ వృత్తిలో అనేక పుస్తకాలు చదవడం అలవాటై, అదే బాధ్యతై, 'ఇంటర్నేషనల్' సభ్యుడై, ఆ కార్మికవీరుడు, ఆ రకంగా దోపిడీ నీచులకు నిర్భయంగా ఆహుతి అయ్యాడు.

* **ఫ్లోరెన్సు**: ఇతడు, ఫ్రెంచి విప్లవకారుడు. ప్రకృతి శాస్త్ర అధ్యయనవేత్త. బ్లాంకీ అనుచరుడు. 1870 అక్టోబరు 31నా, 1871 జనవరి 22నా, పారిస్‌లో జరిగిన తిరుగు

బాట్లలో నాయకుడు. పారిస్ కమ్యూన్ సభ్యుడు. వెర్సేల్స్ వాళ్ళు 1871 ఏప్రిల్ లో, అతన్ని పాశవికంగా హత్యచేశారు.

* కమ్యూన్ వీరుల్ని అనేక కుట్రలతో, విద్రోహాలతో, జయించిన దోపిడీ క్రూరుల నీచత్వాలు, అప్పటికీ ఆగలేదు. 30 వేల మంది కమ్యూనార్డు లను ఖైదీల్ని చేసి, ఆ తర్వాతే విచారణలు లేకుండా ఆ వీరులందరికీ మరణ శిక్షలు విధించారు.

* 40 వేల మందికి, కఠిన శిక్షలు చెప్పి, జన్మాంతర ఖైదులకూ, ద్వీపాంతర వాసాలకూ, తరిమారు. ద్వీపాంతర వాసాల జీవితాలలో, భరించ శక్యంకాని శ్రమలతోనూ, బాధలతోనూ, రోగాలతోనూ, ఎక్కడి వాళ్ళక్కడ అంతరించారు.

* కమ్యూన్ పనులకు తోడ్పడ్డారనే అనుమానాలతో, అనేక వందల మంది స్త్రీలనూ, పిల్లలనూ, తుపాకీలకు అప్పగించారు. 650 మంది పిల్లల్ని అరెస్టులు చేశారు.

* 'పారిస్ కమ్యూన్' ఓటమికి కారణాలు: దోపిడీ వర్గ నీచ స్వార్థమే ప్రధాన కారణం. రెండో కారణం, కమ్యూన్‌ని మార్క్సిస్టు దృక్పథంతో నడిపే 'కమ్యూనిస్టుపార్టీ' లేకపోవడం! అటువంటి పార్టీ మాత్రమే దోపిడీ దారుల మీద పోరాటంలో విజయవంతంగా నడిపించగలదు. కమ్యూన్ కార్మికులకు, 1871లో, కార్మిక వర్గ దృక్పథంతో అభివృద్ధి చెందిన ట్రేడు యూనియన్లు ఇంకా లేవు. కమ్యూన్ కార్మిక వర్గానికి, తమ న్యాయమైన ప్రయోజనాలను సాధించుకోగల మార్గ జ్ఞానం స్పష్టంగా లేదు.

* కమ్యూన్ ఓటమికి మరొక కారణం, అది, నిరుపేద రైతాంగంతో మైత్రీ సంబంధాలు నెలకొల్పుకోలేక పోవడం.

* కమ్యూన్, కేవలం ఒకే నగరానికి పరిమితమై, తనను చుట్టి వున్న శత్రుసేనల దిగ్బంధం మధ్య, అత్యంత విషమ పరిస్థితుల్లో పోరాడవలసి వచ్చింది.

* పారిస్ కమ్యూన్, అది కొద్ది రోజులే నిలిచినప్పటికీ, అది, ఆ తర్వాత కాలంలో జరిగిన కార్మిక వర్గ పోరాటాలపై, బ్రహ్మాండమైన ప్రభావం కలిగించింది. దోపిడీ రాజ్యాంగ వ్యవస్థను నిర్మూలించి దాని స్థానంలో, దోపిడీ లేని, సర్వ మానవ సౌభ్రాతృత్వ పాలనను నిర్మించుకోవాలని పారిస్ కమ్యూన్, కార్మిక వర్గానికి తన అనుభవాలతో చాటింది.

'పారిస్ కమ్యూన్' గురించి మార్క్సు ఎంగెల్సులు రాసినవి ఇంకా కొన్ని చూస్తాం!

*

55. కమ్యూన్‌తో, మార్క్సుకి సంబంధాలు

బూర్జువా రాడికల్ భావాలతో, లండన్ యూనివర్శిటీలో, హిస్టరీ ప్రొఫెసర్‌గా పని చేసే ఎడ్వర్డ్ స్పెన్సర్ బీజ్‌లికి, మార్క్సు, 1871 జూన్ 2న (పారిస్ కమ్యూన్ అనంతరం) రాసిన ఒక ఉత్తరం ద్వారా, మార్క్సు, కమ్యూన్‌తో ఎటువంటి సంబంధాల్లో వున్నాడో తెలుస్తుంది."నా స్నేహితురాలొకామె నాలుగైదు రోజుల్లో పారిస్‌కి వెళ్తుంది. ఇప్పటికీ పారిస్‌లో రహస్యంగా జీవిస్తున్న కమ్యూన్ సభ్యులు కొందరి కోసం, నేనామెకు రెగ్యులర్ పాస్‌పోర్టులిస్తున్నాను. మీకుగానీ, మీ మిత్రుల్లో ఎవరికిగానీ, అక్కడేమైనా పనులుంటే, దయచేసి నాకు చెప్పండి".

* * *

"కమ్యూన్‌తో నా సంబంధాలు, ఏడాది పొడుగునా పారిస్‌కీ లండన్‌కీ మధ్య తిరుగుతూ వుండే ఒక జర్మన్ వర్తకుడి ద్వారా కొనసాగుతున్నాయి. ......విపత్తుకి పది రోజుల ముందు, మే 11న, అదే మార్గాన, బిస్మార్కుకీ, ఫావ్రేకీ, ఫ్రాంక్ ఫుర్ట్‌లో జరిగిన రహస్య ఒప్పందం గురించిన వివరాలన్నింటినీ, నేను కమ్యూన్ వాళ్ళకి పంపాను. నాకీ సమాచారం, బిస్మార్కుకి కుడి భుజం వంటి వ్యక్తి దగ్గర్నుంచి లభించింది. ఈ వ్యక్తి పూర్వం (1848 నుండి 1853 వరకూ), నేను నాయకత్వం వహించిన ఒక రహస్య సంఘానికి చెందినవాడు...

ఈ సంవత్సరమే కనక నేను, హన్నోవర్‌లో డాక్టర్ కూగెల్‌మన్ దగ్గరికి మళ్ళీ వెళ్తే, నన్ను అరెస్టు చేయించాల ని బిస్మార్కు నిర్ణయించ కున్నట్లు నన్ను హెచ్చరించినది బిస్మార్కుతో సంబంధం వున్న వ్యాపారే."[అ వ్యాపారి, ఎంత ఉత్తముడో చూడండి! అతనికి మార్క్సుతో సంబంధాలు వున్నట్టు, శత్రువుల్లో ఎవరికి తెలిసినా, ఆ వ్యాపారికి, భూమి మీద నూకలు వుండేవా?] *

---

56. 'రైతాంగం' పట్ల కమ్యూన్‌కి వుండవలిసిన వైఖరి

మార్క్సు : (పేజీ 185)

[మార్క్సు, రాసే వాక్యాలు, ఒక్కొక్క చోట ఎంత దీర్ఘంగా వుంటాయో చూడండి - నిజానికి, అలాచెప్పడం అవసరమే. కొంత శ్రద్ధతో చదివితే, అది కష్టం కాదు. మార్క్సు ఎలా రాశాడో,

మనం పాఠకులంగా దానినే స్వయంగా చదవాలి. మార్క్స్-ఎంగెల్సుల రాతల్ని నేను, ఇక్కడ అలాగే వుంచుతున్నాను. 'బడు' క్రియల్ని కూడా చాలా చోట్ల అలాగే. పాఠకులకు కష్టం కలిగిస్తుంది - అని నాకు అనిపించే కొన్ని చోట్ల మాత్రమే 'బడు' ని మారుస్తున్నాను.]

మార్క్స్ :రైతుకి వుండే, ప్రస్తుత ఆర్థిక పరిస్తితులను మార్చగలదీ; ఒక వంక, బడా భూస్వామి దోపిడీ నుండి అతడిని కాపాడగలదీ; మరో వంక, సొంత యాజమాన్యం సాకుతో రైతు గురవుతున్న కష్టాలనుండీ, కడగండ్ల నుండీ, దైన్యం నుండీ, అతడిని గట్టెక్కించగలదీ; భూమిపై అతనికి గల నామమాత్రపు స్వామ్యాన్ని, అతని శ్రమ ఫలితాలపై నిజమైన యాజమాన్యం గా మార్చగలదీ; సాంఘికావసరాలకు అనుగుణంగా, ఇప్పుడు ప్రతి రోజూ తన ప్రయోజనాలను వ్యతిరేక శక్తి అతిక్రమిస్తున్న ఆధునిక గ్రామీణార్థిక వ్యవస్థ ఫలితాలను, నిజమైన స్వతంత్ర ఉత్పత్తి దారుడిగా వుండే అతని స్తానాన్ని రూపుమాప కుండా అతనికి సమకూర్చగలదీ; - ఒక్క 'కమ్యూన్' మాదిరి ప్రభుత్వం మాత్రమే! కమ్యూన్ రిపబ్లిక్ వల్ల, రైతు సత్వర ప్రయోజనం పొందుతాడు కాబట్టి, అతను త్వరలోనే దాని పట్ల పూర్తి విశ్వాసాన్ని ప్రదర్శిస్తాడు." [ప్రారంభం లో వున్నది దీర్ఘ వాక్యం! రెండవది చిన్నదే.] *

---

57. 'కమ్యూన్'తో పెటీ బూర్జువాల సంబంధం

మార్క్స్:(పేజీ.186) "చరిత్రలో మొట్టమొదటిసారిగా, పెటీ బూర్జువాలూ, మధ్య తరహా బూర్జువా వాళ్ళూ, బాహాటంగా కార్మిక విప్లవం చుట్టూ సమీకృతులయ్యారు. తమ యొక్కా, ఫ్రాన్సు యొక్కా విముక్తికి, అది మాత్రమే ఏకైక తరుణోపాయమని ప్రకటించారు! కార్మికులతో బాటు పెద్ద సంఖ్యలో వాళ్ళు, నేషనల్ గార్డులో చేరారు; కమ్యూన్‌లో, వాళ్ళ సరసన కూర్చు న్నారు. రిపబ్లికన్ యూనియనులో, వాళ్ళ తరపున మధ్యవర్తిత్వం నెరిపారు!" *

58. కమ్యూన్ అంటే?

మార్క్స్: "ప్రజలచేత, ప్రజలకోసం, ప్రజలు తమ సొంత సాంఘిక జీవితాన్ని తిరిగి చేతుల్లోకి తీసుకోవడమే ఇది. పాలక వర్గాల్లోని ఒక ముఠా చేతుల్లోంచి, మరో ముఠా చేతుల్లోకి, రాజ్యాధికారాన్ని మార్చేందుకు జరిగిన ప్రయత్నం కాదు ఇది. వర్గ పెత్తనానికి సంబంధించిన భయంకర యంత్రాంగాన్ని భగ్నం చేసేందుకు జరిగిన విప్లవం ఇది. కార్య నిర్వాహక అధికారాని కీ, వర్గ పెత్తనానికీ, సంబంధించిన పార్లమెంటరీ రూపాలకు మధ్య జరిగిన కుమ్ములాటల్లో ఒకటి కాదు ఇది. ఒక దానితో మరొకటి మమేకమైన ఆ రెండు రూపాలకూ వ్యతిరేకంగా జరిగిన తిరుగు బాటు ఇది. వీటిలో పార్లమెంటు అనేది, కార్యనిర్వాహక అధికారం యొక్క మోసకారి ఉప కార్యక్రమం మాత్రమే... ఇది, 19వ శతాబ్దపు సాంఘిక విప్లవ నాందీ ప్రస్తావన."

[పారిస్ కమ్యూనే, సాంఘిక విప్లవానికి నాంది!] *

59. 'పారిస్ కమ్యూన్' విషయాల్ని పరిశీలించే రోజుల్లో మార్క్స్ అనారోగ్యం!

ఎంగెల్స్:(సంకలనం, పేజీ 271)

"ఫ్రాన్సులో అంతర్యుద్ధం" అనే పేరుతో, మార్క్స్ రాస్తూ వున్న పెద్ద వ్యాసం ఇంకా తయారు కాలేదనీ, మార్క్స్ తీవ్ర అస్వస్తతతో వున్నాడనీ, ఎంగెల్సు ఇంటర్నేషనల్ సమావేశంలో చెప్పాడు. అయినా, ఆ వ్యాసం, శనివారం నాటికి తయారవుతుందనీ, ఆ రోజు సాయంత్రం 5గంటల తర్వాత సబ్ కమిటీ సభ్యులు మార్క్సుని, ఆయన ఇంటి దగ్గిరే కలుసుకోవచ్చును అనీ కూడా చెప్పాడు.

* 1871 మే 23, (సంకలనం, 273)

మార్క్స్, తన విజ్ఞప్తిని ఇంకా పూర్తి చేయలేక పోయాననీ, వచ్చే మంగళవారం నాటికి దాన్ని తప్పక తయారు చేయాలని ఆశిస్తున్నాననీ, తనని చూడ డానికి వచ్చిన సభ్యులతో చెప్పాడు. *

60. మార్క్ మీదా, ఇంటర్నేషనల్ మీదా దుష్ప్రచారం :

మాస్కో సంకలనం,పేజీ 265: "పత్రికలు ఇటీవల, అద్భుతాలతో నిండి వుంటున్నాయి.ఒక పారిస్ పత్రికలో వెలువడిన చిట్ట చివరి విడ్డూరం ఏమిటంటే, మార్క్సు 1857లో, బిస్మార్కుకి ప్రైవేటు సెక్రటరీగా ఉన్నాడు-అని!" *

61. కమ్యూన్ చేసిన పొరపాట్లలో, తీవ్రమైన పొరపాటు ఒకటి!

(ఎంగెల్స్ 'ఉపోద్ఘాతం' నించే ప్రతీదీ)

ఆర్థిక రంగంలో చేయాల్సిందెంతో, ఈ నాటి మన అభిప్రాయం ప్రకారం, కమ్యూన్ చేసి ఉండాల్సి నది- చెయ్య లేదంటే, మనం అర్థం చేసుకోవచ్చు.

'బ్యాంక్ ఆఫ్ పారిస్' ద్వారాల వెలుపల, భక్తిపూర్వకమైన భయంతో వారు నిలిచిపోవడమే నిస్సందేహంగా బొత్తిగా అర్థం కాని విషయం. ఇది కూడా, రాజకీయంగా తీవ్రమైన పొర పాటే. ఆ బ్యాంకే కనుక కమ్యూన్ చేతుల్లో ఉండి ఉంటే, అది, పది వేల మంది బందీలున్నంత హామీ! బ్యాంకు వల్ల, బందీలు వున్న హామీ కన్నా ఎక్కువ ప్రయోజనం వుండి వుండును. అదే జరిగిన నాడు, యావత్తు ఫ్రెంచి బూర్జువా వర్గమూ, కమ్యూన్‌తో, శాంతి సంధి చేసుకోవలసిందిగా, వెర్సేల్స్ ప్రభుత్వంపై ఒత్తిడి తెచ్చి వుండేది. *

62. పారిస్ కమ్యూన్ సభ్యులు రెండు రకాలు!

ఎంగెల్స్:పారిస్ కమ్యూన్ సభ్యులు, రెండు విభాగాలుగా విడివడ్డారు. వారిలో అధిక సంఖ్యాకులు, బ్లాంకీస్టులు. 'నేషనల్ గార్డు కేంద్ర కమిటీ'లో కూడా వారికే మెజారిటీ ఉంది. ఇంటర్నేషనల్‌లో సభ్యులుగా వున్నా, వీరు మార్క్సిస్టులు

కారు. వీరు ప్రధానంగా, ప్రూడన్ సోషలిస్టు ధోరణి అనుయాయులు. ప్రూడన్, మార్క్సిస్టు కాడు. బ్లాంకీస్టుల్లో, అత్యధిక సంఖ్యాకులు, అప్పట్లో, విప్లవ శ్రామికవర్గ సహజ జ్ఞానం (ఇన్‌స్టింక్ట్)కారణంగా మాత్రమే సోషలిస్టులు. వారిలో కొద్దిమంది మాత్రమే. 'శాస్త్రీయ సోషలిజం'తో పరిచయం కలిగిన 'వైయాన్' ద్వారా సిద్ధాంతపరమైన స్పష్టతతో వున్నారు. *

63. 'రాజ్యాంగ యంత్రం' విషయంలో కమ్యూన్ వాడిన రెండు సాధనాలు

ఎంగెల్స్: కమ్యూన్, రెండు నిర్దిష్టమైన సాధనాలను వాడింది. మొదటిది:ఇది, అన్ని ఉద్యోగాలనూ- అవి పరిపాలనకు, న్యాయశాఖకు, విద్యకు, అలా వేటికి సంబంధించినవి అయినా - వాటికి సంబంధించిన వారందరి చేతా, సార్వజనీన ఓటింగు ద్వారా, ఆ ఉద్యోగాలను నింపింది. అలా ఎన్నుకున్న వారి ప్రవర్తన తప్పుగా వుంటే, అట్టివారిని ఎప్పుడంటే అప్పుడు వెనక్కి పిలిచే హక్కు కూడా సభ్యులకు కల్పించింది కమ్యూన్. రెండవది:ఇది, అధికారులందరికీ, చిన్నా పెద్దా తారతమ్యం లేకుండా, ఇతర కార్మికులు పొందే సగటు వేతనాలను మాత్రమే చెల్లించింది. ఏ ఒక్క వ్యక్తికి అయినా కమ్యూన్, సంవత్సరానికి 6 వేల ఫ్రాంకుల కన్నా ఎక్కువ జీతం చెల్లించలేదు. ఆయా ప్రాతినిధ్య సంస్థల ప్రతినిధులకు అనువర్తించే ఆజ్ఞలను జోడించడంతో బాటు, ఈ విధంగా పదవీకాంక్షనూ,ఉన్నత స్థానాల వేటనూ, నిరోధించేందుకు పటిష్ట మైన అవరోధాలు కల్పించింది కమ్యూన్. [ఎంగెల్స్ పేరుతో ఉన్నది ఏదైనా ఆయన రాసిన 'ఉపోద్ఘాతం'నించే] *

64. రాజ్యం గుణం

ఎంగెల్స్:"స్థాయీ సైన్యమూ, పోలీసులూ, బ్యూరాక్రసీ (నిరంకుశాధి కారులూ), మత గురువులూ, న్యాయాధికార వర్గమూ-అనే సార్వత్రిక మైన అంగాల తోనూ; క్రమబద్ధమూ, క్రమానుగతమూ అయిన శ్రమ విభజనాంగాలతోనూ; కూడిన కేంద్రీకృత రాజ్యాధికారం, వెనకటి

కాలపు తిరుగు లేని రాజరికపు రోజుల్లో ఆరంభమైంది."

(సంపుటి -పేజీ 75)

"తయారై సిద్ధంగా వున్న రాజ్య యంత్రాన్నే కార్మిక వర్గం, కేవలం ఇలా పట్టుకుని, అలా తన ప్రయోజనాల కోసం, వాడుకోజాలదు." - (పేజీ 75)

"కార్మిక వర్గం, ఒక సారి అధికారంలోకి వచ్చిందంటే, అప్పుడిక అది, అమలులో వున్న దోపిడీ పాత రాజ్యాంగ యంత్రం తోనే తన పరిపాలనా వ్యవహారం సాగించలేదన్న వాస్తవాన్ని, అది లోనే తప్పనిసరిగా గుర్తించాలి. కార్మిక వర్గం,అప్పుడే సాధించుకున్న తన ఆధిపత్యాన్ని, మళ్ళీ పోగొట్టుకోకుండా వుండాలంటే, కార్మిక వర్గం, ఒక వంక, ఇంతకు ముందు తనకు వ్యతిరేకంగా దోపిడీ వర్గం వాడిన పాత నిర్బంధ యంత్రాంగాన్ని తొలగించి వెయ్యాలి. మరో వంక, తన డెప్యూటీల, తన అధికారుల విషయాల్లో, జాగ్రత్తలు తీసుకోవాలి. వాళ్ళందరూ కూడా, ఎటువంటి మినహాయింపులూ లేకుండా, ఏ క్షణంలోనైనా వెనక్కి పిలిపించ గలరని ప్రకటించాలి! నిజానికి, రాజ్యం (స్టేట్)అంటే, ఒక వర్గం, మరొక వర్గాన్ని అణచడానికి ఉపయోగించుకునే యంత్రాంగం తప్ప వేరేమీ కాదు."

"ఆధునిక పరిశ్రమ ప్రగతి, ఏ వేగంతోనైతే, పెట్టుబడికీ, శ్రమకీ మధ్య, వర్గ శత్రుత్వాన్ని పెంపొందించి, విస్తృతం చేసి, తీవ్రతరం చేసిందో, అదే వేగంతో రాజ్యాధికారం, శ్రమపై పెట్టుబడి యొక్క జాతీయాధికార స్వభావాన్ని; సాంఘిక బానిసత్వం కోసం నిర్మితమైన సామాజిక బల ప్రయోగ స్వభావాన్ని; వర్గ పాలనకొక ఇంజను వంటి స్వభావాన్ని; సంతరించుకుంది."- (పేజీ. 76)

"ప్రతీ విప్లవంలోనూ, దాని అసలైన ప్రతినిధుల సరసన, అందుకు భిన్నమైన తరహా వ్యక్తులు కూడా లోపలికి చొరబడుతూ ఉంటారు."-(పేజీ. 90) *

---

65. ఒక ఇంగ్లీషు సంస్కరణవాదిపై ఎంగెల్స్ విమర్శ:

(సంకలనం, 280):

ఈ విజ్ఞప్తి "ఇంగ్లీషు తయారీ కాదు, ఎవరిదో శాక్సన్ కి (జర్మన్), లేక కెల్టిక్‌కి (ఫ్రాన్సులో ఒక చోటుకి) సంబంధిం చిన కలం సరిచేసింది. [దీన్ని, ఇంగ్లీషు మాతృభాషగా వున్న వ్యక్తి, సరిచేసినది కాదు-అని ఆ పత్రికలో రాసిన వ్యక్తి అన్నాడని]

ఇది, 'సరిచూసినది'- అనడం, స్పష్టమే అయినప్పటికీ, ఈ ప్రకటనకు సంబంధించినంత వరకూ, మామూలు క్రమంలోదే.

ఒక 'అంతర్జాతీయ' సంఘపు రచనలు, 'జాతీయ' స్వభావాన్ని ఎన్నడూ కలిగియుండ జాలవని, తెలియజేయాలని ఇంటర్నేషనల్ కౌన్సిల్ భావిస్తోంది. అయితే, ఈ అంశంలో, కౌన్సిలుకి, రహస్య విషయాలేవీ ఉండనవసరం లేదు. కౌన్సిలు యొక్క గత ఇతర అనేక ప్రచురణల్లాగే, ఈ విజ్ఞప్తి, జర్మనీకి ఉత్తర ప్రత్యుత్తరాలు జరిపే కార్యదర్శి అయిన కార్ల్ మార్క్స్ చేత రచించబడి, ఇంటర్నేషనల్‌లో ఏకగ్రీవంగా ఆమోదింపబడింది. ఎవరి చేతా ఇది, "సరిచూడబడలేదు." [ఇది, మార్క్సు రాసిందే గానీ, ఎవరో దిద్దుళ్ళు చేసింది కాదు-అని.]

*

66. 1886 మార్చి 13 న, 'పారిస్ కమ్యూన్' గుర్తుతో జరిగిన 15వ వార్షికోత్సవంపై ఎంగెల్స్

"ఈ రోజు రాత్రి, ప్రపంచ కార్మికులు, మీతో (ఫ్రెంచి సోషలిస్టులతో) బాటు, అదే సమయంలో, శ్రామిక వర్గాభివృద్ధి క్రమంలో, మిక్కిలి మహిమాన్వితమూ, అత్యంత విషాదకరమూ అయిన దశ గురించి, వార్షికోత్సవాన్ని జరుపుకుంటున్నారు. కార్మిక వర్గం, తన చరిత్ర ఉల్లేఖనం ప్రారంభమైన దాదిగా, 1871 లో, మొట్ట మొదటి సారి, ఒక పెద్ద రాజధానిలో రాజకీయాధికారాన్ని తన చేతుల్లోకి తీసుకుంది. చివరికది, స్వప్నంగా ముగిసింది!

ఒక వంక, పూర్వపు ఫ్రెంచి సామ్రాజ్య కిరాయి సైనికులకూ; మరో వంక ప్రష్యన్లకూ మధ్య చిక్కి, కమ్యూన్, త్వరలోనే, ముందెన్నడూ కనీ వినీ ఎరుగని, మరువజాలని, మారణ కాండలో చటుక్కున నులిమి వేయబడింది. విజయం సాధించిన అభివృద్ధి నిరోధక శక్తులకు, పట్టపగ్గాల్లేకపోయాయి! సోషలిజం, రక్తపు మడుగులో ముంచివెయ్య బడిందా, శ్రామిక వర్గపు స్తితి శాశ్వత బానిసత్వమేనా- అనిపించింది.

ఆ ఓటమి దరిమిలా పదిహేనేళ్ళు

గడిచాయి. ఈ కాలమంతటిలోనూ, అన్ని దేశాల్లోని భూస్వాముల, పెట్టుబడిదారుల ఊడిగంలో వున్న, శ్రమని దోచే ప్రభుత్వాధికారం, కార్మికులు తిరగబడేందుకు చేసిన ప్రయత్నాలన్నింటినీ తుదముట్టించ డానికి అవలంబించని పద్ధతులంటూ ఏమీ మిగలకుండా పోయాయి! *

67. 'పారిస్ కమ్యూన్' గురించి మార్క్సు రాసిన విషయాల్లో కొన్ని

"కమ్యూన్ సభ్యులు, పై స్తాయి ఉద్యోగి నించి, కింది స్తాయి వారి దాకా, శ్రమజీవుల వేతనాలకే, ప్రభుత్వ ఉద్యోగం చెయ్యాలి. ప్రభుత్వ ఉన్నత అధికారుల అధిక సౌకర్యాలూ, ప్రాతినిధ్యపు అలవెన్సులూ, ఆ అధికార్లతో బాటు మాయ మయ్యాయి!"- (పేజీ 77)

['విలువ' సూత్రం ప్రకారం, జీతాల్లో చిన్న చిన్న తేడాలు వుండాలి. అది విలువ సూత్రం. అయితే, కమ్యూన్‌కి, 'విలువ' గురించి సరిగా తెలియదు. కమ్యూను, కొంత వరకూ బాగానే చెప్పిందని మార్క్సు అంటాడు.]

"పారిస్ నగరపు వివిధ వార్డుల్లో, సార్వజనిక ఓటింగు వద్ధతిలో ఎన్నుకోబడిన మున్సిపల్ కౌన్సిలర్లతో, కమ్యూన్ ఏర్పాటు చెయ్యబడింది. ఆ కౌన్సిలర్‌లు, తక్కువ కాలంపాటే బాధ్యులుగా ఉంటారు; పదవి నుండి ఎప్పుడైనా దించబడతారు."

"సహజంగానే, కమ్యూన్ సభ్యుల్లో అధిక సంఖ్యాకులు, శ్రమజీవులు. లేక, కార్మిక వర్గపు ఆమోదిత ప్రతినిధులు."- (పేజీ 78)

"పాత ప్రభుత్వపు భౌతిక బల ప్రయోగ పరికరాలైన స్థాయీ సైన్యాన్నీ, పోలీసు శాఖనూ, తొలగించుకున్న తర్వాత, కమ్యూన్ వెంటనే మానసిక పీడన పరికరమైన 'మత గురువుల అధికారాన్ని' బ్రద్దలు చేయడానికి పూనుకుంది. అందుకుగానూ 'చర్చి' లకు గల ఆస్తి హక్కులన్నింటినీ రద్దు చేసి, వాటికి గల ప్రత్యేకాధికార ప్రతిపత్తిని తొలగించింది. మత బోధకులు, పౌర జీవితంలోకి పంపబడ్డారు. అక్కడ వారు, పూర్వపు క్రీస్తు శిష్యుల మాదిరిగా, మత విశ్వాసపరుల దయాధర్మ భిక్షలపై బ్రతుకులు వెళ్ళ మార్చాల్సి వచ్చింది." (పేజీ 79)

"మొత్తం విద్యాసంస్థలన్నింటిలోనూ ప్రజలకు ఉచిత ప్రవేశం కల్పింప బడింది." (పేజీ 79)

"న్యాయశాఖ ఉద్యోగులు, వారికి గల కుహనా స్వాతంత్ర్యాన్ని కోల్పోయారు. ఇంతకు పూర్వపు ప్రభుత్వాలన్నింటికీ వాళ్ళ నికృష్ట దాస్యానికి ముసుగుగా మాత్రమే ఆ స్వాతంత్ర్యం ఉంటూ వచ్చింది... మిగిలిన ప్రజా సేవకుల్లాగే మాజిస్ట్రేట్లూ, జడ్జీలూ కూడా, ఎన్నుకోబడాలి. (ఎన్నిక కావాలి.) ప్రజలకు బాధ్యులుగా ఉండాలి. వారిని క్రిందికి దించే అధికారం ప్రజలకు వుండాలి."
(పేజీ.79)

"మూడేళ్ళకో, ఆరేళ్ళకో ఒక మారు, పాలక వర్గానికి చెందిన ఏ సభ్యుడు పార్లమెంటులో ప్రజలకు దుష్ప్రాతినిధ్యం వహించాలో, నిర్ణయించడానికి బదులు, సార్వజనీన ఓటింగు హక్కు అనేది, కమ్యూన్లలో సంఘటిత పరచబడిన ప్రజలకు వినియోగ పడాలి." - (పేజీ 80)

"కమ్యూన్ తయారుచేసిన జాతీయ నిర్మాణానికి సంబంధించిన ఒక ముసాయిదా మేరకు (దాన్ని అభివృద్ధి చేసేందుకు కమ్యూనుకు వ్యవధి లేకపోయింది), గ్రామీణ ప్రాంతంలోని అతి చిన్న కుగ్రామంలో సైతం, కమ్యూన్ మాదిరి రాజకీయ ప్రతి రూపం ఏర్పడాలి. గ్రామీణ జిల్లాల్లో వున్న స్థాయీసైన్యపు స్థానంలో, అది కొద్ది కాలవే పనిలో ఉండే జాతీయ మిలీషియా ఏర్పడాలి. అన్ని జిల్లాల గ్రామీణ కమ్యూన్లూ, తమ ఉమ్మడి వ్యవహారాలను, కేంద్ర పట్టణంలో ప్రతినిధుల అసెంబ్లీల ద్వారా నిర్వహించుకోవాలి.

ఈ జిల్లా అసెంబ్లీలు తిరిగి, పారిస్‌లోని జాతీయ ప్రతినిధి వర్గానికి ప్రతినిధులను పంపాలి. ఏ ప్రతినిధి అయినా, ఎప్పుడైనా, వెనక్కి ఉపసంహరించబడగలగాలి. ప్రతినిధులు, తమ నియోజక వర్గ ప్రజల లాంఛనప్రాయమైన ఆదేశాలకు కట్టుబడి వుండాలి. అప్పటికీ ముఖ్యమైన కొన్ని విధులు , కేంద్ర ప్రభుత్వానికి మిగిలి ఉంటాయి."
(పేజీ.80)

"సమాజంలో, విపరీతమైన ఖర్చుకి కారణాలైనవి - స్థాయీ సైన్యమూ, రాజ్య నిర్వహణోన్నతోద్యోగులకిచ్చే విపరీతమైన జీతాలూనూ.- ఈ రెంటినీ రద్దు చేయడం ద్వారా కమ్యూన్, 'మిత వ్యయంతో కూడిన ప్రభుత్వం' అన్న బూర్జువా విప్లవాల ఆకర్షణీయ నినాదాన్ని, వాస్తవం చేసింది". (పేజీ.82)

"దోపిడీ వర్గానికి వ్యతిరేకంగా, ఉత్పాదక వర్గం జరిపిన పోరాటం ఫలితంగా ఉద్భవించిన ప్రభుత్వం అది. శ్రమ యొక్క ఆర్థిక విముక్తిని సాధించడానికి వీలుగా , చిట్ట చివరకు కనుగొనబడిన రాజకీయ రూపం అది"
(పేజీ.82)

"ఉత్పత్తి దారుల రాజకీయ పాలన, వాళ్ళ సాంఘిక బానిసత్వపు కొనసాగింపుతో కలిసి మనజాలదు. అందుకని, వర్గాల అస్తిత్వమూ, తత్ఫలితంగా వర్గ పాలనా, ఏ ఆర్థిక పునాదులపైనైతే ఆధారపడతాయో, వాటిని నిర్మూలించడానికి కమ్యూన్ ఒక సాధనంగా వినియోగపడాలి. శ్రమ విముక్తమైనప్పుడు, ప్రతీ మనిషీ శ్రమ జీవి అవుతాడు. 'ఉత్పాదక శ్రమ' అన్నది, ఏదో ఒక వర్గానికి మాత్రమే చెందిన గుణ విశేషంగా ఉండడం నిలిచిపోతుంది."

(పేజీ.82)

"పలువురు చేసే శ్రమను, కొద్ది మందికి 'సంపద'గా చేసే ఆ వర్గ ఆస్తిని, రద్దు చెయ్యాలనే, కమ్యూన్ సంకల్పించింది. ఆస్తి హర్తల ఆస్తిని హరించే వారి చేతిలో వున్న ఆస్తిని, స్వాధీనం చేసుకోవడమే, కమ్యూన్ లక్ష్యం. ఈ నాడు ప్రధానంగా, శ్రమను బానిసగా చేసుకొనడానికీ, దోచుకోవడానికీ, సాధనాలుగా ఉన్న భూమీ, పెట్టుబడీ వంటి ఉత్పత్తి సాధనాలను, స్వేచ్ఛాయుత, సంయుక్త శ్రమకు కేవలం పరికరాలుగా పరివర్తన చెయ్యడం ద్వారా, వేరు వేరు వ్యక్తులకు వుండే వ్యక్తిగత ఆస్తిని, కమ్యూన్ అలా మార్పు చెయ్యాలని అనుకుంటోంది." (పేజీ.83)

'సహకారోత్పత్తి' అన్నది, బూటకంగా నూ, ఉచ్చుగానూ ఉండి పోకుండా ఉండి, అది పెట్టుబడిదారీ వ్యవస్థను నెట్టేస్తే; సమైక్య సహకార సంఘాలు, ఉమ్మడి పథకం మేరకు జాతీయోత్పత్తిని క్రమబద్ధం చేసి, తద్వారా దాన్ని తమ అదుపులోకి తీసుకుంటే; పెట్టుబడిదారీ ఉత్పత్తికి పీడన వంటి నిరంతర అరాచకానికీ, దఫ దఫాలుగా దాపురించే సంక్షోభాలకీ, స్వస్తి చెప్పడమే జరిగితే;...అప్పుడది 'కమ్యూనిజం' కాక, "సాధ్యమైన కమ్యూనిజం" కాక, మరేమవుతుంది?"

(పేజీ.83)

[ఉత్పత్తి సంబంధాల్ల, ఏ యే మార్పులు జరిగితే 'కమ్యూనిజం' అవుతుందో ఈ వాక్యాలన్నీ మళ్ళీ మళ్ళీ చదివి తెలుసుకోవాలి.]

"ఏ రాజధాని నగర స్కూలు బోర్డు కార్యదర్శి అయినా తెచ్చుకునే కనీస జీతంలో ఐదో వంతు కన్నా మించని జీతాలతో నిర్వహించినప్పుడు, నగర పాలక కార్యాలయంపై రెప రెపమంటూ ఎగిరే శ్రామిక రిపబ్లిక్ చిహ్నమైన ఎర్రజెండాను చూసి పాత ప్రపంచం కోపంతో ఘూర్ణిల్లింది." -

(పేజీ 84)

[కమ్యూన్‌లో ఏర్పడిన జీతాల పద్ధతి గురించి, అక్కడక్కడా వేరు వేరు లెక్కలు కనపడుతున్నాయి. ఆ లెక్కల్ని గాక, వాటి సారాంశాన్నే చూడాలి.]

“కార్మిక వర్గం, సామాజిక చొరవ చూపే సామర్ధ్యం కలిగిన ఏకైక వర్గమని, సంపన్న పెట్టుబడిదారులు అంగీకరించరు. అయినా, పారిస్‌లోని అత్యధిక సంఖ్యాక మధ్యతరగతి వారయిన షాపుల యజమానులూ, చేతి పని వాళ్ళూ, వ్యాపారస్తులూ, వంటి వారు, బాహాటంగా అంగీకరించిన తొలి విప్లవం ఇదే. మధ్య తరగతుల మధ్యనే -(రుణ దాతలూ, రుణ గ్రహీతల అక్కౌంట్ల విషయంలో) - నిత్యం నిరంతరాయంగా తలెత్తే తగవులను, కమ్యూన్, బహు నేర్పుగా బుద్ధి సూక్ష్మతతో పరిష్కరించి, వారిని కాపాడింది.” (పేజీ.84-85)

“ఒక అమర లక్ష్య (ఇమ్మోర్టల్ కాజ్) సాధనలో ప్రాణాలను బలిదానం చేసే మహత్తర గౌరవం కోసం, విదేశీయులందరినీ కమ్యూన్ రానిచ్చింది.” (పేజీ.87)

“కమ్యూన్, ఒక జర్మన్ కార్మికుణ్ణి, ‘కార్మిక మంత్రి’ని చేసుకుంది” (పేజీ.88)

“కమ్యూన్, పోలెండు వీర పుత్రులను (హీరోయిక్ సన్స్) పారిస్‌ని రక్షించే రక్షకుల అగ్రస్థానంలో నిలిపి గౌరవించింది” (పేజీ.88)

“కమ్యూన్ తీసుకున్న ఆ యా చర్యలు, శ్రామిక ప్రజల కోసం, ఆ ప్రజల ప్రభుత్వ ధోరణిని మాత్రమే సూచించాయి.”

“బేకర్ల చేత రాత్రి పూట పని చేయించడం రద్దు చేశారు.”

యజమానులు, తమ దగ్గిర పనిచేసే కార్మికులపై, రక రకాల సాకులతో జుల్మానాలు వేసి వేతనాల్లోంచి వాటిని విరగకొయ్యడంపై, నిషేధం విధించింది, కమ్యూన్. (ఈ క్రమంలో యజమాని, తనే శాసన కర్తగా, జడ్జిగా, తీర్పును అమలు జరిపే ఎగ్జిక్యూటర్‌గా, వ్యవహరించడమే కాకుండా, పైగా ఆ జుల్మానా మొత్తాన్ని కాజేస్తాడు),

ఆ యా పెట్టుబడిదారులు, తప్పించుకు పారిపోయినందు వల్ల, లేక పని బందు చేసినందువల్ల, మూతపడిన అన్ని కర్మాగారాలనూ, ఫ్యాక్టరీలనూ, నష్ట పరిహారం చెల్లించే షరతుపై వశం చేసుకుని, కార్మిక సంఘాలకు వశం చేశారు.” (పే.88)

[ఇది, అర్థంకాని విధంగా ఉంది. ‘నష్ట పరిహారాలు’ చెల్లించి ఉత్పత్తి సాధనాల్ని తీసుకుంటే, అది ఎవరి శ్రమ పరికరాల్ని వారు స్వాధీన పరుచుకోవడం ఎలా అవుతుంది? పెట్టుబడిదారుడికి నష్టపరిహారంగా డబ్బు అందితే, దానితో వాడు, ‘వడ్డీలు’ సంపాదిస్తూ గడపడా? అర్థం కావడం లేదు. అర్థం కావాలంటే, ‘ఇది తప్పు’ అని అర్థం అవుతోంది. ఒక వేళ, కమ్యూన్, తెలివి తక్కువగా అలా చేసిందని చెప్పవలిసి వస్తుంది.]

"పాత ప్రభుత్వాలన్నీ, తాము లోపాలు లేని వారమని చెప్పుకున్నట్టు కమ్యూన్ మాత్రం తను లోప రహితమైన దానిని అన్నట్లు నటించ లేదు. తన చేతలను, మాటలను అది, ప్రకటించింది. తన లోటుపాట్లన్నింటినీ ప్రజాసామాన్యం ఎదుట పెట్టి, వారి విమర్శలను ఆహ్వానించింది."

- (పేజీ.90)

"శవ పరీక్షా కేంద్రాల వద్ద, ఒక్క శవం కూడా కనబడటం లేదు. కమ్యూన్‌లో, రాత్రి వేళల్లో కన్నపు దొంగతనాలు జరగడమే లేదు. నిజానికి 1848 ఫిబ్రవరి రోజుల తర్వాత పారిస్ వీధులు మొదటి సారిగా ఇప్పుడే, అందునా ఏ పోలీసు బందో బస్తూ లేకుండా సురక్షితంగా వున్నాయి."

"కమ్యూన్ సభ్యుడొకరు ఇలా అన్నాడు: 'హత్యలు, దొంగతనాలు, వ్యక్తులపై దాడులు - వాటిని గురించి మాకు ఇప్పుడు వినరావడమే లేదు! పోలీసులు, బహుశా వెర్సేల్స్ కి, తమ కన్జర్వేటివ్ మిత్రులందర్నీ లాక్కుపోయారో ఏమో మరి!' (పేజీ.91)

*

---

68. 'పారిస్ కమ్యూన్' చివరి వారంలో (1871 మే 21-28) బూర్జువావర్గపు ఘాతుకాల గురించి మార్క్స్

బూర్జువా వర్గపు వర్ణణాతీతమైన ఘాతుకాలు: "బూర్జువా వ్యవస్థకు చెందిన బానిసలూ, ఒళ్ళు విరక్కొట్టుకుని పాటుపడే వాళ్ళూ, తమ యజమానులకు వ్యతిరేకంగా తిరగబడినప్పుడల్లా, బూర్జువా వ్యవస్థకు సంబంధించిన నాగరికతా న్యాయాలు, ఘోరంగా బయట పడుతుంటాయి. అప్పుడా నాగరికతా న్యాయాలు, నగ్నమైన ఆటవి కత్వంగా, అడ్డూ అదుపుల్లేని చట్ట రహితమైన పగ సాధింపుగా, బయటపడతాయి. దోపిడీదారుడికీ, ఉత్పత్తిదారుడికీ, మధ్యజరిగే వర్గ పోరాటంలోని ప్రతీ ఒక్క సంక్షోభమూ, ఈ అంశాన్ని మరింత స్పష్టంగా కొట్టవచ్చినట్టు పద్రర్శిస్తుంది.

1848 జూన్ నాటి బూర్జువా వర్గపు ఘాతుకాలు, 1871 నాటి వర్ణనాతీత మైన ఘోరాల ముందు, వెల వెలలాడ తాయి.పారిస్ వాసులు--పురుషులూ,

స్త్రీలూ, పిల్లలూ--ఆత్మత్యాగ పూరిత మైన వీరత్వాల్ని ప్రదర్శించి, వెర్సేల్స్ సైన్యం ప్రవేశానంతరం, ఎనిమిది రోజులపాటు పోరాటం జరిపిన తీరు, వారి లక్ష్యపు మహత్యాన్ని ఎంతగా ప్రదర్శించిందో; సైనికుల దారుణ కృత్యాలు, వారు ఏ నాగరికత యొక్క కిరాయి మద్దతుదార్లో; ఆ నాగరికత యొక్క అంతస్సారమైన లక్షణాన్ని, ఆ సైనిక కృత్యాలు బహిర్గతం చేశాయి. ఆ నాగరికతని ఏమి గొప్ప నాగరికత అని చెప్పుకోవాలి? తను జరిపిన పోరాటానంతరం గుట్టలుగా పడిన శవాలను తొలగించడమెలాగన్నదే, దోపిడీ వర్గానికొక పెద్ద సమస్య అయిపోయింది.

తేర్ యొక్కా, వేట కుక్కల వంటి అతని అనుచరుల యొక్కా, ప్రవర్తనలకు పోలిక వెతకాలంటే, మనం వెనుకటి (రోమన్ కాలంనాటి) సూల్లా కాలానికీ; మొదటి, రెండవ రోమన్ మూర్తిత్రయాల కాలానికీ, వెళ్ళాల్సి వుంటుంది. అదే రకపు నిర్దాక్షిణ్యమైన మూకుమ్మడి ఊచకోతా, హత్యాకాండల క్రమంలో, అదే మాదిరిగా, పెద్దలా, పిల్లలా అనే వయో భేదం గానీ; స్త్రీ పురుష భేదం గానీ; పాటించకపోవడం, అదే రకంగా ఖైదీలను, నానా హింసలకూ గురి చెయ్యడం; అదే పద్ధతి బహిష్కారాలూ! అయితే, ఈ మారు, మొత్తం వర్గాన్నే బహిష్కరించడం! రహస్య జీవితం గడుపుతున్న ఏ ఒక్క నాయకుడూ తప్పించుకు పోకుండా, వాళ్ళను వేటాడటం; రాజకీయ శతృవులకు, వ్యక్తిగత శత్రువులకు, వ్యతిరేకంగా కూపీలివ్వడం; ఈ కలహాలతో బొత్తిగా సంబంధంలేని వాళ్ళను పాశవికంగా హత్యచేసే విషయంలో అదే రీతి నిర్లక్ష్యమూ; ఇవన్నీ మనకి కనిపిస్తాయి. అయితే, రోమన్లకీ, వీళ్ళకీ మధ్య, ఒక్కటే భేదం ఉంది. రోమన్లకి మూకుమ్మడిగా కాల్చివేయడానికి 'మిట్రల్యూజ్'లు (మర తుపాకులు) లేవు, వాళ్ళ చేతుల్లో "శాసనమూ" లేదు. వాళ్ళ పెదవులపై "నాగరికతా" నినాదమూ లేదు.

కమ్యూన్ మీద జరిగిన ఘోరాల తర్వాత, హంతకుల పత్రికల చేతనే వర్ణించబడిన బూర్జువా నాగరికత యొక్క మరింత ఏహ్యమైన మరో పార్శ్వాన్ని చూడండి! ఒక లండన్ టోరీ పత్రికలో పనిచేసే పారిస్ విలేఖరి ఇలా రాశాడు: "దూరాన, చెదురు మదురుగా కాల్పులింకా వినిపిస్తూనే ఉన్నాయి. 'పేర్ ల షేస్' గోరీల మధ్య చావుకు ఎదురుచూస్తూ, మూలుగుతూ కనిపించే ఆలనా పాలనా లేని

క్షతగాత్రులైన దౌర్భాగ్యులు మరణిస్తున్నారు. ఆరు వేల మంది తిరుగుబాటు దారులు, సొరంగమార్గాల పద్మవ్యూహంలో చిక్కుకునిపైకి రాలేక దారీ తెన్నూ తెలియక భయభ్రాంతులై వేదనతో నిరాశోపహతులై తిరుగు తున్నారు. వీధుల్లో తరమబడుతున్న దౌర్భాగ్యులు వందల సంఖ్యలో మర తుపాకుల పాలబడుతున్నారు".

"ఇక్కడిలా ఉండగా, మరో వంక సాగే విలాస దృశ్యాల్ని చూడండి! హోటళ్ళన్నీ భంగు తాగే వాళ్ళతో, బిలియర్డ్సూ, పాచికలూ ఆడే వాళ్ళతో, నిండి ఉన్నాయి.

వేశ్యలు వీధుల వెంట, పార్కుల వెంట, స్వైర విహారం చేస్తున్నారు. ఫ్యాషన్లకు నిలయమైన రెస్టారెంట్లలోని ప్రత్యేకమైన గదుల్లోంచి త్రాగుబోతుల తందనాలు, రాత్రి నిశ్శబ్దాన్ని భంగ పరుస్తున్నాయి". (పేజీ 101-103) *

69. ఉద్యమకారుల్లో విద్రోహులుంటారు!

తైయర్ ప్రభుత్వపు, జనరల్ లక్రెబాల్ నాయకత్వాన గలసేనలు,ఆకస్మిక దాడి ద్వారా, ఇస్సీ కోటకీ, మాంరూజ్‌కీ మధ్య వున్న ములెన్ సాకీ దుర్గ భాగాన్ని వశపరుచుకున్నాయి.

వెర్సైల్స్ సేనలకు, 'సంకేత పదాన్ని' అమ్ముకున్న కమాండెంట్ గల్యేన్ చేసిన ద్రోహం కారణంగా, కమ్యూన్ తాలూకు సైన్యంపైన, ఆకస్మిక దాడి జరిగింది. దానిలో 150 మంది కమ్యూనార్డులను బయనెట్లతో పొడిచి చంపేశారు. 300 మందికి పైగా కమ్యూనార్డులను ఖైదీలుగా పట్టుకున్నారు. *

70. బూర్జువా వర్గపు రక్త పాత విజయం

"మరింత మెరుగైన నవ్య సమాజం కోసం, నిస్వార్థంగా పోరాడుతున్న యోధులపై, తను సాధించిన రక్త పాత విజయాలన్నింటిలోనూ, శ్రమను బానిసగా చేసుకోవడంపై ఆధార పడింది, ఆ మహా పాపిష్టి నాగరికత! అది, తన వాతపడిన వాళ్ళ మూలుగులను, ప్రపంచ వ్యాపితంగా ప్రతిధ్వనించే అభాండాల కోలాహలంలో ముంచెత్తు తుంది. శాంతియుతులైన

శ్రమ జీవుల కమ్యూన్‌కి చెందిన పారిస్, వేట కుక్కల లాంటి రక్త పిపాసుల చేత అకస్మాత్తుగా పిశాచ గణ సమవాకారంలా మార్చివెయ్యబడింది."- (పేజీ 103)

['పాపిష్టి', పిశాచగణం, రాక్షసత్వం-లాంటి మాటలు, తెలుగు అనువాదకుల భాషే. 'పాపం, పుణ్యం' అనే వాటిని నమ్మితేనే, 'రాక్షస జాతి'ని నమ్మితేనే, ఆ పదాలు సరిపోతాయి.] *

71. పారిస్ ప్రజల ప్రాణ త్యాగాలు

"పారిస్ ప్రజలు, కమ్యూన్ కోసం, ఉత్సాహంగా ప్రాణాలర్పిస్తారు. చరిత్ర కెక్కిన ఏ పోరాటమూ అలాంటి నిస్వార్థత ఎరగదు."

"పారిస్ మహిళలు, బారికేడ్ల (వీధి అవరోధాల) వద్దా, ఉరికంబాల పైనా, నిర్భయంగా ప్రాణాలు విడుస్తారు."
- (పేజీ 103) *

72. ఆత్మరక్షణ కోసమే కమ్యూన్ అగ్నిని వాడింది!

"వెర్సేల్స్ ప్రభుత్వం, 'దహన కాండ!' అని పెడబొబ్బలు పెడుతూ, మారు మూలనున్న కుగ్రామాలలో సైతం ఉన్న తన తాబేదారుల చెవుల్లో, ఈ తిరుమంత్రాన్ని ఊదుతుంది: "ప్రతి చోటా ఉన్న నా శత్రువులను, దహన కాండనే వృత్తిగా స్వీకరించిన వారిగా వారిని అనుమానిన్నా, వారిని వేటాడండి!" అని బోధించింది.

"పోరాటానంతరం మూకుమ్మడిగా జరిగిన ఊచకోతను పట్టించుకోని ప్రపంచమంతటా గల బూర్జువా వర్గం, భవనాల ధ్వంసంలో, వాటి ఇటుకల, సున్నాల నష్టం పట్ల, విభ్రాంతినీ, భీతినీ, ప్రకటించింది!"

"కమ్యూన్ ప్రజలున్న ఇళ్ళను మాత్రమే తను తగలబెట్టాలని కోరుతున్నట్టు త్యేర్ చెప్పి, ఆ సాకుపై ఆరు వారాలపాటు పారిస్‌పై ఫిరంగులతో బొంబార్డు (అపకుండా దాడి) చేయించాడు. మరి అది, దహన కాండ కాదా? యుద్ధంలో, ఏ ఇతర ఆయుధం లాగే, 'అగ్ని' కూడా సక్రమ మైన ఆయుధమే. శత్రువుల చేతుల్లో వున్న ఇళ్ళను దహించడానికి, వాటిని బొంబార్డ్ చేస్తారు. అలాగే, వాటిని రక్షించు

కుంటున్న వాళ్ళు, అక్కడి నుండి వెనక్కు తప్పుకోవాల్సి వచ్చినప్పు డు, దాడి దారులు ఆ ఇళ్ళను ఉపయో గించుకోవడానికి వీల్లేకుండా, ఆ ఇళ్ళ వాళ్ళే వాటిని తగలబెడతారు. యుద్ధాల్లో, ఏ రెగ్యులర్ సైన్యానికైనా, వాళ్ళ ముందున్న ఇళ్ళకు జరిగిన కర్మ (ఫేట్) అయినా, ఎప్పుడూ అవి తగలబడడమే. కానీ, బానిసలు, యజమానులకు వ్యతిరేకంగా చేసే యుద్ధంలో మాత్రం-చరిత్రలో ఇదొక్కటే న్యాయ బద్ధమైన యుద్ధం. కమ్యూన్, అగ్నిని కేవలం రక్షణ కోసం మాత్రమే వాడింది. ఆ సుదీర్ఘమైన తిన్నని వీధులపై ఫిరంగి కాల్పులు సాగించగా, వెర్సేల్స్ సేనలు ముందుకు రాకుండా నిరోధించేందుకు కమ్యూనార్డులు అగ్నిని వాడారు. వెర్సేల్స్ వాళ్ళు తమ పురోగమన క్రమంలో ఫిరంగి గుండ్లను వాడగా, కమ్యూనార్డులు తిరోగమనంలో తమపై దాడి జరగకుండా చూసుకునేందుకు అగ్నిని వాడారు. కమ్యూనార్డుల దహనకాండ మూలంగా ఎన్ని భవనాలు దగ్ధమయ్యాయో, వెర్సేల్స్ వాళ్ళ ఫిరంగి గుళ్ళ మూలంగా కనీసం అన్ని భవనాలైనా నాశనం చేయబడ్డాయి.ఏ భవనాలు రక్షణ దారుల చేతుల్లో తగలబడ్డాయో, ఏవి దాడిదారుల చేతుల్లో తగల బడ్డాయో, ఇప్పటికీ వివాదాంశమే. వెర్సేల్స్ సేనలు, ఖైదీల మూకుమ్మడి హత్యలు ప్రారంభించాకనే, రక్షణ దారులు దహనకాండకు పూనుకున్నారు."

(పేజీ, 104 - 105)*

73. హామీ బందీల చావుకి కారణం తేయ్యర్ ప్రభుత్వమే!

"పారిస్‌లో, ఆర్చ్ బిషప్ నాయకత్వాన గల 64 మంది హామీ బందీలను కమ్యూన్ హతమార్చింది కదా, దాని సంగతేమిటి?బూర్జువా వర్గమూ, దాని సైన్యమూ, 1848 జూన్‌లో యుద్ధ కాండ నుంచి చాలా కాలంగా కనుమరుగైన ఒక ఆచారాన్ని, రక్షణ లేని తమ ఖైదీ లను కాల్చి చంపడాన్ని, పునరుద్ధ రించాయి. ఈ పాశవికమైన ఆచారం, కొద్దిగానో, గొప్పగానో, ప్రజా తిరుగు బాట్లను అణిచే క్రమంలో, యూరప్, ఇండియాలలోని పీడించే వాళ్ళ చేత విధిగా పాటింపబడుతూ వచ్చింది. తద్వారా, అదంతా నిజమైన "నాగరికత ప్రగతి"గా నిరూపితమైంది కూడా! మరో వంక, ఫ్రాన్సులో ప్రష్యన్లు, హామీ

బందీలను పట్టుకునే ఆచారాన్ని పునరుద్ధరించారు. ఈ ఆచారం మేరకు, అమాయకులైన ప్రజలు, తమ ప్రాణాలతో ఇతరులు చేసిన పనులకు జవాబు చెప్పుకోవాల్సి వుంటుంది. మనం ఇంతకు ముందు చూసినట్టుగా, త్యేర్, పారిస్‌లో, యుద్ధం ఆరంభం నుంచీ కూడా కమ్యూన్‌కి చెందిన ఖైదీలను కాల్చివేసే అమానవీయమైన అలవాటును అమలు జరిపితే, కమ్యూన్ తమ ప్రాణాలను కాపాడుకునేందుకు గాను, విధిగా, ప్రష్యన్ పద్ధతిలో, హామీ బందీలను పట్టుకునేందుకు పూనుకోవాల్సి వచ్చింది.

వెర్సేల్స్ వాళ్ళు, కమ్యూన్ నించి దొరికిన ఖైదీలను, వరసగా కాల్చేస్తూ వున్న కారణంగా, కమ్యూన్ పట్టుకున్న హామీబందీల ప్రాణాలకు పదే పదే ప్రమాద పరిస్తితిని వెర్సేల్స్ చేజేతులా కల్పించుకుంది. మెక్‌మహన్ సైన్యం, పారిస్‌లో తమ ప్రవేశోత్సవం సందర్భంగా జరిపిన జన సంహార కాండ తర్వాత, వాళ్ళనిక మన్నించడమెలాగ?" (పేజీ 106)

"ఆర్చ్‌బిషప్ దార్బువాని, [ఈ మత గురువుని] నిజంగా హత్యచేసినది త్యేరేనని చెప్పాల్సి వుంటుంది. అప్పట్లో త్యేర్ చేతుల్లో వున్న, ఒక్క బ్లాంకీని విడిచిపెడితే, అందుకు బదులుగా, ఆర్చ్‌బిషప్‌నీ, ఇంకెందరో మత బోధకులనూ, వదులుతామని కమ్యూన్ పదే పదే స్పష్టం చేసింది. త్యేర్ ససేమిరా అందుకు అంగీకరించ లేదు. బ్లాంకీని వదిలిపెడితే, కమ్యూన్ కి తను ఒక ముఖ్యనాయకుడిని ఇచ్చినట్లు అవుతుందన్న సంగతీ, ఆర్చ్‌బిషప్ చనిపోతేనే తన ప్రయోజనం ఎక్కువగా సాధించబడుతుందన్న సంగతీ, త్యేర్‌కి తెలుసు."- *

74. నూతన సమాజపు దూత, 'కమ్యూన్!'

"తన కమ్యూన్‌తోబాటు, కార్మికుల పారిస్, ఒకానొక నూతన సమాజానికి ఉజ్వల వైతాళికుడుగా ['వైతాళికుడు' అంటే, నిద్రనించి, మేలు కొమ్మని పాడేవాడు] సదా సంస్మరించబడుతుంది.

దాని మృత వీరులు, కార్మిక వర్గపు సువిశాల హృదయంలో ఆరాధ్యులుగా ప్రతిష్టింపబడ్డారు".

(మార్క్స్, పేజీ 109) *

75. 'ఫ్రాన్సులో, అంతర్యుద్ధం' అనే రచనని చదివిన రోజు!

"మార్క్సు 'ఇంటర్నేషనల్' జనరల్ కౌన్సిలుని ఉద్దేశించి, తన రచన ఒకటి చదివి వినిపించాడు. అందులో పారిస్ కమ్యూన్ చారిత్రక ప్రాధాన్యాన్ని గురించి క్లుప్తమూ, పటిష్టమూ అయిన పదాల్లో ఆయన అభివర్ణించాడు. ఈ అంశంపై వెలువడిన విస్తృతమైన సాహిత్యమంతటిలోనూ మరెక్కడా ఎన్నడూ సాధించబడని నైశిత్యాన్నీ, అంతకన్నా మిన్నగా యదార్థాన్నీ, అందులో ఆయన సాధించాడు." (ఎంగెల్స్ ఉపోద్ఘాతం, పేజీ 24) *

76. కమ్యూన్ విప్లవ స్వభావం

మార్క్సు (189): ప్రస్తుత విప్లవంలో పారిస్ కార్మికులు, చొరవ తీసుకున్నారన్నా; వీరోచితమైన ఆత్మత్యాగంతో ఈ పోరాటపు ప్రధాన తాకిడిని భరిస్తున్నారన్నా, ఇందులో కొత్త ఏమీ లేదు. ఫ్రాన్సులో జరిగిన కార్మిక విప్లవాలన్నింటిలోనూ కొట్ట వచ్చినట్టు కనిపించే వాస్తవమే ఇది.జన సామాన్యం పేరున, ఖచ్చితంగా జన సామాన్యం కోసం, అంటే, ఉత్పత్తిచేసే ప్రజా సామాన్యం కోసం, విప్లవం చెయ్యబడడమన్నది, ఈ విప్లవానికి, ఇంతకు పూర్వపు విప్లవాలన్నింటితో గల ఒక ఉమ్మడి సామ్యం. అయితే, ఈ విప్లవానికి సంబంధించిన ఒక కొత్త లక్షణమేమిటంటే, తొలి తిరుగుబాటు తర్వాత, ప్రజలు తమను తాము నిరాయుధం చేసుకోలేదు.

పాలక వర్గాలకు చెందిన రిపబ్లికన్ బఫూన్ల చేతుల్లోకి తమ అధికారాన్ని అప్పగించ లేదు. వాళ్ళు కమ్యూన్‌ను స్థాపించి, తమ విప్లవ ప్రత్యక్ష నిర్వాహకత్వాన్ని తమ సొంత చేతుల్లోకి తీసుకున్నారు. *

77. కార్మికవర్గం - ఉన్నత వర్గాలు

మార్క్సు(పేజీ 273): పారిస్ కమ్యూను, ప్రష్యన్ల, జర్మన్ల తోడ్పాటుతో అణచి వెయ్యబడుతోంది. ప్రష్యన్లు, తేయర్ తరపున, జెండార్మేల లాగా (అర్ధ-సైనిక

పోలీసుల లాగా) పని చేస్తున్నారు. కమ్యూన్‌ని నాశనం చేసేందుకు పన్నిన కుట్ర, బిస్మార్కు, తేయర్, ఫావ్రేల చేత, రూపొందించ బడింది. తనను జోక్యం చేసుకోవాల్సిందిగా, తేయరూ, ఫావ్రేలు (ఒకడు ప్రధానీ, ఇంకోడు విదేశాంగ మంత్రీ)కోరారని, బిస్మార్కు, ఫ్రాంక్‌ఫర్ట్‌లో చెప్పాడు. ....అది, పరమ పాత కథే. కార్మిక వర్గాన్ని అణచి వేసేందుకు ఉన్నత వర్గాలు ఎప్పుడూ ఏకమవుతూనే వచ్చాయి. 11 వ శతాబ్దంలో, కొందరు ఫ్రాన్సు నైట్స్‌కీ (ప్రభువులకీ), నార్మన్ (ఫ్రాన్సులో, నార్మండీ అనే ఒక ప్రత్యేక ప్రాంతం)నైట్స్‌కీ మధ్య, యుద్ధం జరిగింది. ఆ అదనులో, రైతులు తిరుగుబాటు చేశారు. ప్రభువులంతా వెంటనే తమ విభేదాలను విస్మరించి, రైతుల ఉద్యమాన్ని అణచివేసేందుకు గానూ జత కూడారు. [దోపిడీ వర్గం మధ్య ఎలాంటి ద్వేషాలు వున్నా, శ్రామిక వర్గం ఎదురు తిరిగినప్పుడల్లా, దోపిడీ వర్గం వాళ్ళు కలిసిపోతూనే ఉంటారు-అని, కొన్ని రుజువులు చూపడం] *

78. కమ్యూన్ నుంచీ విదేశాలకు కాందిశీకులు

మార్క్సు:కమ్యూన్ నుండి పలువురు కాందిశీకులు లండన్ చేరుకోవడంతో, ఇంటర్నేషనల్ జనరల్ కౌన్సిలే, సహాయ కమిటీగా ఏర్పడి, తన మామూలు విధులు నిర్వహించడంతో బాటు, అలా ఎనిమిది మాసాలకు పైగా పని చెయ్యాల్సి వచ్చింది.... స్విట్జర్‌ల్యాండ్, బెల్జియంలకు కాందిశీకుల బృందాలు ఇంతకు ముందే చేరుకుని వున్నాయి. *

79. విప్లవ ఉషోదయం కమ్యూన్!

మార్క్సు (సంకలనం 307): 1872 మార్చిలో, పారిస్ కమ్యూన్ వార్షికోత్సవ సందర్భంలో జరిగిన సభ తీర్మానం. "గత మార్చి 18వ తేదీ నాటి సందర్భం గురించి జరిపిన ఈ సభ, 1871 మార్చి 18న ప్రారంభించబడిన మహత్తర ఉద్యమాన్ని, 'మానవ జాతిని, వర్గ సమాజం నుండి శాశ్వతంగా విముక్తం చేసే మహత్తర సామాజిక విప్లవ ఉషోదయం' గా ప్రకటిస్తోంది." *

80.సార్వత్రిక ఓటింగూ! పార్లమెంటరీ వర్గ పాలనా!

మార్క్స్(178): పాలక వర్గాల చేతిలో ఒక ఆటబొమ్మగా ఇంతకాలంగా దుర్వినియోగం చేయబడుతూ వచ్చింది సార్వత్రిక ఓటింగు. పలు సంవత్సరాలకు ఒక మారు పార్లమెంటరీ వర్గ పాలనకు అనుమతిని మంజూరు చెయ్యడానికి మాత్రమే వినియోగింపబడుతూ వచ్చింది సార్వత్రిక ఓటింగు. అటువంటి ఓటింగు, ఇప్పుడు శ్రామిక వర్గ ప్రయోజనాల కోసం, కమ్యూన్ల చేత, తమ సొంత పాలనా నిర్వాహకులనూ, శాసన కర్తలనూ, ఎంపిక చేసుకునేందుకు అనువర్తింపబడింది. *

81. కమ్యూనూ, వర్గపోరాటమూ

మార్క్స్,(పేజీ180):ఏ వర్గ పోరాటం ద్వారా అయితే కార్మిక వర్గం, అన్ని వర్గాల రద్దుకోసమూ కృషి చేస్తుందో; ఆ రకంగా, అన్ని రకాల వర్గ పాలనల రద్దుకోసమూ కృషి చేస్తుందో; ఆ వర్గ పోరాటాన్ని కమ్యూనే అంతం చేయదు. ఎందుకంటే, ఏ ప్రత్యక్ష ప్రయోజనానికీ అది ప్రాతినిధ్యం వహించదు.... కమ్యూన్, ఆ వర్గ పోరాటం తన వివిధ దశల గుండా అత్యంత హేతుబద్ధమూ, మానవీయమూ అయిన పద్ధతిలో సాగేందుకు అవసరమైన హేతుబద్ధమైన సాధనాన్ని కల్పిస్తుంది.

[''వర్గ పోరాటాన్ని, కమ్యూనే అంతం చేయదు'' అని మార్క్స్ అన్న మాటల్లో అర్థం ఏమిటి? దోపిడీ వర్గం మీద కమ్యూన్ చేసే పోరాటం ప్రారంభ దశ మాత్రమే. అది, ఇంకా కొన్ని కొత్త మార్పులు చేసినా, అవి కూడా తర్వాత దశలే.

పాత కాలపు దోపిడీ దారులైన యజమాని వర్గం అంతా, ఉత్పత్తి దారులయ్యే వరకూ, ఆ వర్గ పోరాటం జరుగుతూ వుండాలి. దానికి ఎంతో కాలం పట్టాలని కాదు. 'వర్గాలు'- అనే తేడా పోతేనే,అది,సమానత్వ సమాజానికి ప్రారంభం. 'కమ్యూన్' అనేది, ఇతర దశల్లో కూడా ప్రయాణించాలి-అనేది మార్క్స్ మాటల అర్థంగా భావించాలి.] *

82. కార్మిక వర్గమూ, వర్గ పోరాట దశల గురించిన జ్ఞానమూ

మార్క్స్ (పేజీ 180): తాను, వర్గ పోరాటానికి సంబంధించిన వివిధ దశలగుండా గడవాలన్న సంగతి కార్మిక వర్గానికి తెలుసు. స్వేచ్ఛాయుత, సంయుక్త శ్రమ పరిస్థితుల ద్వారా, శ్రమ బానిసత్వంలో వుండే ఆర్థిక పరిస్థితులను రద్దు చెయ్యడమన్నది, కాలక్రమేణా జరిగే ప్రగతిశీల కృషి అనీ; అది 'వర్గాలు లేని-ఆర్థిక పరివర్తన'-అనీ; కార్మిక వర్గానికి తెలుసు. ['వర్గాలులేని ఆర్థిక పరివర్తన' అంటే ఏది? 'సరుకుల' పద్ధతీ, 'డబ్బు లెక్కల' వద్ధతీ, లేకపోవడం!] 'పంపకం'లో మార్పు రావడం, తనకు అవసరమన్న సంగతి కూడా, కార్మిక వర్గానికి తెలుసు. అదే కాకుండా, ప్రస్తుత పరిశ్రమ ద్వారా ప్రభవించిన సంఘటిత శ్రమలోని సామాజిక రూపాలను, బానిసత్వ శృంఖలాల నుండి, వాటి ప్రస్తుత వర్గ స్వభావం నుండి, విముక్తి చెయ్యడం అవసరం అన్న సంగతీ; సామాజిక ఉత్పత్తి రూపాలను జాతీయ, అంతర్జాతీయ స్థాయిలో సమన్వయం చెయ్యాలన్న సంగతీ; కార్మిక వర్గానికి తెలుసు. ఈ పునరుజ్జీవ కృషికి, స్వార్థపర శక్తుల ప్రతిఘటన వుంటుంది. ఈ కారణంగా, వర్గ స్వార్థాల కారణంగా, మరల మరల ఎదురు దెబ్బలూ, అడ్డంకులూ, కలుగు తాయన్న సంగతి కూడా కార్మిక వర్గానికి తెలుసు...... అయితే, అదే సమయంలో దానికి, 'కమ్యూన్' మాదిరి రాజకీయ నిర్మాణం ద్వారా, సత్వరవే పెద్ద ముందంగలు వెయ్యవచ్చునన్న సంగతీ; ఆ ఉద్యమాన్ని తన కోసమూ, యావత్తు మానవ జాతి కోసమూ, ప్రారంభించాల్సిన సమయం ఆసన్నమైందన్న సంగతీ; కూడా తెలుసు!

[అందుకే, పారిస్ కార్మికులు, 'కమ్యూన్'ని ప్రారంభించడం జరిగిందని మార్క్స్ అర్థం. అయినా, 'కార్మిక వర్గానికి ఇది తెలుసు, అది తెలుసు' అనడం కన్నా, "కార్మిక వర్గం, ఈ సంగతులు, తెలుసు కోవాలి" అంటేనే బాగుండేది. లేదా, కార్మికులు తమ పోరాటాల, అనుభవాల వల్ల ప్రతీదీ తెలుసుకుంటారూ అనడం అయినా బాగుంటుంది. కార్మికులు, అన్నీ తెలిసిన వాళ్ళయితే, 'కమ్యూన్' లో కొన్ని పొరపాట్లు చేశారని చూశాం. ఆ కార్మికులకు, 'బ్యాంకుల్ని పట్టు కోవడం' వంటి అతి ముఖ్య విషయమే తెలియలేదని చూశాం కదా?] *

83. "ఫ్రాన్సులో అంతర్యుద్ధం" రచన గురించి, 1871 జులై 1న మార్క్సు 'ది డైలీ న్యూస్' పత్రిక్కి రాసిన ఉత్తరం (పేజీ 283)

ముప్పది మందికి పైగా మాత్రమే గల సభ్యులతో కూడిన 'ఇంటర్నేషనల్ కౌన్సిలు', తన సొంత పత్రాలను సహజంగా, తనే రూపొందించుకోజాలదు. ఆ పత్రం తయారైన తర్వాత, దాన్ని చూసి, దాన్ని తిరస్కరించడానికో, లేక సవరించడానికో హక్కును, కౌన్సిలు తనకు అట్టేపెట్టుకుని, ఆ కర్తవ్యాన్ని [ఆ పత్రాన్ని రూపొందించే కర్తవ్యాన్ని] అది, తన సభ్యుల్లో ఎవరికో ఒకరికి అప్పగించాల్సి వుంటుంది. 'ఫ్రాన్సులో అంతర్యుద్ధం' పై విజ్ఞప్తి, నా చేత రాయబడి, ఇంటర్నేషనల్ జనరల్ కౌన్సిల్ చేత ఏకగ్రీవంగా ఆమోదించబడింది, అయితే, పత్రం నా చేత రాయబడినా, అది కౌన్సిల్ అధికారిక అభిప్రాయాన్నే వ్యక్తం చేస్తుంది. అయితే,జూల్ ఫాప్ర్ ముఠాకి వ్యతిరేకంగా, వ్యక్తిగతంగా, చెయ్యబడిన ఆరోపణలకు సంబంధించినంతవరకూ, పరిస్థితి అందుకు భిన్నం. ఈ విషయంలో, కౌన్సిలుకి చెందిన అత్యధిక మెజారిటీ, నన్ను విశ్వసించడం పైననే ఆధార పడాల్సి వచ్చింది. ఫాప్ర్ మీద ఆ ఆరోపణలకు నేను మాత్రమే బాధ్యుడి నని అంగీకరిస్తున్నాను. కాగా, వాళ్ళ పరువు నష్టానికిగాను, నాపై కోర్టులో కేసు పెట్టాల్సిందిగా, ఇందుమూలంగా జూల్ ఫాప్ర్ ముఠాను సవాలు చేస్తున్నాను. *

---

84. పారిస్ కమ్యూన్ కాందిశీకులకు సహాయం కావాలి

1871 ఆగస్టు 25: [ఈ ఉత్తరాన్ని మార్క్సు, అమెరికాలో ఉన్న ఇంటర్నే షనల్ సభ్యులకు రాస్తున్నాడు.]

మార్క్సు(329): "కమ్యూన్ కాందిశీకుల సహాయానికై, ఇంటర్నేషనల్ కౌన్సిలు విజ్ఞప్తి, మీకు వచ్చే వారం అందుతుంది. కాందిశీకులలో ఎక్కువ మంది, 80 నుండి 100 దాకా, లండన్‌లో ఉన్నారు. ఇప్పటి దాకా వారిని జనరల్ కౌన్సిలే బ్రతికించుకుంటూ వుంది. కానీ, రోజు

రోజుకీ వచ్చే కాందిశీకుల సంఖ్య పెరిగిపోతుండగా, గత పక్షం కాలంలో, మా నిధులు బాగా తరిగిపోవడంతో, వాళ్ళ పరిస్థితి అత్యంత బాధాకరంగా తయారైంది. మీరు, న్యూయార్కులో సాధ్యమైనదంతా చేస్తారని ఆశిస్తాను. జర్మనీలో పార్టీ నిధులన్నీ, పోలీసుల హింసలకు గురైన వారికే, ఇప్పటికీ, ఖర్చయిపోతున్నాయి. ఆస్ట్రియాలోనూ అదే జరుగుతోంది, స్పెయిన్‌లోనూ, ఇటలీలోనూ, అంతే జరుగుతోంది. స్విట్జర్లాండ్‌లో, అక్కడి కాందిశీకులు కొద్ది మందే అయినా, వాళ్ళని పోషించడమే కాకుండా, సెయింట్ గలేన్ లాకౌట్ కారణంగా, ఇంటర్నేషనల్ సభ్యులకు కూడా అది సహాయం చెయ్యాల్సి వస్తోంది. చివరకు, బెల్జియంలో సైతం, కొద్ది మంది కాందిశీకులున్నారు. దీనికి తోడు, లండన్‌కు తరలి వెళ్ళే వాళ్ళకు బెల్జియన్లు సహాయపడాల్సి వుంది.

["పారిస్ కమ్యూన్ గురించి" అనే పుస్తకం 420 పేజీలది. అందులో నించి, అతి తక్కువగా మాత్రమే, ఈ పుస్తకంలో చూపించడం సాధ్యం అయింది. ఇది, కేవలం చిన్న 'పరిచయమే' కదా? ఆ పుస్తక పరిచయం ముగిసింది.] *

85. "పారిస్ కమ్యూన్" గురించి లెనిన్

[''పారిస్ కమ్యూన్'' గురించి, లెనిన్, 1908లో ఒకసారి, 1911లో మరొక సారీ, తన అభిప్రాయాలు రాశాడు. "పారిస్ కమ్యూన్" గురించి, లెనిన్ ఏం రాసి వుంటాడో, ఆ పాఠాలు చదవకుండానే మనం ఊహించగలం. ఎందుకంటే : (1) 'పారిస్ కమ్యూన్', అనేది, కార్మికుల ఉద్యమం. (2) 'లెనిన్' అనేవాడు, కార్మిక వర్గ విప్లవ కారుడు. ఈ రెండు కారణాల మధ్యా, వ్యతిరేకత ఉండదు. కాబట్టి, 'పారిస్ కమ్యూన్' గురించి లెనిన్, ఎంత ప్రేమతో రాసి వుంటాడో తేలికగానే ఊహిస్తాం.]

1. లెనిన్ మొదటి ఉపన్యాసం. 1908 మార్చి 18న:

"1848 కార్మిక విప్లవం తర్వాత, ఫ్రాన్సు దేశం,18 ఏళ్ళపాటు నెపోలియన్ల పాలబడింది. ఆ పాలనలో, ఫ్రాన్సు, అవమానాలు పొందడమే కాకుండా, ఆర్థికంగా కూడా చితికి పోయింది.

ఆ పరిస్థితుల్లో, ఫ్రాన్సు కార్మిక వర్గం ముందు, 2 కర్తవ్యాలు ఉన్నాయి. (1) జర్మనీ దండయాత్ర నించి

ఫ్రాన్సు దేశాన్ని విడిపించుకోవడం. (2)'పెట్టుబడిదారీ విధానం' నించి కార్మిక వర్గం విముక్తి చెందడం.

జర్మనీ నించి బైటపడడానికి, ఫ్రాన్సు బూర్జువా వర్గం, "జాతీయ రక్షణ" పేరుతో, రాచరిక ప్రభుత్వాన్ని దించేసి, రిపబ్లిక్ ప్రభుత్వాన్ని ఏర్పాటు చేసింది. అప్పుడు, ఫ్రాన్సు కార్మిక వర్గం, 'దేశ రక్షణ' కోసం, బూర్జువా వర్గ నాయకత్వం కిందనే జర్మనీకి వ్యతిరేకంగా పోరాడాల్సి వచ్చింది, 1870లో.

'ఫ్రాన్సు దేశ రక్షణ' పేరుతో పోరాడే బూర్జువా ప్రభుత్వం, నిజానికి, జర్మనీతో రాజీలు పడిపోతూ, 'దేశ విద్రోహ ప్రభుత్వం'గా మారింది!

'ఫ్రాన్సు కార్మిక వర్గం'లో, బ్లాంకీ వంటి సోషలిస్టులు వున్నప్పటికీ, వారు కొంత కాలం వరకూ, బూర్జువా వర్గపు ఎత్తుగడల్ని గ్రహించలేకపోయారు. తమ దేశం ప్రమాదంలో వుందనే భ్రమలతో, 'దేశ భక్తే' తమ లక్ష్యం అయినట్టు, కొంత కాలం వరకూ నడిచారు.

ఫ్రాన్సు కార్మిక వర్గం చేసిన మొదటి తప్పు ఏమిటంటే, 'దేశ భక్తీ- సోషలిజమూ' అనేవి, పరస్పర విరుద్ధ విషయాలని గ్రహించకపోవడం! ఆ రెంటికీ తేడాని మొదట్లో గ్రహించలేకపోయారు.

ఫ్రాన్సు బూర్జువా వర్గం, జర్మనీతో రాజీలనే దేశ భక్తిగా ప్రచారం చేస్తూ, కార్మికుల నిజమైన దేశ భక్తి పోరాటాన్ని కూడా శంకిస్తూ, కార్మికుల చేతుల్లో వున్న ఆయుధాల్ని లాగేసి, వారిని నిరాయుధుల్ని చేయాలని సంకల్పించింది. అప్పుడు మాత్రమే ఫ్రాన్సు కార్మికులు, తమ ఆయుధాల్ని తామే భద్రపరుచుకుంటూ, బూర్జువా వర్గ ప్రభుత్వానికి జవాబుగా, 'కమ్యూన్'ని ఏర్పాటు చేసుకోవాలనే ఆలోచన ప్రారంభించారు.

ఫ్రాన్సులోని కార్మికులు, నిజానికి, వేరు వేరు అవగాహనలు గల బృందాలుగా చీలిపోయి వున్నారు. ఆ చీలికల్లో, 'మార్క్సిస్టు అవగాహన'గల బృందంలో ఎక్కువ మంది సభ్యులు లేరు. ఫ్రాన్సు కార్మికుల్లో ఎక్కువ బృందాల కార్మికులు 'శ్రమ దోపిడీ' గురించి స్పష్టతలేని 'అరాచక వాద' భావాల వారే. 'అరాచకత్వం' అంటే, 'ఏ ప్రభుత్వమూ వుండరాదు' అనే భావం. 'కమ్యూన్' ద్వారా చేసే పాలన కూడా ఒక రకం ప్రభుత్వమే అవుతుందని అరాచక వాదులకు తెలియదు! [ఆ అరాచక వాదులే ఒక ప్రభుత్వాన్ని స్థాపించారు. అదే తప్పనిసరి అయింది.]

అయితే, ఫ్రాన్సు కార్మికుల్లో ఎన్ని తేడాల భావాలు వున్నప్పటికీ, వారిపై బూర్జువా ప్రభుత్వపు దాడులు ప్రారంభమైనప్పుడు, ఆ కార్మికులంతా "ప్రజాస్వామ్య" కర్తవ్యాలతో, పూర్తి ఐకమత్యంతో మెలగాలని గ్రహించారు. కార్మికులు, ఐకమత్య అవసరాన్నే తమ లక్ష్యంగా ఎంచుకున్నారు.

పారిస్ కార్మికులు, ఆ నగరాన్ని, తమ అధీనంలోకి తీసుకోగలిగారు. తమ ఉద్యమానికి "పారిస్ కమ్యూన్" అని పేరు పెట్టుకున్నారు. ఆ నగర వ్యవస్తని 'సోషలిస్టు ప్రజాస్వామ్యం'గా మార్చదలిచారు.

నిరంకుశాధికారాన్ని (బ్యూరోక్రసీని) రద్దుచేసి, అధికారిక ఉద్యోగాలన్నిటినీ, ఎన్నికల పద్ధతి ద్వారా నింపారు.

'పారిస్ కమ్యూన్' కార్మికులు చేసిన 2 పొరపాట్లు, వారి అద్భుతమైన విప్లవాన్ని నాశనం చేశాయి. (1) బ్యాంకుల్లో డబ్బుని స్వాధీనం చేసుకోకపోవడం! (2) బూర్జువా ప్రభుత్వం, పారిస్ నుంచి పారిపోయి, అది కమ్యూన్‌ని శతృవుగా భావిస్తూ వున్నా, ఆ ప్రభుత్వాన్ని కమ్యూన్ మాత్రం ఘోర శతృవుగా భావించలేకపోయింది. ఆ బూర్జువా ప్రభుత్వం బలహీనంగా వున్నప్పుడు కూడా దాన్ని అణచడం, 'నైతిక ప్రవర్తన' కాదనుకుంది, కమ్యూన్. దోపిడీ వర్గాన్ని, దాని దారిన దాన్ని ఉండనివ్వడమే నీతి మాత్రంగా కార్మికులు భావించారు. ఆ పొరపాట్ల వల్లనే 'పారిస్ కమ్యూన్', బలహీను రాలైపోయింది.

ఆ కమ్యూన్, ఎటువంటి పొరపాట్లు చేసినా, 19వ శతాబ్దంలో ఏర్పడిన ఆ కమ్యూను, గొప్ప కార్మిక వర్గ వుద్యమానికి అద్భుతమైన ఉదాహరణగా నిలిచింది.

'పారిస్ కమ్యూన్'కి, గొప్ప చారిత్రక ప్రాధాన్యత ఉన్నదని మార్క్సు చూపించాడు.

కార్మిక వర్గాన్ని నిరాయుధంగా చేయాలని బూర్జువా వర్గం చూసినప్పుడు, పారిస్ కార్మికులు తమ ఆయుధాలు వదిలేసి, తమని దోచే వర్గం మీద ప్రతిఘటన లేకుండా వుండి వుంటే, కార్మిక వర్గ ఉద్యమాల స్తైర్యానికి పెద్ద దెబ్బ తగిలివుండేది. పారిస్ కమ్యూన్‌కి ఎంత దెబ్బ తగిలినా, అది తన స్తైర్యాన్నీ, తన లక్ష్యాన్నీ, వదులుకొని వుంటే, దానికి ఆ అణిగి వుండే విధానమే అసలైన పెద్ద దెబ్బ అయి వుండేది.

కమ్యూన్ చేసిన త్యాగాలు అత్యంత భారమైనవే. కానీ అవి, కార్మిక వర్గం జరపవలిసిన ఉద్యమాలకూ, పోరాటాలకూ, ఎంతో ప్రాధాన్యత కలవి.

కమ్యూన్, యూరప్ అంతటా సోషలిస్టు ఉద్యమాన్ని ఉత్తేజ పరిచింది. అది, దోపిడీ వర్గం మీద, శ్రామిక వర్గానికి వున్న శక్తి ఏమిటో, ఐరోపా కార్మికవర్గానికి నేర్పింది.

['ఐరోపా కార్మిక వర్గానికి' అని కాదు; 'ప్రపంచ కార్మిక వర్గానికి నేర్పింది' అనడం సరైనది. ప్రపంచ దేశాలలో, వున్న కార్మికులందరూ కలిసినదే కార్మిక వర్గం. అది, ఒక్కొక్క దేశానికి, ఒక్కొక్క వర్గం కాదు.]

2. లెనిన్ రెండవ వ్యాసం. (ఇది రాసినది 1911న.)

ఈ వ్యాసం రాసే నాటికి 'పారిస్ కమ్యూన్' ప్రకటన వెలువడి, 40 ఏళ్ళు గడిచాయి.

కమ్యూన్, హఠాత్తుగా, అప్రయత్నం గా, దానిని ఏర్పరచాలనే నిర్ణయం, అంతకు ముందు లేకుండానే తలెత్తింది. అయితే, ఫ్రాన్సు కార్మికులు, అప్పటికే చేస్తూ వున్న ప్రదర్శనలూ, డిమాండ్లూ, సమ్మెలూ-వంటివి జరుగుతూనే వున్నాయి.

ఫ్రాన్సుకి, జర్మనీతో యుద్ధంలో ఓటమీ; జర్మనీ ముట్టడి వల్ల ఫ్రాన్సులో కరువూ; ఫ్రాన్సు కార్మిక జనాలలో నిరుద్యోగ సమస్యా; పెటీ-బూర్జువా వర్గం చితికిపోయి వుండడం; ఉన్నత ధనిక వర్గాల మీదా, వారి పాలన మీదా, ప్రజల్లో క్రోధం; స్వార్థపరులైన అధికారుల మీద జనాల్లో ద్వేషం; బూర్జువా ప్రభుత్వం, అభివృద్ధి నిరోధకంగా సాగడం;- ఇటువంటి అసంతృప్తులు ఎన్నో ఏకమై, ఫ్రాన్సులో 1871 మార్చి 18న ప్రధానంగా కార్మిక జనాలలో, వారికి తెలిసిన విధంగా, విప్లవానికి దారి తీసింది. ఆ విప్లవంలో పెటీ బూర్జువా జనాలు కూడా చేరారు. కమ్యూన్ తలెత్తింది!

అప్పటి వరకూ చరిత్రలో ఎన్నడూ ప్రారంభం కాని ఘటన అది. అప్పటి వరకూ 'ప్రభుత్వం' అనేది, భూస్వాముల చేతుల్లోనూ, పెట్టుబడిదారుల చేతల్లోనూ, వాళ్ళ ఏజంట్ల చేతుల్లోనూ, వుంటూ వస్తూ వుంది.

1871 మార్చి 18 తరువాత, త్యేర్ బూర్జువా ప్రభుత్వం, తన సైన్యంతోనూ, పోలీసుతోనూ, అధికారుల తోనూ, ఆ దేశానికే రాజధాని అయిన పారిస్ నుంచి పారిపోయాక, పారిస్‌లో 'కార్మిక కమ్యూన్ ప్రభుత్వమే' మొదలైంది.

కమ్యూన్ ప్రభుత్వం చేసే విప్లవకర నిర్ణయాల్ని, చిన్న స్థాయి వర్తకుల వంటి వారు కూడా అంగీకరించారు. ఎందుకంటే,ఆ నిర్ణయాలు అప్పుల పాలైన వర్తకుల సమస్యల్ని అర్థం చేసుకుంటూ సాగాయి కాబట్టి.

కమ్యూన్ ప్రారంభమైన కాలంలో, దానికి సానుభూతి పరులుగా వున్న

బూర్జువా రిపబ్లికన్లు, కమ్యూను చేసే విప్లవకర నిర్ణయాలకు జంకి, కమ్యూన్ నించి విడిపోయారు.

కమ్యూన్‌లో నిలిచిన వారు, ప్రధానంగా కార్మికులూ, చేతివృత్తుల వారూనూ. పెటీ బూర్జువాలు కూడా వడ్డీ-లాభాలతో బ్రతికే వారే కాబట్టి, కమ్యూన్ చేసే విప్లవ నిర్ణయాల్ని వారు, తమ ప్రయోజనాల వరకే గానీ, చివరి వరకూ అంగీకరించలేక పోయారు.

చివరికి, ఫ్రాన్సులో మొత్తం బూర్జువా ధనికులూ, భూస్వాములైన ధనికులూ, స్టాకు బ్రోకర్లూ, ఈ రకంగా చిన్నా-పెద్దా దోపిడీదారులందరూ, కమ్యూన్‌కి వ్యతిరేకంగా కూటమి కట్టారు.

ఫ్రాన్సు బూర్జువా కూటమికి, జర్మన్ బిస్మార్కు పూర్తిగా మద్దతు దారుడే. ఆ బిస్మార్కు తన అధీనంలో, బందీలుగా వున్న ఫ్రాన్సు సైనికుల్ని, ఫ్రాన్సు బూర్జువా ప్రభుత్వానికే అప్పగించి, ఫ్రాన్సులో బూర్జువా సైన్యాన్ని పెంచాడు.

ఫ్రాన్సులో, బూర్జువా ప్రభుత్వం, శ్రామిక వర్గ చైతన్యంలో వెనకబడి వున్న రైతాంగాన్ని, కమ్యూన్‌కి వ్యతిరేకంగా రెచ్చగొట్టడంలో జయించింది.

ఫ్రాన్సులో, పారిస్ నగరంలోనే గాక, కొన్ని ఇతర నగరాల్లో కూడా కమ్యూన్లు ఏర్పడి, పారిస్ కమ్యూన్ పాలనకే అనుకూలంగా వుంటే, త్యేర్ ప్రభుత్వం, ఆ కమ్యూన్లని తేలిగ్గా అణిచేసింది, ఆ కార్మికులందర్నీ అరెస్టులు చేసేసి!

పారిస్ కమ్యూన్, ఒంటరై పోయింది.

ఆ కాలంలో, ఫ్రాన్సు దేశంలో పెటీ బూర్జువా విధానమే అధికంగా వుంది. బడా బూర్జువా పరిశ్రమలు అధికంగా లేవు. చేతివృత్తుల వారూ, కౌలు రైతులూ, చిన్నస్థాయి స్వతంత్ర రైతులూ, చిన్న స్థాయి దుకాణాదారులూ, అధికంగా వున్న దేశం ఫ్రాన్సు.

ఇంకొక విషయం : కార్మికులకు ఒక 'పార్టీ' అనేది లేదు. ఆ కార్మిక ప్రజలు, పార్టీ నేర్పే పాఠాల ద్వారా శిక్షణ పొంది లేరు. ఫ్రాన్సు కార్మికుల్లో కొందరు 'ఇంటర్నేషనల్' సభ్యులు వున్నప్పటికీ, వారి సంఖ్య అతి తక్కువ. ఫ్రాన్సు కార్మికులకు ట్రేడు యూనియన్లు గానీ, రాజకీయ సంస్థలు గానీ, సిద్ధాంతపరంగా వున్నవి లేవు.

కమ్యూను, ప్రారంభంలో తన పాలనల్లో కొన్ని విప్లవకరమైన మార్పులు చేసినా, వాటిని స్థిరంగా నడవడానికీ, మరిన్ని మంచి మార్పులు చేయడానికీ, దానికి టైమే లేదు. అసలు, దానికి దొరికిన టైములోనే అంతంత మార్పులు

చేయడం విచిత్రమైన విషయం!

అసలు, కమ్యూన్‌కి, 'ఆత్మ రక్షణ' కోసం మార్గాలు వెతుక్కోవడమే ప్రధాన కార్యక్రమం అయిపోయింది!

కమ్యూను, ఎంత తక్కువ రోజులు నిలబడ గలిగిందో, అంత తక్కువ కాలంలో, **అది చేసిన చర్యలు "సోషలిస్టు"** స్వభావంతోనే వున్నాయి. అదంతా, ఆ కార్మికులకు, 'సోషలిజం' గురించి సిద్ధాంత పరంగా తెలిసి కాదు. ఆ కొత్త మార్పుల్లో మంచితనం కార్మిక దృష్టికి సహజంగా మాత్రమే తెలిసేది.

ఎప్పుడూ మిలటరీ పనులకే, యుద్ధాలకే, పరిమితమై వున్న స్థాయీ సైన్యం స్థానంలో, కమ్యూను, శ్రామిక ప్రజలందరినీ సాయుధ సైన్యంగా నిలిపింది.

ప్రభుత్వం నించి 'చర్చి'ని, విడదీసింది! మతాధికారు లకు ప్రభుత్వమే జీతాలు ఇచ్చే పద్ధతిని రద్దు చేసింది!

యజమానులు వదిలేసి పారిపోయిన ఫ్యాక్టరీలను, కార్మిక సంఘాలే నడిపే విధంగా నిర్ణయాలు జరిగాయి.

బేకరీల్లో రాత్రిపని రద్దు!

['ఆస్పత్రుల్లో' తప్ప రాత్రి పనుల్ని ప్రతీ శ్రమలోనూ రద్దు చేయవలిసిందే. ఇటువంటి రద్దులు ఎందుకు జరగాలో, మార్క్సు 'కాపిటల్' చదివితే అర్థం అవుతుంది. కానీ, ఇటువంటి ఏ రద్దు అయినా, రష్యాలో గానీ, చైనాలోగానీ, జరిగినట్టు కనపడలేదు.]

కార్మికుల్లో పెద్ద జీతాలు, సంవత్స రానికి ఆరు వేల ఫ్రాంకులకు మించి వుండకూడదని కమ్యూన్ నిర్ణయం. నెలకి, 500 ఫ్రాంకులు.

బూర్జువా ప్రభుత్వ సైనికాధికారు లైన జనరల్స్, కమ్యూన్ సభ్యుల మీద, గతంలో కనీ వినీ ఎరగని మారణ కాండకు తెగబడ్డారు.

30 వేల మంది కమ్యూనార్డులు, బూర్జువా ప్రభుత్వ సైన్యం చేతుల్లో చచ్చిపోయారు. 45 వేల మంది అరెస్టులయ్యారు. ఈ అరెస్టులైన వాళ్ళల్లో కూడా చాలా మందికి, తర్వాత మరణ శిక్షలే. కొందరికి జన్మాంత ఖైదులే. కొందరికి ప్రవాసాలు.

మొత్తం మీద, పారిస్ నగరం, చిన్నా-పెద్దా పరిశ్రమల్లో, అన్ని శాఖల లోనూ వున్న కార్మికుల్లో అత్యధిక సంఖ్యని పోగొట్టుకుంది.

పారిస్ కమ్యూన్ లక్ష్యం, ఆర్థిక, రాజకీయ విముక్తి! దాస్య విముక్తి! ఈ కమ్యూన్‌కి, ఆ విషయాల పట్ల అవగాహనలు స్పష్టంగా లేకపోయినా, కమ్యూన్ పోరాట లక్ష్యం అదే. అది, ప్రపంచ కార్మిక వర్గ లక్ష్యమే. ఈ అర్థంలో, **"పారిస్ కమ్యూన్, అమర మైనది! మరణం లేనిది!"**

*

చివరి మాట

పారిస్ కమ్యూన్‌ని ఎందుకు గుర్తు పెట్టుకోవాలి?

దాదాపు 150 ఏళ్ళ కిందట, ఎప్పుడో 1871లో, ఎక్కడో ఫ్రాన్సు దేశంలో, జరిగిన ఉద్యమాల సంగతులు ఇప్పుడు మనకు ఎందుకు? 'పారిస్ కమ్యూన్'ని ఎందుకు తెలుసుకోవాలి?ఎందుకు గుర్తు పెట్టుకోవాలి?

ఎందుకంటే, పారిస్ కమ్యూన్, 'కార్మిక వర్గ విప్లవం' కాబట్టి. అది,సామాజిక విప్లవ ఉషోదయం కాబట్టి! దాన్ని, మనం ఎందుకు గుర్తు పెట్టుకోవాలంటే, మనం, కార్మిక వర్గ ప్రజలం కాబట్టి! 'పారిస్ కమ్యూన్'గా ఏర్పడిన కార్మికుల సమస్యలే, మనకి కూడా ఉన్నాయి కాబట్టి!

మార్క్సు ఎంగెల్సులు, 1848లో రాసిన 'కమ్యూనిస్టు పార్టీ ప్రణాళిక'లో, "ఇంత వరకూ నడిచిన చరిత్ర అంతా, వర్గ పోరాటాల చరిత్రే" అన్నారు.

'పారిస్ కమ్యూన్' కూడా, ఒక వర్గ పోరాటమే. కానీ, 'పారిస్ కమ్యూన్' కన్నా ముందు జరిగిన వర్గ పోరాటాల లక్ష్యం వేరూ, 'పారిస్ కమ్యూన్' ద్వారా జరిగిన వర్గ పోరాట లక్ష్యం వేరూ!

వెనకటి కాలపు వర్గ పోరాటాలు, 'ఉత్పత్తి సాధనాల' మీదా, 'శ్రమల' మీదా, 'రాజకీయాల' మీదా, వుండే 'అధికారం' అనేది, ఒక దోపిడీ వర్గం నించి, మరొక దోపిడీ వర్గానికి, బదిలీ కావడానికి మాత్రమే జరిగాయి.

'పారిస్ కమ్యూన్'లో జరిగింది, అది కాదు. ఇది ఏమిటంటే:దోపిడీ వర్గం అయిన బూర్జువా వర్గాన్ని కూలదోసి, అధికారాన్ని కార్మిక వర్గమే సాధించి, తమ వర్గం, దోపిడీ నించి బైట పడాలి-అనే లక్ష్యంతో కార్మిక వర్గం చేసిన ప్రయత్నం. పారిస్ కమ్యూన్, బహు కొద్ది కాలమే సాగి, చివరికి ఓటమి పాలైనా, కమ్యూన్ లక్ష్యం, పెట్టుబడి దారీ దోపిడీ నించి బైట పడాలనేదే.

అందుకే మార్క్సు ఎంగెల్సులు, 'పారిస్ కమ్యూన్'ని,

"మానవ జాతినంతా, వర్గాల సమాజం నుండి శాశ్వతంగా విముక్తం చేసే మహత్తర సామాజిక విప్లవ ఉషోదయం"గా భావించారు.

'పారిస్ కమ్యూన్' చేసిన వర్గ పోరాటం, పెట్టుబడిదారీ దోపిడీ వర్గానికీ, దాని రాజ్యాంగానికీ వ్యతిరేకంగా, కార్మిక వర్గం చేసే పోరాటంగా, 'కొత్త దశ' లోకి ప్రవేశించింది. దాని తక్షణ ఫలితం, ఏమైనప్పటికీ, అది ఆ నాడు ఓడిపోయినప్పటికీ, దాని వల్ల, "కార్మిక విముక్తికి వినూత్న మార్గం లభించింది" అని కూడా మార్క్స్ అన్నాడు.

కార్మిక వర్గ పోరాటానికి లభించిన ఆ' వినూత్న' మార్గం, ఏమిటి? 'పారిస్ కమ్యూన్' చేసిన సాహస చర్యలనే చూడాలి.

* దోపిడీ వర్గాలు, తమ ప్రయోజనాల కోసమే ఉపయోగించే 'సర్వ జనాల ఓటింగు'ని పారిస్ కమ్యూన్, విముక్తి ప్రయోజనాల కోసం ఉపయోగించే మార్పు చేసింది!

* దోపిడీ వర్గానికే రక్షణగా పనిచేసే పోలీసునీ, సైన్యాన్నీ, పారిస్ కమ్యూన్, పూర్తిగా రద్దు చేసి, శ్రామిక ప్రజల బృందాలనే తన వర్గ రక్షకులుగా మార్చుకుంది!

* 'శ్రమ దోపిడీ'కి నిలయాలైన పరిశ్రమల్ని, కమ్యూన్,
'ఉత్పత్తి దారుల సంఘాలు'గా మార్చింది.

* 'రాజ్య పాలన' నించి మత సంస్థల్నీ; విద్యల నించి, మత భావాల్నీ; సంపూర్ణంగా వేరు చేసింది. మత సంస్థల ఆస్తులనన్నింటినీ, 'సమాజ పరం' చేసింది.

* 'పారిస్ కమ్యూన్' చేసిన అనేక విప్లవకర సాహసాలన్నిటినీ, పాఠకులుగా మనం చదివి, తెలుసుకున్నవే.

దోపిడీ వర్గ సెక్షన్లలో, 'లాభాల' రాసుల కోసం, ఎన్నెన్ని చీలికలూ, కలహాలూ, యుద్ధాలూ వున్నా; ఆ 'లాభాల'కు ఆటంకాల్ని, కార్మిక తిరుగు బాట్లు కలిగించినప్పుడు, ఆ తిరుగుబాట్లని అణచడంలో, దోపిడీ వర్గ సెక్షన్లు ఎంత సుతారంగా ఏకమై పోతాయో, 'పారిస్ కమ్యూన్' కాలంలో చూశాం.

పరస్పరం కొట్టుకుంటూ వున్న ఫ్రాన్సు -జర్మనీ దేశాలు, 'పారిస్ కమ్యూన్' పోరాట సమయంలో, యుద్ధాన్ని తాత్కాలికంగా ఆపి, పారిస్ కమ్యూనికి వ్యతిరేకంగా ఐకమత్యంలో మునిగిపోయాయి!

కార్మిక వర్గ పోరాటాలు, నిరాటంకంగా నిర్విచారంగా, నిస్సంకోచంగా, జరిగేవి కావు. ఆ పోరాటాలకు ఎదురయ్యే ఆటంకాలూ, ఎదురు దెబ్బలూ, అసంఖ్యాలు!

కార్మిక వర్గం, తన విముక్తిలోకి, చిన్నస్థాయి రైతు వర్గాన్నీ, చిన్న స్థాయి వ్యాపార వర్గాన్నీ కూడా, విప్లవ పోరాటంలో భాగస్వాముల్ని చేయడం, ఎంత అత్యవసరమో; అది జరగక పోతే, ఎంత ప్రమాదమో; పారిస్ కమ్యూన్, రుజువులతో చూపించింది.

కార్మిక వర్గ పోరాటాలు, విజయ వంతం కావాలంటే, ఆ వర్గానికి, 'సిద్ధాంత గ్న్యానంగల పార్టీ బోధన' అత్యవసరం. 'పార్టీ' అనే దానికి, కార్మిక 'వర్గ సిద్ధాంత' గ్న్యానం లేనట్టయితే, ఆ పార్టీ, లేని దానితోనే, శూన్యత్వంతోనే, సమానం.

కార్మిక వర్గ పోరాటం కోసం, దోపిడీ వర్గ రాజ్యాంగ యంత్రం వంటిది గాక; దోపిడీని వ్యతిరేకించే విప్లవ రాజ్యాంగ యంత్రం అత్యవసరమని; పారిస్ కమ్యూన్, అత్యద్భుతంగా, తనకు తెలియకుండానే, తనకు జరిగే అవమానాల వల్ల, వాటికి వ్యతిరేకంగా తలెత్తే అవగాహనతో, రుజువు చేసింది.

పారిస్ కమ్యూన్ చేసిన పోరాటాల ద్వారా, ఈ నాటి కార్మిక వర్గానికి దొరికిన అనుభవాలన్నీ, ఆ కమ్యూన్ చేసిన అనంతమైన త్యాగాల వల్ల దొరికినవే.

పారిస్ కమ్యూన్ ఓటమి చెందిన తర్వాత, 3 ఏళ్ళకి, 1874లో', ఎంగెల్సు, జర్మనీ కార్మికులకు ఇచ్చిన సూచన ఈ విధంగా ఉంది: [తర్వాత చదివేవి, ఎంగెల్స్ మాటల్ని కొంత వివరించిన వాక్యాలు. అన్నీ ఆయన చెప్పినవే. కానీ, నేను చేసింది, కొంత వివరించడం మాత్రమే.]

ఎంగెల్స్: 'జర్మనీ కార్మికులు గ్రహించవలిసింది, ఏమిటంటే : ఇంగ్లీషు కార్మిక ఉద్యమాల వల్లా, ఫ్రాన్సు కార్మిక ఉద్యమాల వల్లా, దొరికిన అనుభవాల మీద, ఈ నాడు మనం ఆధారపడి వున్నాము. ఆ నాటి, ఆ ఉద్యమ కారులు, అనేక త్యాగాలు చేయగా వచ్చిన అనుభవాలు అవి! వాళ్ళు తమ మరణాల దాకా చేసిన త్యాగాల వల్ల వచ్చిన అనుభవాలనే, ఈ నాటి మనం, అటువంటి త్యాగాలు లేకుండానే, వాటిని ఉపయోగించ గలుగుతాము. వాళ్ళు చేసిన త్యాగాలు మనం చెయ్యకుండానే, మనకి ఆ అనుభవాలు దొరికాయి. వాటి ప్రకారమే మనం నడుస్తాం.

అంతే కాదు, వాళ్ళ వల్ల, సిద్ధాంత జ్ఞానం లేని పొరపాట్లు జరిగాయి. ఈ నాడు మనం ఆ పొరపాట్లు చెయ్యనక్కరలేదు. అవి, 'పొరపాట్లే' అని, ఈ నాడు మనం గ్రహించి, అవి మళ్ళీ జరగకుండా, వాటిని నివారించగలం. ఈ విషయాలు ఎప్పుడూ మరిచి పోకూడదు.

మన కన్నా ముందు కాలంలో, ఇంగ్లీషు కార్మిక సంఘాలు (ట్రేడ్ యూనియన్లు) లేకపోతేనూ, ఫ్రాన్సు కార్మికుల రాజకీయ పోరాటాలు లేకపోతేనూ, ముఖ్యంగా 'పారిస్ కమ్యూన్' ఇచ్చిన బ్రహ్మాండమైన కార్మిక వర్గ చైతన్యం లేకపోతేనూ, అవేవీ లేకపోతే, ఈ నాడు మనం ఎక్కడ ఉండే వాళ్ళం? 'పారిస్ కమ్యూన్' తన అనుభవాల ద్వారా, 'అత్యధిక త్యాగాల మూల్యం చెల్లించింది' - ఇదీ ఎంగెల్స్ మాటల సారాంశం!

అయితే, ఈ మాటలు, జర్మనీ కార్మికుల కోసమే కాదు; అన్ని దేశాల కార్మికులూ, ఎంగెల్సు చెప్పిన దాన్ని అర్థం చేసుకోవాలి. పాత కాలపు కార్మికులు, తమ పోరాటాలలో, కేవలం అమాయకత్వంతో, మార్క్సిస్టు సిద్ధాంత గ్న్యానం లేక, అనేక పొరపాట్లు చేశారు. మనం వాటిని తెలుసు కుంటే, మన పోరాటాల్ని, సరియైన వర్గ చైతన్యంతోనే నడుపుకోగలం. దానికి అసలు కారణం, 'శ్రమ దోపిడీ నించి బయటపడే విముక్తి మార్గాన్ని' చెప్పిన మార్క్సిజాన్ని తెలుసుకోవడం!

'పారిస్ కమ్యూన్' తర్వాత, రష్యాలోనూ, వియత్నాంలోనూ, చైనా

లోనూ, కార్మిక పోరాటాలు సంవత్సరాల తరబడీ జరిగాయి. కానీ, పారిస్ కమ్యూన్ 72 రోజుల్లోనే అమలు చేసిన 'రాత్రి పని' (నైట్ షిఫ్టుల) రద్దూ; పాలనాధికారుల్ని ప్రజలు ఎన్నుకుని, అవసరమైతే వారిని అధికారాల నించి తీసివేసే హక్కూ; - ఇటువంటి విప్లవకర మార్పులు, ఏ దేశ పోరాటాల్లోనూ జరిగినట్టు కనపడవు.

పైగా, ఫ్యూడల్ రాజుల కాలాల్లో జరిగిన 'వ్యక్తి పూజలు' మాత్రం రష్యాలోనూ, చైనాలోనూ కూడా, పరమ నీచ స్థాయిలో జరిగినట్టు కనపడతాయి! 'పారిస్ కమ్యూన్'లో, ఎన్ని పొరపాట్లు జరిగినా, కార్మిక నాయకుల 'వ్యక్తి పూజలు' అనేవి, ఎక్కడైనా జరిగాయా? జైల్లో వున్న బ్లాంకీ కోసం తపించారంటే, అది అతని పట్ల 'వ్యక్తి పూజ' కాదు. ఉద్యమం కోసం ఆ నాయకుడు ఇంకా తెలివిగా చెప్పగలుగుతాడని అతడి మీద నమ్మకం మాత్రమే అది.

చక్రవర్తులు చేయించుకునే వ్యక్తి పూజలే, కార్మిక నాయకులు చేయించుకుంటే, వాళ్ళు 'కార్మిక నాయకులు' అవుతారా? వాళ్ళ మాటలే, 'కార్మిక వర్గ ఉద్యమాలు' అవుతాయా? అటువంటి 'కార్మిక చక్రవర్తుల' వల్ల, నిజమైన కార్మిక జనం, ఏమైనా నేర్చుకోగలుగుతారా?

'పారిస్ కమ్యూన్' నించి నేర్చుకోవలిసింది, ఈ నాలుగు మాటలేనా? ఎన్నెన్నో నేర్చుకోవాలి.

ఈ 'నేర్చుకోవడం' కార్మిక వర్గమే కాదు; వేలాది సంవత్సరాలుగా దోపిడీ చేస్తూ బ్రతుకుతోన్న 'దోపిడీ వర్గం' కూడా, తమ బ్రతుకుల్ని చూసుకుంటూ, సిగ్గుతో చితికిపోవాలి. "మన తిండి కోసం, మన శ్రమలు మనం చేయలేమా? తెలియని కాలంలో ఏదో జరిగింది. తాతలూ, తండ్రులూ, చెప్పినట్టే నడిచాం. ఇప్పటికైనా మన వివేకంతో మనం ఆలోచించలేమా? మనం కూడా, మార్క్స్ ఎంగెల్సుల్ని చదవలేమా? మొత్తం మానవ సమాజ విముక్తికి మార్గ దర్శకులు వారే కదా - అని అంగీకరించలేమా? ఇంకా ఎన్ని లక్షల సంవత్సరాలు, పాత వాళ్ళగానే యుద్ధాల్నీ, హత్యల్నీ, జైళ్ళనీ, నమ్ముకుంటూ బ్రతుకుతాము? ఇలాగే బ్రతుకుతూపోతే, రాబోయే కాలం మనల్ని శిరచ్ఛేదాల దశకి చేర్చకుండా వుండగలదా? తిండికి కూడా కరువై అవమానాలతో బ్రతికే వాళ్ళు, ఇంకెంత కాలం సహనాలతో బ్రతకగలరు?

వాళ్ళు, మన మీదకి కత్తులు ఎత్తే దశ దాకా తెచ్చుకోకుండా, 'మనం అందరం కలిసిమెలిసి బ్రతుకుదాం' అని మనం వాళ్ళతో అనలేమా? మనం,లారీలు తోలలేమా? పాఠాలు చెప్పలేమా? వైద్యాలు చెయ్యలేమా? ధాన్యం పంట పండించలేమా? మనకి కూడా కాళ్ళూ, చేతులూ ఎందుకు వున్నాయి అసలు? మన దేహాల శ్రమలతోనే మనం బ్రతకకపోతే,మనం మానవులమే అవుతామా?"- ఇటువంటి చర్చలన్నీ దోపిడీ కుటుంబాల యువతీ యువకుల్లో జరగాలి.

మానవ సమాజం, 'వర్గాలు లేని' విధంగా మారాలంటే, కేవలం కార్మిక వర్గమే పోరాడడం కాదు! దాని పోరాటం దానికి వున్నా; దోపిడీ వర్గం, నేటికో, రేపటికో, తన తప్పులు తను తెలుసుకోకపోతే, 'వర్గాలు లేని'ఉన్నత సమాజం ఎలా ఏర్పడుతుంది? దోపిడీ వర్గం, మరకలు లేని విధంగా జీవించడానికి, ఎంత కాలం కావాలి?

భారీ పరిశ్రమలో అధికారి కూడా, తన కార్మికుల సరసనే, యంత్రాల ముందు నిలబడి, కార్మికులనే తనకు ఆ పని నేర్పమని అడగడానికి ఎంత కాలం కావాలి? కౌళ్ళూ-వడ్డీ లాభాలూ, ఎంతెంత నీచాలో చదివి తెలుసుకోవడానికి ఎంత కాలం కావాలి? అధికారి కూడా, అధికారాన్ని తిరస్కరించి ఉత్పత్తిదారుడై పోవడానికి, ఎంత కాలం కావాలి?

అది, 'కాలం లెక్క' కాదు. అది, 'మానవ జీవితాన్ని' గ్రహించే లెక్క!

జంతువులు, శ్రమలు చెయ్యవు. అవి, జంతువులు!

కానీ, మానవులు జంతువులు కారే!

మానవులు, మానవులే!

మానవులు, పనులు చెయ్యాలి కదా?

పని చెయ్యని వాళ్ళు, మానవులెలా అవుతారు?

'పులి'కి, 'నేను క్రూర జంతువుని' అని తెలియదు.

కానీ,మానవులకు, "నేను మానవుణ్ణి! మానవురాలిని!" అని తెలియాలి. అది తెలిస్తే, మానవుల 'దోపిడీ సంస్కృతి' అంతా మారదా?

'పారిస్ కమ్యూన్'ని నిద్రలో కూడా మరిచి పోకూడదు.

అప్పుడు, అందరినీ మానవ స్పృహ అల్లుకుంటుంది!

*

'పారిస్ కమ్యూన్' ని నడిపిన పోరాట యోధులు కొందరు

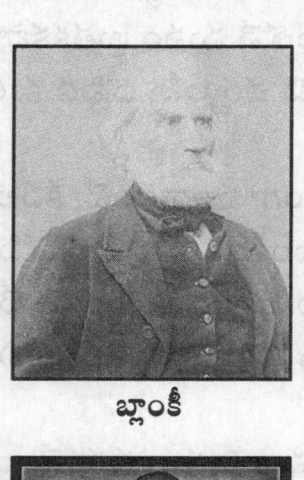

బ్లాంకీ

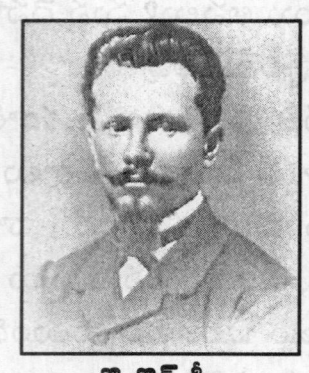

దొంబ్రొవ్ స్కీ

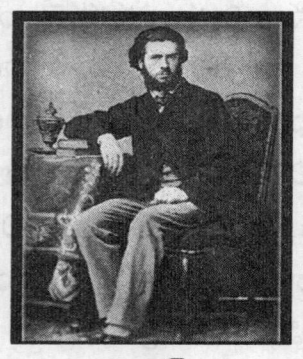

వార్లిన్

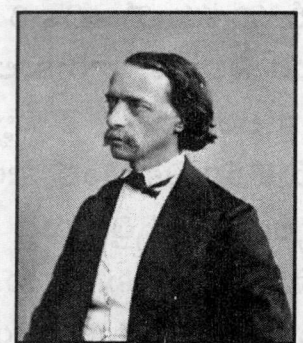

మిల్యేర్

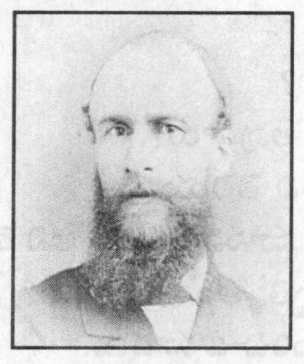

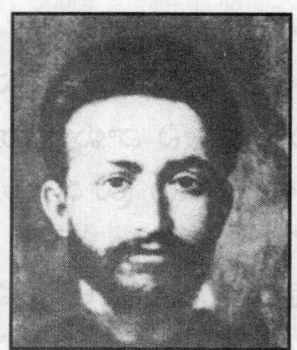

ఫ్లొరెన్స్

ఫ్రాంకెల్

'పారిస్ కమ్యూన్' ని నడిపిన పోరాట యోధులు కొందరు

లూసీ మిషెల్

రిగాల్ట్

రొస్సెల్

బెర్గరెట్

వెర్మోరెల్

వ్రొబ్లవిస్కీ

మాస్కో పుస్తకంలో ఇచ్చిన ఫోటోలు

సిటీ హాలు బైట కార్మికుల ప్రదర్శన

1871 మార్చ్ 18న ప్రజల ప్రతిఘటన

కమ్యూన్ ఏర్పడిందని ప్రకటన

కమ్యూన్ సమావేశం

నెపోలియన్ విజయ స్తంభం కూల్చివేత

కమ్యూన్ యోధుల స్మారక చిహ్నం

పారిస్ సాయుధ కార్మికులు శత్రు సైన్యాన్ని అడ్డుకోవడానికి పెట్టిన మార్గావరోధాలు (బ్యారికేడ్స్) కొన్ని

పారిస్ సాయుధ కార్మికులు శత్రు సైన్యాన్ని అడ్డుకోవడానికి పెట్టిన మార్గావరోధాలు (బ్యారికేడ్స్) కొన్ని

పోరాటంలో నేలకొరిగిన కమ్యూన్ యోధులు

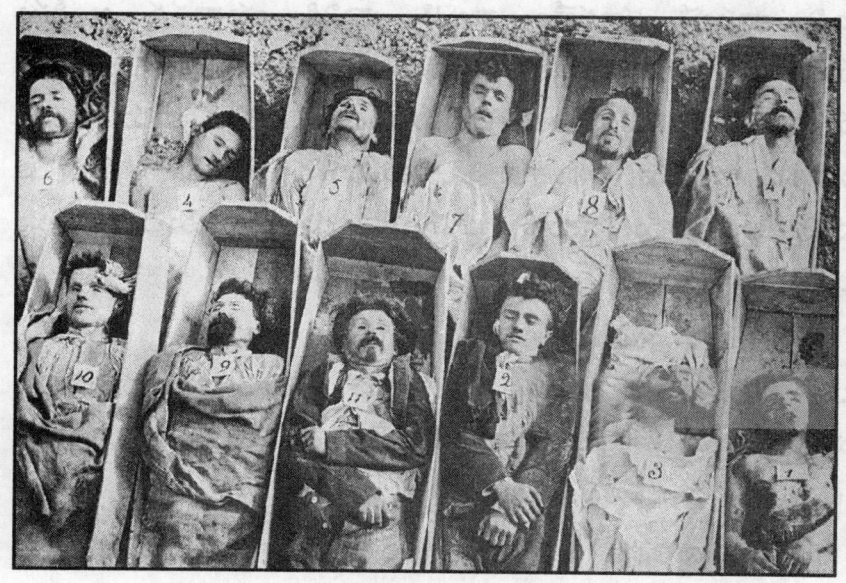

శ్రామిక వర్గ అంతర్జాతీయ గీతం

ఈ గీతం రాసిన కవి, ఫ్రాన్సు దేశపు కార్మికుడు.

పేరు: యూజిన్ పాటియర్

(1816 - 1887)

ఈయన, 'పారిస్ కమ్యూన్' విప్లవ కారుడు.

ఆ సంఘ సభ్యుడు.

ఈ గీతం రాసిన కాలం: 1871 జూన్.

అప్పటికి, 'పారిస్ కమ్యూన్' ముగిసిపోయింది.

ఆ విప్లవాన్ని అణిచివేసే రోజుల్లో, ఈ కార్మికుడు, ఫ్రాన్స్ నించి లండన్‌కి తప్పుకోవలసి వచ్చింది. తర్వాత కొంత కాలానికి ఫ్రాన్సుకి తిరిగి వచ్చి, ఫ్రాన్సులోనే మరణించాడు.

ఈ గీతం, మన తెలుగు గీతాల పుస్తకాల్లో ఎక్కడో అక్కడ దొరుకుతుంది. కానీ, అది పూర్తి గీతం కాదు. అంతే గాక, అది, బాగా మార్పులతో, స్వేచ్ఛానువాదంగా వుంటుంది.

ఫ్రాన్సు కార్మికుడు రాసిన అసలు గీతం ఎలా వుందో చూడాలంటే, ఫ్రెంచి భాషలో చూడలేం కాబట్టి, దానికి యధాతధ ఇంగ్లీషు అనువాదాన్ని చూడాలి. అలాంటి అనువాదం వుంది. కానీ, ఇంగ్లీషు అనువాదాన్ని చదవడం కూడా పాఠకులందరికీ సాధ్యం కాదు కాబట్టి, యధాతధ ఇంగ్లీషు అనువాదానికి, యధాతధ తెలుగు అనువాదం కావాలి. అది లేదు. కాబట్టి, దాన్ని ఇప్పుడు తయారుచెయ్యవలసి వచ్చింది.

యధాతధ ఇంగ్లీషు అనువాదాన్ని ఆధారం చేసుకుని, గాంధీ (బి.ఆర్.బాపూజీ) యధాతధ తెలుగు అనువాదం తయారుచేశాడు. ఈ తెలుగు అనువాదం, 'గీతం' రూపంలో వుండదు. 'వచనం'గానే వుంటుంది.

ఈ అంతర్జాతీయ గీతానికి, గతం నించీ మన దగ్గిర వున్న స్వేచ్ఛానువాద గీతాల్ని కూడా తర్వాత చూస్తాం.

యూజిన్ పాటియర్ రాసిన

ఫ్రెంచి గీతానికి, యధాతథ అనువాదాలు

[ఈ గీతం 6 చరణాలతో వుంటుంది.]

యధాతథ ఇంగ్లీషు అనువాదం	యధాతథ తెలుగు అనువాదం
మొదటి చరణం	
Stand up, damned of the Earth	లేవండి! భూమి మీది బాధితులారా!
Stand up, prisoners of hunger	లేవండి! ఆకలికి బంధితులారా!
Reason thunders in its volcano	హేతువు గర్జిస్తోంది, తన అగ్ని పర్వతంలో!
This is the eruption of the end	ఇది, గతానికి ముగింపు
Of the past let us make a clean slate	గతాన్ని తుడిచేసి, ఖాళీ పలకని చేద్దాం!
Enslaved masses, stand up, stand up	బంధనాల్లో చిక్కిన ప్రజలారా! లేవండి, లేవండి!
The world is about to change its foundation	ప్రపంచం, తన పునాదిని మార్చుకోబోతోంది!
We are nothing, let us be all	మనం ఏమీ కాము ; అందరం కలుద్దాం!
This is the final struggle	ఇది ఆఖరి పోరాటం!
Let us group together, and tomorrow	అందరం అవుదాం ఐక్యం!
The internationale	అంతర్జాతీయ గీతమే రేపు
Will be the human race	అవుతుంది మానవ జాతి!
2 వ చరణం	
There are no supreme saviours	మహా రక్షకు లెవరూ లేరు
Neither God, nor Caesar, nor tribune,	దేవుడు గానీ, సీజరు గానీ, అధిపతి గానీ,
Producers, let us save ourselves	ఉత్పత్తిదారులం, మనల్ని మనమే రక్షించుకుందాం!
Decree the common salvation	ఉమ్మడి విముక్తి ఉత్తర్వులు జారీ చేద్దాం!
So that the theif expires,	దోపిడీ దొంగలంతా అంతరించేలాగా
So that the spirit be pulled from its prison,	బందిఖానాలో ఆత్మ, బైటికురికే లాగా
Let us fan the forge ourselves	మండిద్దాం, కొలిమిని మనమే
Strike the iron while it is hot	కొడదాం, ఇనుముని కాక మీదనే
This is the final struggle	అంతిమ పోరాటం ఇది
Let us group together, and tomorrow	అందరం అవుదాం ఐక్యం!
The internationale	అంతర్జాతీయ గీతమే రేపు
Will be the human race	అవుతుంది మానవ జాతి!

3 వ చరణం

The State oppresses and	అణిచి వుంచుతుంది రాజ్యం;
the law cheats	మోసపుచ్చుతుంది చట్టం!
Tax bleeds the unfortunate	దురదృష్టవంతుల్ని గాయ పరుస్తాయి పన్నులు
No duty is imposed on the rich	ఏ సుంకాలనూ ధనికుల మీద విధించరు
The rights of the poor	పేదల హక్కులనేవి, వట్టి మాటలు
is an empty phrase	
Enough languishing in custody	మగ్గుతున్నారెందరో నిర్బంధాల్లో
Equality wants other laws;	సమానతకు కావాలి ఇతర చట్టాలు
No rights without duties, she says,	బాధ్యతలు లేకుండా హక్కులు
	వుండవంటుంది సమానత
Equally, no duties without rights	హక్కులు లేనిదే బాధ్యతలూ లేవు
This is the final struggle	అంతిమ పోరాటం ఇది!
Let us group togther, and tomorrow	మన మందరం అవుదాం ఏకం!
The Internationale	అంతర్జాతీయ గీతమే రేపు
Will be the human race	అవుతుంది మానవ జాతి!

4 వ చరణం

Hideous in their apotheosis	తమని తాము గొప్పచేసుకునే హీనులు,
The Kings of the mine and of the rail	గనుల రాజులూ, రైళ్ళ రాజులూ,
Have they ever done anything	ఏదైనా పని చేశారా ఎప్పుడైనా,
other than steal work?	మన పనిని దొంగిలించడం తప్ప?
Inside the safeboxes of the gang,	ఆ ముఠా ఇనప్పెట్టెల్లో,
What work had created melted.	శ్రమ సృష్టించినదంతా కరిగిపోయింది
By ordering that they give it back	దాన్ని తిరిగి ఇమ్మని ఆజ్ఞాపిస్తే
The people want only their due.	జనాలు కోరేది, జనాలకు రావలసినదే!
This is the final struggle	అంతిమ పోరాటం ఇది
Let us group together, and tomorrow	అవుదాం మన మందరం ఏకం!
The Internaionale	అంతర్జాతీయ గీతమే రేపు
Will be the human race	అవుతుంది మానవ జాతి!

5 వ చరణం

The kings made us drunk with fumes,	క్రోధంతో మనల్ని మత్తెక్కించారు రాజులు
Peace among us, war to the tyrants!	మనకైతే శాంతి, నియంతలకు యుద్ధం!
Let the armies go on strike,	సైన్యాలు, సమ్మె కట్టనీ,
Stocks in the air, and break ranks	గాలిలో చిత్ర వధలు; సైన్యాల్ని చీల్చగలరు,
If they insist, these cannibals	ఈ నర రూప రాక్షసులు, కక్షగడితే!
On making heroes of us,	మనల్ని హీరోల్ని చేయడం ద్వారా,
They will know soon that our bullets	తెలుసుకుంటారులే త్వరలోనే
Are for our own generals	మన బుల్లెట్లు, మన జనరల్స్ మీదకే అని!
This is the final struggle	అంతిమ పోరాటం ఇది
Let us group together, and tomorrow	అవుదాం మన మందరం ఐక్యం!
The Internationale	అంతర్జాతీయ గీతమే రేపు
Will be the hman race	అవుతుంది మానవజాతి!

6 వ చరణం

Workers, peasants, we are	కార్మికులం, కర్షకులం!
The great party of labourers	శ్రామిక మహా పక్షం మనది!
The earth belongs only to men	ఈ భూమి, శ్రామిక జనాలదే!
The idle will go to reside elsewhere	సోమరులు పోవాలి, ఇంకెక్కడికో!
How much of our flesh have they consumed,	మన కండల్ని ఎంతగా కరిగించారో,
But if these ravens, these vultures	ఈ గద్దలు, ఈ రాబందులు
Disappeared one of these days	అదృశ్యమైతే త్వరలో!
The sun will shine forever	ప్రకాశిస్తాడు సూర్యుడు శాశ్వతంగా
This is the final struggle	అంతిమ పోరాటం ఇది!
Let us group together, and tomorrow	అవుదాం అందరం ఐక్యం!
The International	అంతర్జాతీయ గీతమే రేపు
Will be the human race	అవుతుంది మానవ జాతి!

ఈ యధాతథ ఇంగ్లీషు అనువాదాన్ని ఒరిజినల్ కవే చేసి వుంటాడనే అభిప్రాయం ఒకటి వుంది.	ఈ యధాతథ తెలుగు అనువాదం: గాంధీ (బి.ఆర్.బాపూజీ)

ఈ శ్రామిక గీతం, దోపిడీ వర్గంపై శ్రామిక క్రోధాన్నీ, శ్రామిక శాస్త్రాన్నీ, శ్రామిక హృదయాన్నీ, అద్భుతంగా చెప్పగలిగింది. ఈ గీతంలో, 'మార్క్సిజం సారాంశం' అంతా స్పష్టంగా ప్రతిఫలిస్తోంది. 3 వ చరణంలో వున్న 'దురదృష్టవంతుల్నీ' అన్న ఒక్క మాటే పొరపాటు.

ఈ గీతం, 'శ్రమ దోపిడీ సాగుతోన్న ఇప్పటి సమాజాన్ని, కపట శాంతి ప్రేలాపనలతో గాక, శ్రామిక పోరాటాలతో మార్చుదామ'ని చెప్పింది. 'దోపిడీ దొంగలు, తమ దగ్గిర చేర్చుకున్న సైన్యాలతో, ఆయుధాలతో, యుద్ధాలు చేయిస్తూ, మనం (కార్మికులం) తిరగబడకుండా చేయడానికి, మనకు శాంతి వచనాలు బోధిస్తార'ని చెప్పింది. 'పని చెయ్యని సోమరులు, శ్రామిక ప్రపంచంలో నివసించడానికి అనర్హుల'ని చెప్పింది. 'శ్రామిక విముక్తీ, శ్రామిక సమానతా ఏర్పడడానికి, శ్రామిక పోరాటాలూ, శ్రామిక చట్టాలూ, అత్యవసరమ'ని చెప్పింది. 'బాధ్యతలు పాటించని మూర్ఖులకు, హక్కులు వుండ రాద'ని చెప్పింది. 'మన పోరాటం, మన శ్రమని మనమే నిలుపుకోవడానికే; మనం, తర తరాల దాస్యం నించి విముక్తి చెందడానికే' అని చెప్పింది. 'మానవ జాతిలో ఇక పోరాటాలు లేకుండా, శ్రమ దోపిడీ నించి విముక్తి సాధించే ఈ పోరాటమే అంతిమ పోరాటం' అని చెప్పింది. ఈ కార్మికుడు, ఇంటర్నేషనల్ సభ్యుడిగా, మార్క్సిజాన్ని నేర్చుకున్న వాడవడం వల్లనే ఇంత అద్భుతంగా చెప్పగలిగాడు. - ఇదంతా, శ్రామిక వర్గ విముక్తికి పూర్తిగా సరిపోతుంది. ఈ దోపిడీ సమాజానికి వున్న పునాది మారాలని చెప్పిన ఈ గీతానికి, 'శ్రామిక వర్గ అంతర్జాతీయ గీతం' కాగలిగే అర్హత పూర్తిగా వుంది.

మొదట ఫ్రెంచి భాషలో వున్న ఈ గీతానికి, అనేక భాషల్లో అనువాదాలు వచ్చాయి. ఇంగ్లీషులో, 3 అనువాదాలు వున్నాయి - (1) బ్రిటిష్ అనువాదం, (2) అమెరికన్ అనువాదం, (3) బిల్లీ బ్రాగ్స్ అనే ఆయన చేసిన అనువాదం. వీటిలో, అమెరికన్ అనువాదం, 2 చరణాల వరకే జరిగింది. మిగిలిన అనువాదాలు, 3 చరణాల వరకే.

మన దగ్గిర కూడా గతంలో చేసిన తెలుగు అనువాదాలు కూడా అలాగే తగ్గించేసి చేశారు. పైగా, 'స్వేచ్ఛానువాదం' పేరుతో, మూల రచనలో వున్న కొన్ని అద్భుత పదాల్ని వదిలేసీ, లేని పదాల్ని తెచ్చిపెట్టీ, కొత్త గీతం అనిపించే విధంగా చేశారు.

ఒక తెలుగు స్వేచ్ఛానువాద గీతం చూద్దాం:

అంతర్జాతీయ గీతం

తెలుగు అనువాదం:

బాలాంత్రపు నళినీ కాంతారావు

1. ఆకలి మంటచె మల మలమాడే
అనాథులందరు లేవండోయ్!
హింసారతిని సహించగలేకా
ఈసడించినది ధర్మంబెల్లా,
మంచి దినాలూ రానున్నాయీ
మనకందరకును లేవండోయ్!
సాంప్రదాయములె కొంపదీసె నీ
సంకెళ్ళను వేనెగుర గొట్టగా,
దాసత్వమును తరిమివేయగా
దాసులందరును లేవండోయ్
ఇంత కాలమూ అనామకులుగా
యే మూలనొ మన్నణచియుంచిరీ,
అంతర్జాతీయ పక్షమే అశేష
మానవ కులమై పోవున్,
ప్రధానమగు నీ యంతిమ పోరాటములో
పాల్గొన నందరు లేవండోయ్!

[మొదటి చరణంలో విషయాలు ఇంత వరకూ సరిపోతాయి.
తర్వాత, 2 వ, 3 వ చరణాల అనువాదం లేదు.]

4. నేలకు, రైలుకు, నిధులకు, గనులకు
నేతలైన వారందరి గనుడీ
వారి భోగమూ, వారల దర్జా,
వారి యోగమూ, వారల దర్పం,
ఏ రెక్కల కష్టంబో కాదా?
ఈ గతి మన కష్టార్జితమంతా,
యెవరో కొందరి భోగ తృప్తికై
ఇనుప పెట్టియల మూలుగుచున్నది

ఇప్పుడు దానిని తిరిగియిమ్మని
అందరమొకటై తొందరచేయుట,
న్యాయముగా మనకొచ్చేదెంతో
అది రాబట్టుటకే సుమ్మండీ,
అంతర్జాతీయ పక్షమే
అశేష మానవ కులమై పోవున్,
ప్రధానమగు నీయంతిమ పోరాటములో
పాల్గొన నందరు లేవండోయ్!

6. కార్మిక, కర్షక, సంయోగంబే
కష్ట జీవులందరి కలయికయే
పాటుపడే మనయందరి పక్షము
మనదే దేశము, ప్రజలము మనమే,
పనికి దొంగలౌ వారల కిచ్చుట
పనిలేదండీ ప్రవేశించగా,
అబ్బబ్బా, మన రక్త మాంసముల
హరించి యెందరు తెగ బలిశారో,

ప్రజల యశాంతికి కారణమగు నీ
రక్త పిపాసుల పీడ వదిలితే,
దేశ మంతటను శాంతి తేజమే
దిక్కు దిక్కులను ఆనందంబే,
అంతర్జాతీయ పక్షమే
అశేష మానవ కులమై పోవున్,
ప్రధానమగు నీ యంతిమ పోరాటములో
పాల్గొన నందరు లేవండోయ్!

[4 తర్వాత 5 వ చరణం లేదు.]

[ఈ అనువాదం, 1, 4, 6 - ఈ 3 చరణాలతోనే వుంది.
ఇది, 'క్రాంతి గీతాలు' పుస్తకం నించి.
సంపాదకుడు: గద్దె లింగయ్య
ఆదర్శ గ్రంథ మండలి, ఎలమర్రు, కృష్ణా జిల్లా, 1938]

★ ★ ★

అంతర్జాతీయ గీతం

ఇంకో స్వేచ్ఛానువాదం

[ఇది, "మన పాటలు" అనే గీతాల సంకలనంలో (1888) వున్నది.
ఒరిజినల్ కవి పేరు, "యూజినీ పాటిల్" అని వుంది.
అనువాదకుడి పేరు లేదు. ఇది, మరింత తగ్గించి ఇచ్చిన గీతం.]

ఆకలి మంటల మల మలలాడే
అనాధులందరు లేవండోయ్
హింసాగతిని సహించలేక
ఈసడించినది యెల్ల ధర్మము
మంచి దినాలూ రానున్నాయీ
మనకందరకూ లేవండోయ్ ॥ఆకలి॥

కొంపలుతీసే సాంప్రదాయముల
సంకెళ్ళను ఎగురగొట్టగా
దాసత్వంబును తరిమివేయగ
దాసులందరును లేవండోయ్ ॥ఆకలి॥

నేలకు పనులకు నిధులకు గనులకు
నేతలందరిని చూడండి
వారి భోగము, వారల దర్జా
వారి యోగము వారల దర్పం
రెక్కల కష్టంబే గాదా,
మన రెక్కల కష్టంబే గాదా ॥ఆకలి॥

ఈ గతి మన కష్టార్జితమంతా
ఎవరో కొందరి భోగ తృప్తికై
ఇనుప పెట్టెలో మూలుగుచున్నది
అందరమొకటై ఎదిరించి
న్యాయంగా మనకొచ్చెదంతా
రాబట్టానికి రారండోయ్
ఆకలి మంటల మల మలలాడే
అనాధులందరు లేవండోయ్

అబ్బబ్బా, మన రక్త మాంసములు
హరించి ఎందరో తెగ బలిశారు
ప్రజల అశాంతికి కారణమగు
ఈ రక్త పిపాసుల పీడ వదిలితే
దేశ మంతటను శాంతి తేజమే
దిక్కు దిక్కులా ఆనందమ్మె
ఆకలి మంటల మల మలలాడే
అనాధులందరు లేవండోయ్

["మన పాటలు" సంకలనం. ప్రచురణ: ప్రజాశక్తి బుక్ హౌస్, 1988]

ఈ అనువాదం చేసింది ఎవరో అనువాదకుడి పేరు ఇవ్వలేదు. ఎందుకంటే, ఈ అనువాద గీతం, "క్రాంతి గీతాలు" పుస్తకం నించే తీసి, ఇంకా తగ్గించి, కొన్ని మార్పులు చేసినదిగా కనపడుతోంది. కానీ ఆ సంగతి అయినా ఈ గీతం వున్న

పుస్తకంలో చెప్పలేదు. "క్రాంతి గీతాలు" పుస్తకంలో ఇచ్చిన గీతం కూడా తగ్గించినదే; 3 చరణాలే. కానీ ఈ 'మన పాటలు' పుస్తకంలో ఇచ్చినది, దాని కన్నా ఇంకా చిన్నది. ఈ తగ్గింపులేమిటి? ఎన్నెన్నో వివరాలతో, విప్లవ చైతన్యం తొణికిస లాడుతూ వున్న గీతాన్ని, 6 చరణాలతో పాడుకోలేమా? అది పాడేటప్పటికి అలిసిపోతామా? అసలు ఈ తగ్గించడాలెందుకు చేశారు? అన్ని చరణాలూ చూస్తేనే, ఎక్కువ విషయాలు తెలుస్తాయి కదా?

ఈ తెలుగు అనువాదకులు, ఇంగ్లీషు గీతాన్నే ఆధారం చేసుకుని వుంటారు. ఇంగ్లీషు అనువాదాలు కూడా తగ్గించినవే కాబట్టి, ఆ తగ్గించిన వాటినే చూసి, వాటి ఆధారంతోనే తెలుగు అనువాదాలు తయారుచేయడం వల్ల, తెలుగులో ఇలా ఇంత చిన్నగా తయారైంది!

ఒరిజినల్ ఫ్రెంచి గీతంలో అత్యద్భుతమైన భావాలూ, పదాలూ వున్నాయి.

"ఇది, గతానికి ముగింపు"
"ప్రపంచం, తన పునాదిని మార్చుకోబోతోంది"
"మనకు రక్షకులెవరూ లేరు
దేవుడు గానీ, సీజర్ గానీ, అధిపతి గానీ"
"ఉత్పత్తిదారులం, మనల్ని మనమే రక్షించుకుందాం"
"పేదల హక్కులు వట్టి మాటలు"
"హక్కులు లేనిదే, బాధ్యతలూ లేవు"
"తమని తాము గొప్ప చేసుకునే హీనులు"
"ఏదైనా పని చేశారా ఎప్పుడైనా
మన పనిని దొంగి లించడం తప్ప?"
"మనకైతే శాంతి, నియంతలకు యుద్ధం!"
"మన బుల్లెట్లు, మన జనరల్స్ మీదకే"
"ఈ భూమి, శ్రామిక జనాలదే!
సోమరులు పోవాలి, ఇంకెక్కడికో!"
"అవుదాం అందరం ఐక్యం!
అంతర్జాతీయ గీతమే
అవుతుంది మానవ జాతి"

ఆ 6 చరణాల్లో వున్న ప్రతీ ఒక్క వాక్యమూ, ఇంత శాస్త్రీయమైనదే! ఇంత విప్లవ కరమైనదే! ఇటువంటి భావాలన్నీ, ఈ సైన్సు అంతా, కార్మిక ప్రజలకు అందాలి.

ఈ అంతర్జాతీయ గీతంలో వున్న ప్రతీ వాక్యానికీ, అధ్యయన తరగతుల్లోనూ, ట్రేడ్ యూనియన్లలోనూ, కార్మిక ప్రజలకు అర్థాలు చెప్పి, దీన్ని చదివేలాగ, పాడే లాగ చెయ్యాలి.

ఇక్కడ ఒక వింత చెప్పాలి.

చైనాలో, 'మావో వ్యక్తి పూజ' జరుగుతూ వున్న కాలంలో, ఈ 'అంతర్జాతీయ గీతం' నించి, 2 వ చరణాన్ని తీసేసి పాడేవారు. ఆ చరణంలో ఎలాంటి భావాలు వున్నాయో ఒక సారి చూడండి! "మహా రక్షకులెవరూ లేరు, దేవుడు గానీ, సీజరు గానీ, అధిపతి గానీ. ఉత్పత్తిదారులం, మనల్ని మనమే రక్షించు కుందాం" అని వుంది. మావో వ్యక్తి పూజ కాలంలో, ఆ కమ్యూనిస్టు పార్టీ, "మహా రక్షకులెవరూ లేరు" అని చెప్పడానికి ఇష్టపడలేదు. చైనా ప్రజల్ని రక్షించే మహా రక్షకుడు మావో వున్నాడుగా? ఆ రక్షకుడు వుండగా, "ఎవరూ లేరు" అని చెప్పడం, తప్పు అనుకున్నారు! "మనల్ని మనమే రక్షించుకుందాం" అని చెప్పడం కూడా తప్పు అనుకున్నారు! "ప్రజలందర్నీ మావోయే రక్షిస్తాడు" అని చెప్పడమే రైటు అనుకున్నారు. అందుకే ఆ చరణాన్ని, ఆ గీతం నించి తీసేశారు. ఈ విషయం నేను, 'మావో వ్యక్తి పూజ' ని వ్యతిరేకిస్తూ రాసిన ఒక పెద్ద ఫుట్ నోట్‌లో చెప్పాను. (చార్లెస్ బెతల్‌హామ్ రాసిన ఒక పుస్తకాన్ని, "చైనాలో ఏం జరుగుతోంది?" పేరుతో, 'పరిచయం'గా తెలుగులోకి ఇచ్చిన పుస్తకంలో.)

నాయకుడు కూడా, ప్రజలలోనే ఒక వ్యక్తి. అతడు, ప్రజలలో భాగం కాని వ్యక్తి కాడు. "మహా రక్షకులెవరూ లేరు; మనల్ని మనమే రక్షించుకుందాం" అనే భావాన్ని, నాయకుడు కూడా నేర్చుకోవాలి. ఆ భావాలు నాయకుడికి గాక, మిగతా ప్రజలకే అని అర్థం కాదు. 'మావో వ్యక్తి పూజ', మావోని భగవంతుణ్ణి చేసినంత నీచమైన మార్గాల్లో జరిగింది.

అంతర్జాతీయ గీతం, సోవియట్ యూనియన్‌లో, కొన్ని సంవత్సరాల పాటు ప్రధానమైన గీతంగా ప్రసిద్ధి పొందింది. 1922 నించీ, 1944 వరకూ. తర్వాత ఏం జరిగిందో మరి! తర్వాత, ఆ కమ్యూనిస్టులకు, ఆ గీతం ఎలా అనవసరమై పోయిందో!

ఫ్రెంచి భాషలో వచ్చిన అసలు 'అంతర్జాతీయ గీతం'లో, ప్రతీ చరణం లోనూ, ప్రతీ వరసలోనూ, ప్రతీ పదంలోనూ, విప్లవ భావాలు వున్నాయి. "దురదృష్టవంతులు" అనే ఒక్క మాట తప్ప, ఇంకెక్కడా తప్పులు లేవు. ఈ గీతాన్ని కమ్యూనిస్టు పార్టీ కార్యకర్తలు, ప్రతీ మీటింగులోనూ, ప్రతీ సందర్భంలోనూ, పాడుకోవాలి. అందులో వున్న ప్రతీ విషయాన్నీ నేర్చుకోవాలి.

[అంతర్జాతీయ గీతానికి సంబంధించి ఇచ్చిన ఈ సమాచారంలో కొన్ని వివరాలు, ఇంటర్ నెట్ నించి సంపాదించినవి.] ★

మార్క్స్
'కాపిటల్'
పరిచయం
[మొత్తం 2 సంపుటాలలో]
ఇది మొదటి సంపుటం
రంగనాయకమ్మ

మార్క్స్
'కాపిటల్'
పరిచయం
[మొత్తం 2 సంపుటాలలో
ఇది రెండవ సంపుటం]
రంగనాయకమ్మ

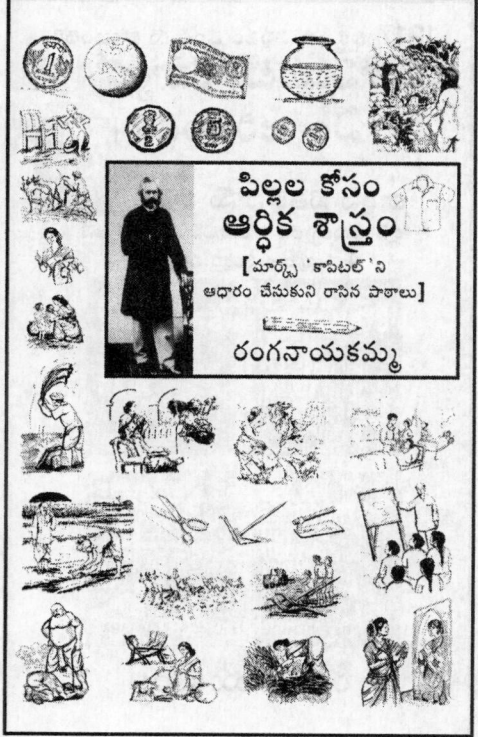

పిల్లల కోసం
ఆర్థిక శాస్త్రం
[మార్క్స్ 'కాపిటల్'ని
ఆధారం చేసుకుని రాసిన పాఠాలు]
రంగనాయకమ్మ

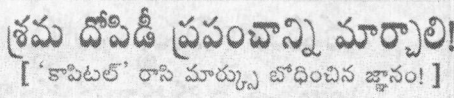

శ్రమ దోపిడీ ప్రపంచాన్ని మార్చాలి!
['కాపిటల్' రాసి మార్క్స్ బోధించిన జ్ఞానం!]
'కాపిటల్' పుస్తకం చదవడానికి
భయపడే, బద్ధకించే,
స్త్రీ-పురుష కార్మికుల కోసం,
కమ్యూనిస్టు పార్టీల కార్యకర్తల కోసం,
విద్యార్థుల కోసం, గృహిణుల కోసం,
ఈ చిన్న పుస్తకం!
భయాలూ, బద్ధకాలూ వదిలించుకుని
'కాపిటల్' వేపు మొహం తిప్పుతారనీ,
అది చదివి కళ్ళు తెరుస్తారనీ,
కొండంత ఆశతో రాసిన పుస్తకం
ఈ చిన్న పుస్తకం!
"ప్రపంచాన్ని తత్వవేత్తలు
రక రకాలుగా వివరించారు.
అసలు సమస్య, దాన్ని మార్చడం!" - మార్క్స్
రంగనాయకమ్మ

చైనాలో ఏం జరుగుతోంది?

ఫ్రెంచి మూలం : **చార్లెస్ బెతల్ హామ్**
ఇంగ్లీషు అనువాదం : **'మంత్లీ రెవ్యూ' పత్రిక**
తెలుగు అనువాదం : **ఉదయకుమార్, గాంధీ**
రంగనాయకమ్మ

చైనాలో సాంస్కృతిక విప్లవమూ, పరిశ్రమల నిర్వహణా

ఫ్రెంచి మూలం : చార్లెస్ బెతల్ హామ్
ఇంగ్లీషు అనువాదం : ఆల్ఫ్రెడ్ ఎహరెన్ ఫెల్ట్
తెలుగు అనువాదం : ఉదయ్ కుమార్, గాంధీ, రంగనాయకమ్మ

కమ్యూనిస్టు పార్టీ ఎలా ఉండకూడదు?

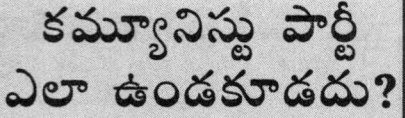

'వైల్డ్ స్వాన్స్' పేరుతో
యుంగ్ చాంగ్ రాసిన

'అడవిగాచిన వెన్నెల' పేరుతో
వెనిగళ్ళ కోమల అనువాదం చేసిన
పుస్తకానికి
విమర్శనాత్మక పరిచయం

రంగనాయకమ్మ

1917 అక్టోబరు విప్లవం ఎందుకు పోయింది? సోవియట్ రష్యాలో ఏం జరిగింది?

చార్లెస్ బెతల్ హామ్ రాసిన
"క్లాస్ స్ట్రగుల్స్ ఇన్ ది యు.ఎస్.ఎస్.ఆర్." అనే
4 సంపుటాల సంక్షిప్త పరిచయం

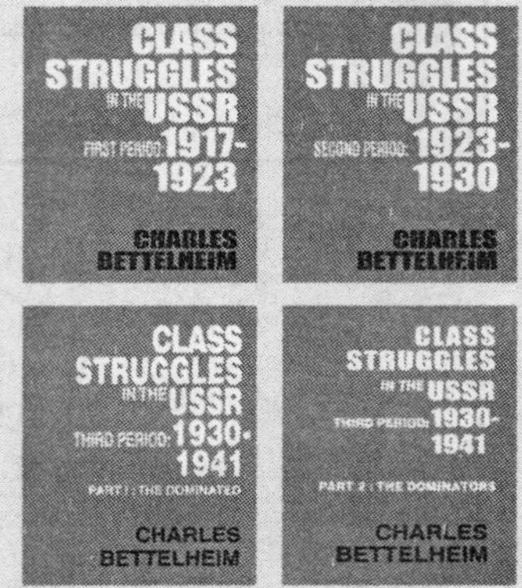

రంగనాయకమ్మ

80

మానవ సమాజం
నిన్నా - నేడూ - రేపూ
వ్యాసాలూ - ఉత్తరాలూ,
సమీక్షలూ - ఇంటర్వ్యూలూ,
గతంలో వచ్చినవీ - రానివీ
కలిసిన సంపుటం!
రంగనాయకమ్మ

శ్రామిక కోణం
[2 పెద్ద కథలూ,
కొన్ని వ్యాసాలూ, ఉత్తరాలూ,
పాఠకులతో పరిచయాలూ,
కలిసిన సంపుటం]
రంగనాయకమ్మ

పల్లవి లేని పాట!
[ఒక నవలికా;
'కుల విధానం' గురించీ,
'దెయ్యాల శాస్త్రం' గురించీ,
'మార్క్సిజం' గురించీ కొన్ని వ్యాసాలూ;
కలిసిన సంపుటం]
రంగనాయకమ్మ

మార్క్సిజమే తెలియకపోతే
పుట్టిన వాళ్ళం పుట్టినట్టే ఉంటాం!
మానవ సమాజానికి
మార్క్సిజమే
జ్ఞానోదయం!
సూర్యోదయం!
రంగనాయకమ్మ

పాఠకుల డబ్బుతోనూ, మా డబ్బుతోనూ కలిసి,
"ప్రగతి ప్రచురణలు" పేరుతో
ఇప్పటికి వచ్చిన పుస్తకాలు - 6

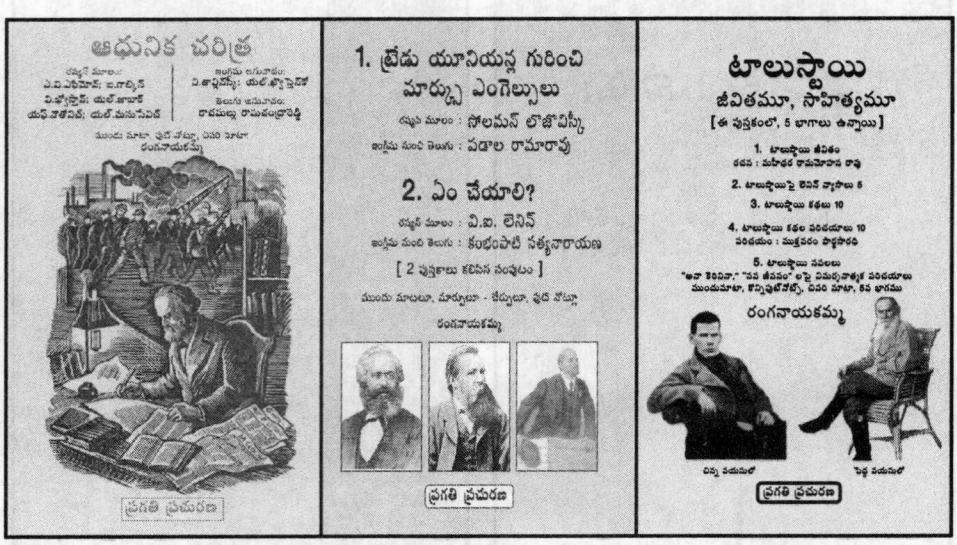

ప్రతులకు : నవోదయా బుక్ హౌస్, హైదరాబాద్. 040-2465 2387

మానవ సంబంధాల రహస్యాల్ని మార్క్సు నించి తెలుసుకోవలిసిందే! ఎంగెల్స్‌తో కలిసిన మార్క్సు నించి!

వేల సంవత్సరాల నాడు బానిస యజమానుల ద్వారా మొదలైన ఆ రహస్యాన్ని! ఏ నాడైనా బానిసల్ని పోషించింది యజమానులు కారు, యజమానుల్ని పోషించింది బానిసలే! బానిసల తరాల తర్వాత, ఆ పోషకులు, కౌలు రైతులే; వారితో పాటు, వేతన కార్మికులు కూడా!

యజమాని వర్గం చేసే ఘోర నేరం అయిన 'శ్రమ దోపిడీ'యే, మానవ సంబంధాల నిండా పేదా-ధనికా భేదాల మూల కారణం! ఆ మూలమే, మరిన్ని అనేకానేక అసహజ సంబంధాల్ని కూడా పుట్టించి నిలబెడుతోంది! సమస్య వెంట పరిష్కారం వుంటుంది. కానీ, బాధితులు సమస్యని గ్రహిస్తేనే! విముక్తిని కాంక్షిస్తేనే! ★

మార్క్సు నా టీచరు! రంగనాయకమ్మ

మార్క్సు నా టీచరు!

నా ప్రయత్నం, మార్క్సు నించి నేర్చుకున్నవి చెప్పాలని.

[వ్యాసాల సంపుటం]

రంగనాయకమ్మ

తత్వ శాస్త్రం
చిన్న పరిచయం

సృష్టి వాదం

భావ వాదం

భౌతిక వాదం

గతి తార్కిక భౌతిక వాదం

చారిత్రక భౌతిక వాదం

మార్క్సిస్టు జ్ఞాన శాస్త్రం

రంగనాయకమ్మ

తత్వ శాస్త్రం

రంగనాయకమ్మ

తత్వ శాస్త్రం
చిన్న పరిచయం

సృష్టి వాదం, భావ వాదం
భౌతిక వాదం, గతి తార్కిక భౌతిక వాదం
చారిత్రక భౌతిక వాదం, మార్క్సిస్టు జ్ఞాన శాస్త్రం

రంగనాయకమ్మ

మార్క్స్ 'కాపిటల్' కి

తెలుగు అనువాదం

తెలుగు పరిచయం

'కాపిటల్'లో మార్క్స్, పెట్టుబడిదారీ ఉత్పత్తి విధానాన్నీ, దాని పంపిణీ విధానాన్నీ పరిశీలించే పనిచేస్తాడు. ఆ పరిశీలనా క్రమంలోనే, ఐరోపా దేశాల బానిస, భూస్వామ్య ఉత్పత్తి విధానాల్ని కూడా క్లుప్తంగా వివరిస్తాడు. అంతే గాక, ఈ 3 రకాల సమాజాలకూ పూర్తిగా భిన్నమైన ఒక 'నూతన సమాజాన్ని' కూడా ఎక్కడి కక్కడ సూచిస్తూ వుంటాడు.

మార్క్స్, తన పరిశీలనలో 'శ్రమ దోపిడీ' అనే 'వికృత క్రిమి'ని కొత్తగా కనిపెట్టగలిగాడు. దీనితో, 'కలిమి లేముల రహస్యం' అంతా బయటపడింది. సమస్త సమాజ రుగ్మతల మూలం అంతా తేటతెల్లమైంది.

మార్క్స్, 'శ్రమ దోపిడీ'ని గ్రహించి, అంతటితో వూరుకోలేదు. దాన్ని నిర్మూలించ గల మార్గం కూడా వివరించాడు. మార్క్స్ ఇచ్చిన సిద్ధాంతమే 'మార్క్సిజం'. ఇది, ఉత్పత్తి సంబంధాల మీద ఆధారపడిన భౌతికవాద శాస్త్రీయ సోషలిజం! ★

మార్క్స్ 'కాపిటల్' పుస్తకం ఏం చెప్పింది?

రంగనాయకమ్మ

మార్క్స్ రాసిన 'కాపిటల్' పుస్తకం ఏం చెప్పింది?

[టీవీ 9 లో ప్రసారం కోసం తయారు చేసిన పరిచయ పాఠాలు]

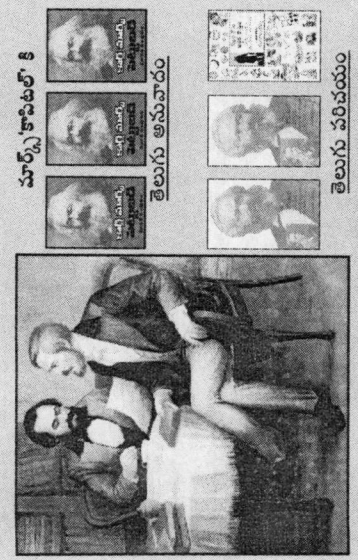

మార్క్స్ 'కాపిటల్', మొత్తం 6 సంపుటాలు!

రంగనాయకమ్మ

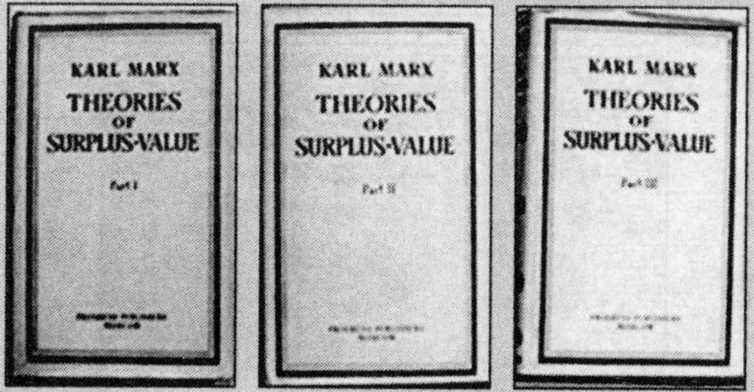

'ప్రణాళిక' రాసే నాటికి

మార్క్సుకి 29 ఏళ్ళు

ఎంగెల్సుకి 27 ఏళ్ళు

* "యూరప్‌ని ఒక భూతం ఆవహించింది. 'కమ్యూనిజం' అనే భూతం!"
* ఆస్తి వ్యవస్థను మేము రద్దు చేయదలుచుకున్నందుకు మీరు మమ్మల్ని నిందిస్తున్నారన్నమాట. ఔను, సరిగ్గా అదే మేము చేయదల్చుకున్నది.
* వ్యక్తిగత ఆస్తిని రద్దు చేయాలనడం, మీకు వెలపరం పుట్టిస్తున్నది. కానీ, ఇప్పుడున్న మీ సమాజంలో, నూటికి తొంభై మందికి వ్యక్తిగత ఆస్తి ఇప్పటికే రద్దయిపోయింది. నూటికి తొంభై మందికి ఆస్తి లేదు గనకనే, మిగిలిన పది మందికీ అది ఉండగలుగుతున్నది.
* బూర్జువా వర్గం ఉత్పత్తి చేసే సరుకుల రాసుల అమ్మకాలకు అప్పటి మార్కెట్లు సరిపోవు. నిత్యం విస్తరించే మార్కెట్లు కావాలి. ఆ అవసరం, ఆ వర్గాన్ని ప్రపంచపు నలు మూలలకూ తరుముతుంది.
* బూర్జువా వర్గం, కుటుంబ వ్యవస్థ మీద వున్న మమకారాల మేలిముసుగును లాగి పార వేసి, కుటుంబ సంబంధాలను కేవలం ఆర్థిక సంబంధాలుగా దిగజార్చింది.
* ఏ యుగంలో అయినా, ప్రజల భావాలు, పాలక వర్గం నేర్పే భావాలే.
* సకల దేశ కార్మికులారా, ఏకం కండి! ★

కమ్యూనిస్టు పార్టీ ప్రణాళిక పరిచయం   రంగనాయకమ్మ

కమ్యూనిస్టు పార్టీ ప్రణాళిక
పరిచయం

1848 నాటి విప్లవం

విప్లవకారులపై కోర్టు విచారణ

జర్మన్ మూలం :

మార్క్సు, ఎంగెల్సులు

ఇంగ్లీషు అనువాదం :

శామ్యూల్ మూర్

ఇంగ్లీషునించి తెలుగు అనువాదం :

రాచమల్లు రామచంద్రారెడ్డి

పరిచయం :

రంగనాయకమ్మ